மங்கள வரம் அருளும்

கல்யாணக் கோயில்கள்

(பரிகாரங்களுடன்)

க. பவித்ரன்

சங்கர் பதிப்பகம்

15 / 21, டீச்சர்ஸ் கில்டு காலனி, 2-வது தெரு,
இராஜாஜி நகர் விரிவு,
வில்லிவாக்கம், சென்னை - 600 049.
தொலைபேசி: 044-26502086, 9444191256
email: shankar_pathippagam@yahoo.com
wef: www shankarpathippagam.in & www bookthagam.com

நூல் விவரப் பட்டியல்

நூலின் பெயர்
மங்கள வரம் அருளும்
கல்யாணக் கோயில்கள்
(பரிகாரங்களுடன்)

உரிமை
பதிப்பகத்தார்க்கு

நூலாசிரியர்
க. **பவித்ரன்**

நூல் அளவு
டெம்மி

பதிப்பு ஆண்டு
முதல் பதிப்பு - 2022

பக்கங்கள்
240

வெளியீடு
சங்கர் பதிப்பகம்
15/21, டீச்சர்ஸ் கில்டு காலனி,
2-வது தெரு, இராஜாஜி நகர் விரிவு,
வில்லிவாக்கம், சென்னை - 600 049.
தொலைபேசி: 044 - 2650 2086

வடிவமைப்பு & மேலட்டை
பழனி & லதா, வில்லிவாக்கம்.
தொலைபேசி : 8667041889

என்னுரை

அன்பு தமிழ் நெஞ்சங்களுக்கு என் இதயப்பூர்வ வணக்கங்கள்!

"மங்கள வரம் அருளும் கல்யாணக் கோயில்கள் எனும் இந்நூலின் வாயிலாக உங்களைச் சந்திப்பதில் பெருமகிழ்ச்சி!

திருமணம் என்கிற பந்தம் ஒவ்வொருவர் வாழ்விலும் இன்றியமையாதது. அதிலும் நம் பாரதத்திலும் நமது தமிழகத்திலும் திருமணம் என்பது புனிதமானதாக, வரமாகக் கருதப்படுகிறது. அப்புனிதமான திருமணம் இனிதே ஒவ்வொருவர் வாழ்விலும் நிறைந்திட வேண்டும் என்பதே பெற்றோர்களின் முக்கிய வேண்டுதலாக இருக்கிறது. அவ்வேண்டுதலை இறைவனின் முன்வைக்கும் விதமாக தமிழகத்தில் சக்தி வாய்ந்த திருக்கோயில்களை நம் முன்னோர்கள் உருவாக்கி இருக்கிறார்கள். அதிலும் திருமணஞ்சேரி, திருவிடந்தை திருக்கோயில்கள் திருமணத்தடை விலக்கும் பரிகாரக் கோயில்களாகச் சிறப்புடன் விளங்குகின்றன. இவை மட்டுமின்றி இன்னும் எண்ணற்ற திருக்கோயில்கள் திருமணப் பரிகாரத் திருக்கோயில்களாக விளங்குகின்றன. யூ டியூப்பில் டிராவல் இணையத்தளம் துவக்கும் நோக்கில் தமிழகத்தின் பல்வேறு ஊர்களுக்குச் சென்ற போது அத்திருக்கோயில்களைத் தரிசிக்கும் வாய்ப்பு கிடைத்தது. திருமணத்தடை விலக்கும் அப்புனிதத் திருக்கோயில்களை இந்நூலின் வழியே கொண்டு வருவதில் பெருமகிழ்ச்சி அடைகிறேன். இந்நூல் உருவாகக் காரணமாக இருந்த எனது தந்தை பெ.கணேஷ், தாய் லீலாவதி இருவருக்கும் என் அன்பும் நன்றியும். அத்துடன் இந்நூல் உங்கள் கைகளில் தவழக் காரணமாக இருந்த சங்கர் பதிப்பக உரிமையாளர் திரு. கோமதிநாயகம் ஐயா அவர்களுக்கும் சிறப்பாக வடிவமைத்த திரு. ச. பழனி, திருமதி லதா பழனி அவர்களுக்கும் எனது நெஞ்சம் நிறைந்த நன்றிகள்! இந்நூல் சிறப்பாக அமைய வலைத்தளப் படங்களைப் பயன்படுத்தியுள்ளோம். அவர்கட்கும் எனது நெஞ்சார்ந்த நன்றிகள்!

அன்புடன்

மின்னஞ்சல்:
bavi.crazykiyare@gmail.com

க. பவித்ரன்

63/47, இரண்டாவது தெரு,
அச்சம கண்டிகை,
பழனிப்பேட்டை, அரக்கோணம்-631002

பொருளடக்கம்

மங்கள வரம் அருளும்

கல்யாணக் கோயில்கள்

எண்கண்

1

அருள்மிகு சுப்பிரமணிய சுவாமி திருக்கோயில்

பரண்கொள் வாளொரு உய்யவே உகந்து அறுவகை
சிரங்கொள் சீருடைநாதன் நல்லியல்பால்
தரங்கொள்வார் தமக்கெல்லாம் தான் வருந்தருளி தயவொடும்
உரங்கொள் எண்கண் மேவிநின்ற சண்முகா போற்றி

- ஸ்ரீ புவனேஸ்வரி சுவாமிகள்

மூலவர்	-	அருள்மிகு பிரம்மபுரீஸ்வரர், அருள்மிகு சுப்ரமணியசுவாமி
தாயார்	-	அருள்மிகு பிரஹன் நாயகி
உற்சவர்	-	அருள்மிகு ஆறுமுகர்
தலவிருட்சம்	-	வன்னிமரம்
தீர்த்தம்	-	குமார தீர்த்தம்
சிறப்பு	-	★ செவ்வாய் தோஷ நிவர்த்தித் தலம் ★ திருமணத் தடை விலக்கும் தலம் ★ கண்ணொளி தந்திடும் திருத்தலம் ★ அருணகிரிநாதரால் பாடல்பெற்ற திருத்தலம் ★ சில்ப முனிவரின் ஜீவசமாதி அமைந்திருக்கும் திருத்தலம்

தலவரலாறு

இத்திருத்தலம் காலசந்தி பூஜைக்கு விளக்கு ஏற்ற.. இராஜராஜ சோழனால் நிபந்தம் ஏற்படுத்தப்பட்டதிலிருந்து கி.பி.1219இல் மூன்றாம் குலோத்துங்க சோழனால் பிரம்மபுரீஸ்வரருக்கு முன் எரியும் விளக்குகளுக்கு விளக்கெரிய உபயம் ஏற்படுத்தி அவனாலேயே கற்றுளி எழுப்பப் பெற்றது இத்திருத்தலம்.

சோழவள நாட்டில் எண்கண் நாட்டுக்கு எண்கண் என்ற பவித்திர மாணிக்க சதுர்வேதி மங்கலம் என இத்திருத்தலம் அழைக்கப்பட்டு வந்தது.

அக்காலத்தில் மனுநீதி சோழ மன்னனின் தலைமை அமைச்சர் உபயகுலாமலன் இறைவனின் திருவருளால் இத்தலத்தில்தான் பிறந்தார், சில்ப முனிவர் சித்தர் பெருமானாக எண்ணற்ற அற்புதங்கள் நிகழ்த்தி இத்தலத்தில் ஜீவசமாதி அடைந்தார்.

தலமகிமை

இத்திருத்தலம் சிக்கல் அருள்மிகு சிங்கார வேலவர் சன்னதியுடனும், எட்டுக்குடி அருள்மிகு சுப்பிரமணியசுவாமி திருத்தலத்துடனும் தொடர்புடையது.

சிக்கல், எட்டுக்குடி, எண்கண் இம்மூன்று திருத்தலங்களிலும் அருள்பாலிக்கும் மூலவப் பெருமான் ஸ்ரீஆறுமுகர் சில்ப முனிவரால் வடிக்கப்பட்ட மூர்த்தியாவார்.

முத்தரச சோழ மன்னன், சிக்கலில் உள்ள அருள்மிகு சிங்கார வேலவர் திருத்தலத்தில் மூலவப் பெருமான் ஸ்ரீஆறுமுகரின் திருவடிவை அற்புதமாக வடித்த சிற்பி மீண்டும் இதுபோன்ற ஆறுமுகரின் திருவடிவை வடிக்கக் கூடாது என சிற்பியின் வலக்கை கட்டை விரலைத் தானமாகப் பெற்றுக்கொண்டான்.

ஆனாலும், சில்ப முனிவர் எம்பெருமான் முருகரின் திருவருளால் எட்டுக்குடி அருள்மிகு சுப்பிரமணியசுவாமி திருத்தலத்தின் எம்பெருமான் ஸ்ரீஆறுமுகரின் திருவடிவை சிக்கல் திருத்தலத்தில் உள்ள மூலவப் பெருமானின் திருவடிவில் அதே தெய்வீகத் தன்மையோடு. தனது கட்டை விரல் இல்லாமலேயே

ஸ்ரீஆறுமுகரை வடித்துவிட்டார்.

இதனை அறிந்த முத்தரச சோழ மன்னன் சில்ப முனிவரை அழைத்து, உனது கட்டை விரலைத் தானமாகப் பெற்றும் வேறொரு ஆறுமுகரை வடித்துவிட்டீர். அதனால், உமது கண்களை நாமே தானமாக பெற்றுக்கொள்கிறோம் என சில்ப முனிவரின் இரு கண்களையும் பறித்து விட்டான்.

அமைவிடம்

சோழ வளநாட்டில் வெட்டாற்றின் வடகரையில்.. திருவாரூர் மாவட்டத்தில் குடவாசல் தாலுகாவில்..

தஞ்சை நாகப்பட்டினம் சாலையில் முகுந்தனூர் கிராமத்தில் இறங்கி, ஒரு கிலோமீட்டர் வடக்கே சென்றாலும்,

கும்பகோணம் திருவாரூர் சாலையில், காப்பணாமங்கலம் கிராமத்தில் இறங்கி 3 கி.மீ. தென்புறம் சென்றாலும் இந்த அழகிய திருத்தலமாகிய எண்கண் திருத்தலத்தை அடையலாம்.

இருப்பினும், முருகப் பெருமானின் பூரண அருள்பெற்ற சில்ப முனிவர் கட்டை விரலும், கண்களும் இல்லாமலேயே ஒரு சிறுமியின் துணைகொண்டு, எண்கண் எனும் இத்தலம் வன்னிமரங்கள் அடர்ந்த வனப்பகுதியாக இருந்தபோது, சமீவனம் எனும் இடத்தில் இருந்த கருங்கல்லில் எம்பெருமான் ஸ்ரீஆறுமுகரை மயில்மேல் அமர்ந்த திருக்கோலத்தில் வடிவமைத்து, அவரது கண்களைத் திறக்கும் தருணத்தில் உளி தவறி பக்கத்தில் உதவி புரிந்த சிறுமியின் கையில்பட்டு இரத்தம் பீரிட்டு சிற்பியின் கண்களில் அடித்தது. அடுத்த நொடி அந்தப் பேரதிசயம் நிகழ்ந்தது.

சோழ மன்னனால் கண்கள் பறிக்கப்பட்ட சிற்பியின் கண்கள் இறையருளால் ஒளிபெற.. தாம் வடித்த ஆறுமுகரை கண்குளிரப் பார்த்து மகிழ்ந்த சிற்பி ஆனந்த கண்ணீர் வடித்தார்.

அன்று சில்ப முனிவரான சிற்பியினால், வடிக்கப்பட்ட

எம்பெருமான் அருள்மிகு ஆறுமுகர் எண்கண் திருத்தலத்தில் மூலவப் பெருமானாகத் திருவருள் புரிகின்றார்.

கண்ணொளி தந்த ஆறுமுகரைத் தரிசித்தால் நமது கண் பிரச்னைகளும் தீர்ந்து புத்தொளி கிடைக்கப்பெறும் என்பது ஐதீகம்.

அதுமட்டுமல்ல.. கண்பார்வைக் குறைபாடு கொண்டவர்கள் பிரதி தமிழ் மாதம் விசாக நட்சத்திர நாளில் தொடர்ந்து 12 மாதங்கள் குமார தீர்த்தத்தில் நீராடி அருள்மிகு முருகப் பெருமானுக்கு சண்முகார்ச்சனை செய்து வழிபட்டு வந்தால், கண்பார்வை முழு குணம் பெறும்.

சாப விமோசன திருத்தலம்

பிருகு முனிவரின் சாபத்தால் சிம்மவர்ம மன்னனின் முகம் சிங்க முகமாக உருமாறியது. இதனால், மனமுடைந்த சிம்மவர்மன் தமக்கு சாபவிமோசனம் தர வேண்டும் என பிருகு முனிவரிடம் வேண்டுதல் செய்ய.. சோழவள நாட்டில் உள்ள வெட்டாற்றில் நீராடி எம்பெருமான் எண்கண் முருகனைத் தரிசித்தால் சிங்கமுகம் மாறி மனித முகம் கிடைக்கப்பெறும் என பிருகு முனிவர் அருள, சிம்மவர்மன் இத்தலத்திற்கு வந்து எம்பெருமான் ஆறுமுகரிடம் மனமுருக வேண்டி தமக்கு அருள்புரிய தொழுதான். சிம்மவர்மன் மீது கருணை கொண்ட எம்பெருமான் தைப்பூச நட்சத்திரமும் பௌர்ணமி திதியும் இணைந்த சுபதினத்தில் மயில் மீது அமர்ந்த திருகோலத்தில் திருக்காட்சி தந்து சிம்மவர்மனுக்குச் சாபவிமோசனம் தந்தருளினார் என்கிறது தலபுராணம்.

எண்கண் திருத்தலம்

திருமண வரம் அருளும் ஸ்ரீஆறுமுகர்

செவ்வாய் தோஷத்தையும், திருமணத் தடைகளையும், கடன் பிரச்னைகளையும், சத்ருக்களின் இடையூறுகளையும் நீக்கிடும் விதமாக எம்பெருமான் ஸ்ரீஆறுமுகர் அகோர முகமாகிய தெற்கு முகத்துடன், பிரயோக பாணம் தரித்து, அனுக்கிரக மயில்மீது அமர்ந்த திருக்கோலத்தில் திருவருள் புரிகின்றார்.

இருகால்களில் நிற்கும் மயில் மீது உற்சவ பெருமான் அமர்ந்திருப்பது நம்மை மெய்சிலிர்க்க வைக்கும் புனிதத் தரிசனமாகும்.

செவ்வாய்க்கு அதிபதியான ஸ்ரீமுருகப்பெருமான் தமிழகத்திலேயே தெற்கு முகமாக அமர்ந்து இத்தலத்தில் மட்டுமே திருவருள் புரிகின்றார். இவரைத் தரிசித்தாலே செவ்வாய் தோஷம் நிவர்த்தியாகும். திருமணம் கைகூடிவரும் என்பது நிதர்சனமான உண்மையாகும்.

திருமணப் பரிகாரம் எப்படிச் செய்வது?

தெற்கு நோக்கி திருவருள் புரியும் ஸ்ரீஆறுமுகப் பெருமான் தடைகளைத் தகர்த்தெறியும் வீரத்திருமகனாக நமக்கு நல்லருள் புரிவதால் பதினோரு வாரம்.. செவ்வாய் கிழமைகளில் இத்தலத்திற்கு வந்து குமார தீர்த்தத்தில் நீராடி.. எம்பெருமான் ஸ்ரீபிரம்மபுரீஸ்வரரையும் மூலவத் தாயார் ஸ்ரீபிரஹன் நாயகியையும் மூலவர் ஸ்ரீமுருகப் பெருமானையும் வழிபட்டு.. உற்சவர் ஸ்ரீஆறுமுகப் பெருமானுக்கு உங்கள் பெயர், ராசி நட்சத்திரம் சொல்லி சங்கல்பம் செய்து சிறப்பு அர்ச்சனை செய்து அருள்தரும் ஆறுமுகரைத் தொழுதால் செவ்வாய் தோஷம் நிவர்த்தியாகும். திருமணத் தடைகள் அகன்று விரைவிலேயே திருமணம் கைகூடி வரும் என்பது ஐதீகமாகும்.

இதுமட்டுமல்ல.. தொழிலில் அபிவிருத்தி காணவும், கல்வியில் மேன்மை பெறவும், பூரண ஆயுளும், ஆரோக்கியமும் பெற்று மகிழவும் விசாக நட்சத்திரத்தில் எண்கண் ஸ்ரீமுருகப் பெருமானைத் தரிசித்தால் நம்மைக் கண்போல காத்திடுவார் எம்பெருமான் ஸ்ரீஆறுமுகர்.

திருக்கோயில் அமைப்பு

தெற்கு நுழைவாயிலும் அதன் எதிரே குமார தீர்த்தமும் பழமையுடன் அமைந்திருக்கின்றன. பிரதான நுழைவாயிலான கிழக்கு வாயிலில் ராஜகோபுரம் அமைந்திருக்கின்றது. ராஜகோபுரத்திற்கு உள்ளே கிழக்கு வெளிச்சுற்றுப் பிரகாரத்தில் தல விருட்சம் வன்னிமரமும்.. வன்னிமரத்தின் முன்பாக சில்ப முனிவரின் ஜீவசமாதியும் அமைந்திருக்கின்றது.

கிழக்கு உள்சுற்றுப் பிரகார நுழைவாயிலைக் கடந்து உள்ளே வந்தால் தென்பிரகாரத்தில் கொடி மரத்தைத் தரிசனம் செய்யலாம்.

தென்பிரகாரத்தை வலம் வந்தால், அருள்மிகு நவகன்னியரையும், நர்த்தன விநாயகப் பெருமானையும், குருதட்சிணாமூர்த்தி சுவாமியையும் தரிசனம் செய்யலாம்.

மேற்குப் பிரகாரத்தை வலம் வரும்போது, அருள்மிகு அர்த்தநாரீஸ்வரரையும், ஸ்ரீகஜலட்சுமி தாயாரையும் பாலசுப்ரமணியரையும் தரிசனம் செய்யலாம்.

வடக்குப் பிரகாரத்தில்.. பிரம்ம தேவரையும், விஷ்ணு துர்கை அன்னையையும், ஸ்ரீசண்டிகேஸ்வரரையும், ஸ்ரீகாசி விஸ்வநாதரையும், ஸ்ரீவிசாலாட்சி அன்னையையும் தரிசனம் செய்யலாம்.

வடகிழக்கில் அண்ணாமலையாரும், நவக்கிரக மூர்த்திகளும், ஸ்ரீபைரவரும், லிங்கோத்பவரும், சூரியபகவானும் திருவருள் புரிகின்றார்கள்.

ஸ்ரீபைரவரின் சன்னதிக்கு முன்பாக நின்றால், 5 கோபுர தரிசனம் நமக்குள் பரவசத்தை ஏற்படுத்துகின்றது.

கிழக்கு நுழைவாயில் வழியே கருவறை மண்டபத்திற்குச் சென்றால், முதலில் தெய்வ அன்னை அருள்மிகு பிரஹன் நாயகி மங்கலத் திருமுகத்தோடு நமக்கு நல்லருள் புரிகின்றார்.

அன்னையின் சன்னதிக்கு வலப்புறத்தில் ஸ்ரீநடராஜப் பெருமான் திருவருள் புரிகின்றார். நடராஜப் பெருமானைத் தரிசித்துவிட்டு மகா

மண்டபத்திற்குச் சென்றால் தெற்கு திருமுகமாகத் திருவருள்புரியும் ஸ்ரீஆறுமுகரைத் தரிசனம் செய்யலாம்.

செவ்வாய் தோஷம் விலக்கும் தென்முகத் தரிசனமாக உற்சவரும், மூலவப் பெருமானும் அழகிய மயில்மீது அமர்ந்த திருவடிவில்.. புன்னகை தவழும் திருமுகத்தோடு தெய்வீகமாக நமக்கு நல்லருள் புரிகின்றார்கள்.

கிழக்குத் திருமுகமாக அருள்மிகு பிரம்மபுரீஸ்வரர் லிங்கத் திருமேனியோடு அற்புதமளிக்கும் ஆனந்த மூர்த்தியாக திருக்காட்சி புரிகின்றார்.

எம்பெருமான் ஸ்ரீசிவபெருமானையும், உமையன்னையையும் வள்ளி தெய்வானை சமேத ஸ்ரீஆறுமுகரையும் தரிசிப்பது வாழ்வில் நமக்கு என்றென்றும் நலம்புரியும். வளம் பெருகும்.

முகவரி

நிர்வாக அதிகாரி
அருள்மிகு சுப்பிரமணிய சுவாமி திருக்கோயில்
எண்கண்
செம்மங்குடி வழி
குடவாசல் வட்டம்
திருவாரூர் மாவட்டம்
தமிழ்நாடு, இந்தியா
தொலைப்பேசி: 04366278531

காஞ்சிபுரம்

2

அருள்மிகு ஏகாம்பரநாதர் திருக்கோயில்

இறைவன்: அருள்மிகு ஏகாம்பரநாதர்

இறைவி: அருள்மிகு ஏலவார் குழலி எனும் அருள்மிகு காமாட்சி அன்னை

தல விருட்சம்: 3500 ஆண்டுகள் பழமையான மாமரம்

திருக்குளம்: சிவகங்கை திருக்குளம்

சிறப்புகள்:

- தேவாரப் பாடல் பெற்ற தொண்டை நாட்டு சிவத்தலங்களில் முதல் திருத்தலம்
- அப்பர், சுந்தரர், திருஞான சம்பந்தர், மாணிக்கவாசகரால் பாடப்பெற்ற திருத்தலம்
- அருள்மிகு காமாட்சி அன்னை பூஜித்த மணல் லிங்க மூர்த்தி மூலவராகத் திருவருள் புரியும் திருத்தலம்
- 3500 ஆண்டுகள் பழமையான மாமரம் தலமரமாக அமைந்திருக்கும் திருத்தலம்
- 18 சித்தர்களில் ஒருவரான காலங்கிநாத சித்தர் ஜீவசமாதி அமைந்திருக்கும் திருத்தலம்
- அஷ்டோத்ர (108) லிங்க மூர்த்திகள் அமைந்தருளும் திருத்தலம்
- 108 வைணவ திவ்ய தேசங்களில் ஒன்றான, நிலாத்துண்டப் பெருமாளின் திருச்சன்னதி அமைந்திருக்கும் திருத்தலம்
- பஞ்சபூதத் தலங்களில் முதன்மையான பிருத்வி திருத்தலம்
- சுந்தரமூர்த்தி நாயனார் சிவபெருமானிடம் இடக்கண் பார்வையைத் திரும்பப் பெற்ற

திருத்தலம்

ஃ தை மாத ரச சப்தமி தினத்தில் மூலவரின் மீது சூரிய ஒளிக்கதிர்கள் விழுந்து சூரியபூஜை நடந்திடும் திருத்தலம்

ஃ கங்கைக்கும், சந்திரனுக்கும் ஈசன் பணி கொடுத்த திருத்தலம்

ஃ இத்தல விநாயகர் விகட சக்ர விநாயகர் எனும் திருப்பெயருடன் அருள்பாலிக்கும் திருத்தலம்

ஃ வானுயர்ந்த நிலை ராஜகோபுரம் எழுந்தருளியிருக்கும் திருத்தலம்

ஃ கண் தொடர்பான நோய்களை நீக்கிடும் திருத்தலம்

ஃ திருமண வரம் அருளும் திருத்தலம்

தல வரலாறு:

கைலாயத்தில் சிவபெருமான் யோக நிலையில் இருந்த போது அம்பிகை ஈசனின் இரு கண்களையும் விளையாட்டாகத் தனது இரு கரங்களால் மூடினார். இதனால் ஈரேழு உலகமும் இருண்டது. கிரகங்களால் இயங்க முடியாமல் போனது. சூரியனும் உதிக்காததால் உலகமும் இருண்டது.

இதனால் அம்பிகை ஈசனின் கோபத்துக்கு ஆளானார். தம்மை மன்னிக்கும்படி ஈசனிடம் வேண்டுதல் செய்ய ஈசனோ அம்பிகையிடம் "செய்த தவறுக்கு தண்டனையாக, பூலோகத்தில் பெண்ணாகப் பிறந்து தம்மை நினைந்து தவம் புரிந்திட விமோசனம் கிடைக்கும்" என்றார். அம்பிகை ஈசனிடம் அதற்கான இடத்தைச் சொல்லும்படிக் கேட்டு ஈசனின் திருவுளப்படி பூலோகத்தில் பத்ரிகாசிரமத்தில் காத்யாயன முனிவருக்குப் புதல்வியாகப் பிறந்தார். கண்ணை இமை காப்பது போன்று காத்யாயினி எனும் திருப்பெயரிட்டு வளர்த்து வந்தார் முனிவர். தக்க பருவம் வந்ததும் காத்யாயினிக்கு தான் பூலோகம் வந்திருக்கும் உண்மை புரிய, காஞ்சிபுரம் வந்த அம்பிகை ஒரு மாமரத்தின் அடியில் மணலில் லிங்கம் உருவாக்கி ஈசனை நோக்கிக் கடுந்தவம் புரிந்தார்.

பஞ்ச அக்னியின் மத்தியில் நின்றபடி ஈசனை நோக்கித் தவமிருக்கும் அன்னையைச் சோதிக்க விரும்பிய ஈசன், தனது தலையில் குடிக்கொண்டிருக்கும் கங்கையை கம்பா நதியாக

உருமாற்றி அன்னை தவமிருக்கும் இடத்திற்குப் பாய விட்டார். கங்கா நதி மௌனமாகப் பாய்ந்து வர இதை உணர்ந்த அன்னை தான் பிரதிஷ்டை செய்திருக்கும் மணல் லிங்க மூர்த்தியை தண்ணீரில் கரைந்து விடாமல் தடுப்பதற்காக மார்போடு அணைத்துக் கொண்டார்.

அமைவிடம்

சென்னை பெங்களூர் தேசிய நெடுஞ்சாலையில் சென்னையிலிருந்து எழுபதாவது கிலோ மீட்டரில் தெய்வீக நகரமான காஞ்சிபுரத்தில் அமைந்துள்ளது.

அன்னையின் தவத்திற்கு மனமிறங்கிய ஈசன் மாமரத்தின் மூலத்திலிருந்து திருக்காட்சி தந்து அன்னையை மன்னித்தருளி திருமணம் புரிந்தார். அன்னையின் மார்போடு இணைந்து 'தழுவக் குழைந்த நாதராக' திருவருள் புரியும் அருள்மிகு ஏகாம்பரநாதர், அன்னையை மன்னித்தருளியது போன்று இத்தலத்திற்கு வரும் பக்தர்களின் தவறுகளையும் பாவங்களையும் மன்னித்தருளி நல்வாழ்வளிக்கும் நற்தெய்வமாக அருள்பாலிக்கின்றார்.

ஈசன் அம்பிகையைத் திருமணம் செய்த திருத்தலம் என்பதால் இத்தலத்தைத் தரிசிக்கும் பக்தர்களின் திருமணத் தடைகளும் தோஷங்களும் விலகி விரைவிலேயே திருமணம் கைகூடும் என்பது ஐதீகம்.

திருமணப் பரிகாரம்:

எம்பெருமான் ஈசன் மாமரத்தின் மூலத்திலிருந்து அன்னைக்கு திருக்காட்சி தந்து திருமணம் செய்தருளிய 3500 ஆண்டுகளுக்கும் பழமையான தெய்வீக மாமரம் தெய்வீக அருளின் சாட்சியாய் இன்றும் இத்திருத்தலத்தில் இருக்கின்றது. பலநூறு தலைமுறை கடந்து நிற்கும் இம்மாமரத்தில் திருமணத் தடை விலகிடும் விதமாக நேர்த்தி செய்து சிறிய மஞ்சள் வஸ்திரம் கட்டி வேண்டுதல் செய்து

அன்னைக்கும் அருள்மிகு ஏகாம்பரேஸ்வரருக்கும் பிரளயம் காத்த மாகாளி அன்னைக்கும் உங்கள் பெயர், ராசி, நட்சத்திரம் சொல்லி சங்கல்பம் செய்து அர்ச்சனை செய்தால் போதும், உங்கள் வேண்டுதல்கள் நிறைவேறும். தடைபட்ட திருமணம் விரைவிலேயே கைகூடி வரும் என்பது ஐதீகம்.

ஆலய அமைப்பு:

ஒரு கிராமமே உள்ளடங்கி விடும் பிரமாண்டமான அளவில் 23 ஏக்கர் பரப்பளவில் வானுயர்ந்த கோபுரங்கள், பிரமிப்பூட்டும் பிரகாரங்கள், பரந்து விரிந்த திருக்குளம் என பல்லவர்கள் காலத்து கட்டிடக் கலையின் வனப்புடனும் எழிலுடனும் அமைந்திருக்கின்றது இத்திருத்தலம். திருக்கோயிலின் ராஜகோபுரம் தெற்குநோக்கி 9 நிலைகளுடன் எழுந்தருளியிருக்கின்றது.

ராஜகோபுரத்தை வணங்கிவிட்டு உள்ளே சென்றால் நீண்ட வெளிப்பிரகாரம் ஆச்சரியமூட்டும் விதத்தில் அமைந்திருக்கின்றது. வெளிப்பிரகாரத்தில் முதலில் லிங்கேஸ்வரரின் சன்னதி அமைந்திருக்கின்றது. கிழக்கு நோக்கிய இரண்டாம் பிரகாரத்தின் நுழைவு வசந்த மண்டபத்திற்கு நேர்எதிரே அஞ்சனை செல்வர் அனுமரின் சன்னதி அமைந்திருக்கின்றது. மூலவர் சன்னதியை நோக்கி நந்தி தேவர் அமைந்தருள்வதைத் தரிசித்துவிட்டு சற்று நகர்ந்தால் சிவகங்கை தீர்த்தம், கம்பை தீர்த்தம், சுரஹா தீர்த்தம், பாண்டவர் தீர்த்தம், மங்கள தீர்த்தம் எனப் பல்வேறு பெயர்களில் அழைக்கப்படும் திருக்குளம் பிரமாண்டமாய் அமைந்திருக்கின்றது.

காஞ்சிபுரம்
ஏகாம்பரஸ்வரர்

அத்திருக்குளக்கரையிலிருந்து தெற்கு, கிழக்கு ராஜகோபுரங்களைத் தரிசிப்பது ஆனந்தமான விஷயமாகும்.

திருக்குளத்தின் தெற்கு எல்லையில், அகத்திய மாமுனிவர் தனது கமண்டலத்தில் அடக்கி வைத்த காவிரியை காகத்தின் வடிவில் விடுவித்த விநாயகப் பெருமானின் திருவடிவைத் தரிசித்து மகிழலாம். கிழக்கு வசந்த மண்டபத்தில் கொடிமரமும், பிரம்ம தேவரும், துர்கா தேவியும், நந்தி தேவரும் நலமருள்கிறார்கள்.

வசந்த மண்டபத்தின் தெற்கில் சிவசாமி சித்தரின் நினைவிடம் அமைந்திருக்கின்றது. சென்ற நூற்றாண்டில் வாழ்ந்த அம்மகான் எண்ணற்ற அற்புதங்களை நிகழ்த்தியிருக்கிறார். வசந்த மண்டபத்தின் வடக்கே 18 சித்தர்களில் ஒருவரான காலங்கிநாத சித்தரின் ஜீவசமாதி அமைந்திருக்கின்றது. உலக உயிர்களின் நன்மைக்காக வாழ்ந்த அப்புனித சித்தரின் ஜீவசமாதியைத் தரிசித்தாலே மனது சாந்தமும், உற்சாகமும் அடைந்திடும் என்பது ஐதீகம்.

பிரதான வாயிலைக் கடந்து உள்சுற்றுப் பிரகாரத்திற்குச் சென்றால் பிரமாண்டமான பிரகாரத்தின் வடக்கு மூலையில் ஆறுமுகப் பெருமானின் திருச்சன்னதி அமைந்திருக்கின்றது. வலப்புறமாக பிரகாரத்தை வலம் வந்தால் முதலில் அருள்மிகு பிரளயம் காத்த காளி அன்னையின் சந்நதியைத் தரிசிக்கலாம். தெற்கு மூலையில் நால்வர் சன்னதியும், வடமேற்கு மூலையில் பஞ்சமுக விநாயகரின் திருச்சன்னதியும் அமைந்திருக்கின்றது.

விநாயகரின் சன்னதிக்கு வலப்புறத்தில் அருள்மிகு உற்சவ ஏகாம்பர நாதர், காமாட்சி அன்னையோடு திருவருள்புரியும் திருச்சன்னதி அமைந்திருக்கின்றது. உற்சவர் சன்னதிக்கு இடப்புறத்தில் ஸ்ரீகாமாட்சி அன்னைக்கு ஸ்ரீஏகாம்பர நாதர் திருக்காட்சி தந்த புனிதத் தெய்வீக இடமும் 3500 ஆண்டுகள் பழமையான மாமரமும் அமைந்திருக்கின்றன. அம்மாமரத்தின் மூலத்திலிருந்து வெளிப்பட்டுதான் ஈசன் அன்னையை மணமுடித்தார் என்கிறது பெரிய புராணம்.

அப்புனித மாமரத்தில் மஞ்சள் துணியைப் பிரார்த்தித்து கட்டினால் நமது வேண்டுதல்கள் அத்தனையும் பலிதமாகும் என்பது ஐதீகம். ஏகம் + ஆம்ரம் = ஏகாம்பரம். ஏகாம்பரம் என்பது இம்மாமரமாகும். இம்மாமரத்தின் மூலத்திலிருந்து தோன்றியதால் ஏகாம்பரநாதராக ஈசன் அழைக்கப்படுகின்றார். மாவடி எனப்படும் அம்மரத்திற்கு இடப்புறத்தில் ஆறுமுகரின் சன்னதியும்

மூலவத்தாயார் ஏலவார் குழலி அன்னையின் திருச்சன்னதியும் அமைந்திருக்கின்றன. ஆயிரங்கால் மண்டபத்தில் ஸ்ரீராமபிரான் பூஜித்த ஆயிரம் லிங்க மூர்த்திகளோடு ஸ்ரீசகஸ்ரலிங்க மூர்த்தியும் அமைந்திருப்பது இத்தலத்தின் சிறப்பாகும். ஆயிரங்கால் மண்டப பிரகாரத்தினை வலம் வரும் போது ஸ்ரீஆனந்தத் தாண்டவ நடராஜரையும் சிவகாமி அன்னையையும் தரிசிக்கலாம். நுழைவு மண்டபத்தில் 108 வைணவத் திருத்தலங்களில் ஒன்றான நிலாத்துண்ட பெருமாளின் திருச்சன்னதி அமைந்திருக்கின்றது. திருப்பாற்கடலில் அமிர்தம் கடைந்த போது மகாவிஷ்ணு மீது ஏற்பட்ட வெப்பம் நீங்குவதற்கு ஈசான பாகத்தில் தியானம் செய்தார். சிவபெருமானுடைய சிரசிலிருந்து சந்திர ஒளி விஷ்ணு பகவானின் மீது பட்டு, வெப்பம் நீங்கி சாந்தி அடைந்ததால் இத்திருத்தலத்தில் ஸ்ரீமகாவிஷ்ணு நிலாத்துண்ட பெருமாள் எனும் திருநாமத்தோடு அருள்பாலிக்கின்றார்.

எம்பெருமான் ஸ்ரீஏகாம்பர நாதரின் கருவறையில் காமாட்சி அம்பாள் பூஜித்த மணல் லிங்கமே மூலஸ்தானமாக உள்ளது. அம்பாள் லிங்க மூர்த்தியைக் கரைந்து விடாமல் தடுப்பதற்காக கட்டியணைத்த தடம் இன்னும் லிங்கத் திருவடிவில் பதிந்திருக்கின்றது. மூலவர் மணல் லிங்கத் திருவடிவம் கொண்டவர் என்பதால் இவருக்கு அபிஷேகம் செய்யப்படுவது இல்லை. அவரது மேனியில் வெள்ளிக்கவசம் சாத்தி புனுகு மற்றும் வாசனைப்பொருட்கள் மட்டுமே சாத்தப்படுகின்றது. லிங்க மூர்த்திக்குக் கீழேயுள்ள ஆவுடையாருக்கு மட்டுமே அபிஷேகம் செய்யப்படுகின்றது. கேட்டதைத் தந்தருளும் அருள்மிகு ஏகாம்பரநாதரைத் தொழுவோம். தடைகளற்ற வாழ்வினைப் பெறுவோம்.

முகவரி:

நிர்வாக அதிகாரி,
அருள்மிகு ஏகாம்பரநாதர் திருக்கோயில்,
காஞ்சிபுரம் 631 501 தமிழ்நாடு, இந்தியா
தொலைப்பேசி : 044 2722 2084

குத்தாலம்

அருள்மிகு சோழீஸ்வரர் திருக்கோயில்

3

மூலவர்: அருள்மிகு சோழீஸ்வரர்

தாயார்: அருள்மிகு சௌந்தர நாயகி தாயார்

சிறப்பு மூர்த்திகள்: அருள்மிகு பரிமள சுகந்த நாயகி தாயார் அருள்மிகு பாதாள சனீஸ்வரர்

தலச் சிறப்பு:

சக்தியின் உறைவிடமாகத் திகழும் இத்திருத்தலத்தில் பரத மாமுனிவர் நடத்திய யாக வேள்வித்தீயில் உமையன்னை குழந்தையாக அவதரித்தருளினார். பின்பு பரத மாமுனிவரின் வளர்ப்பு மகளாக பரிமள சுந்தரி எனும் திருநாமத்தோடு குமரியாக வளர்ந்து ஈசனைத் திருமணம் முடிக்க நிச்சயதார்த்தம் செய்து கொண்ட புனிதத் திருத்தலம் இதுவேயாகும்.

தல வரலாறு:

ஓ அக்னி பகவான் தமது பாவங்கள் விலக...ஈசனிடம்

திருமணக்கோலத்தில் அருள் புரிய வேண்டும் என வேண்டுதல் செய்ய...எம்பெருமான் உமையன்னையோடு மணவாளராகத் திருக்காட்சி தந்தருளினார். அதனால் மனமகிழ்ந்த அக்னி பகவான் இத்திருத்தலத்தை ஸ்தாபித்தார் என்கிறது தல புராணம்.

எம்பெருமான் உமையன்னையைத் திருமண நிச்சயதார்த்தம் செய்தமையால் இது திருமணத் தடைகளை நீக்கும் திருத்தலமாக விளங்குகின்றது.

விக்கிரம சோழனின் மனைவி கோமளையின் வெண்குஷ்ட நோயினை ஈசன் நீக்கியருளிய திருத்தலம் இது.

இராமதூதன் ஆஞ்சநேயர் தாமரை மலர்களால் சிவபெருமானைப் பூஜித்து மகிழ்ந்த திருத்தலம் இது.

ஸ்ரீபாதாள சனீஸ்வரர் கூப்பிய கரத்தினுள் அமிர்த கலசம் கொண்டு 'நல்லதே செய்வேன்' எனப் பரிகார மூர்த்தியாகத் திருவருள் புரியும் திருத்தலம் இது.

ஆலய அமைப்பு:

கிழக்கு நிலை ராஜகோபுரம் ஐந்து நிலைகளுடன் ஐநூற்று அறுபது சுதை சிற்பங்களுடன் எழுபதடி உயரத்தில் பிரமாண்டமாய் எழுந்தருளியிருக்கின்றது. கோபுர வாயிலைக் கடந்து கிழக்கு முதல் சுற்று பிரகாரத்திற்குச் சென்றால் முதல் தரிசனமாக ஸ்ரீகொடிமரப் பிள்ளையார் அருள்பாலிக்கின்றார். அடுத்து, காக்கும் சக்கரமான பலிபீடம் அமைந்திருக்கின்றது. அதற்கடுத்து கொடிமரத்தின் புனிதத் தரிசனம் கிடைக்கின்றது. கொடிமரத்தின் முன்பாக அருள்நல்கும் நந்திதேவரின் திவ்ய தரிசனம் கிடைக்கின்றது. தெற்கு வெளிப் பிரகாரம், தெற்கு நுழைவாயில், வடக்குப் பிரகாரம் என வெளிப்பிரகாரத்தைச் சுற்றி வந்தால் தலவிருட்சம் மகா வில்வத்தையும் வடகிழக்கில் அமைந்திருக்கும் நாகர் சன்னதியையும் தரிசிக்கலாம்.

ஸ்ரீசோழீஸ்வரர் ஸ்ரீசௌந்தரநாயகி

முதல் சுற்று பிரகாரத்தின் நுழைவாயிலின் இருபுறங்களிலும் ஸ்ரீகணபதியும், முருகப் பெருமானும் திருவருள் புரிகின்றார்கள். கருவறை முன்புற மகா மண்டபத்தைக்கடந்து உள்சுற்று பிரகாரத்திற்குச் சென்றால் தென்முகக் கடவுள் ஸ்ரீதட்சிணாமூர்த்தி சுவாமியின் திவ்ய தரிசனத்தையும் தென்மேற்கில் அமைந்தருளும் ஸ்ரீசித்தி விநாயகப் பெருமானின் திருச்சன்னதியையும் தரிசிக்கலாம். மேற்குப் பிரகாரத்தின் வழியே வரும்போது கிழக்கு நோக்கி வள்ளி தெய்வானை சமேதராய் ஸ்ரீசுப்ரமணியர் திருவருள் புரிகின்றார். வடமேற்கில் ஐஸ்வர்யம் அருளும் கஜலட்சுமி அன்னையின் திருச்சன்னதி அமைந்திருக்கின்றது.

அமைவிடம்

மயிலாடுதுறை, கும்பகோணம் வழித்தடத்தில் குத்தாலம் நகரின் துவக்கத்தில் அமைந்திருக்கும் இத்திருத்தலம் கி.பி.12ஆம் நூற்றாண்டில் மூன்றாம் குலோத்துங்க சோழன் காலத்தில் வாழ்ந்த ஜய்தா பல்லவராயர் எனும் சிற்றரசரால் கட்டப்பட்ட திருத்தலமாகும்.

வடக்குப் பிரகாரத்தில் ஸ்ரீபிரம்ம தேவரும், ஸ்ரீதுர்கா தேவியும், ஸ்ரீசண்டிகேஸ்வரரும் திருவருள் புரிகின்றார்கள். மண்டபத்தில் மேற்கு நோக்கி ஸ்ரீபாதாள சனீஸ்வரர் திருவருள் புரிகின்றார். நின்ற திருவடிவில் கூப்பிய கரங்களுடன் அத்திருக்கரங்களின் நடுவே அமிர்த கலசத்துடன் அருள்பாலிக்கும் இப்பரிகார மூர்த்தியைத் தரிசித்தாலே போதும், பாத சனியால் பீடிக்கப்பட்டவர்களின் தோஷங்கள் அத்தனையும் விலகப்பெறும் என்பது ஐதீகம்.

பரத மாமுனிவரின் அருளின்படி இத்தலத்திற்கு வந்த நளனுக்கு நல்லருள் புரிந்த இந்தப் பாதாள சனீஸ்வரருக்கு 12 நல்லெண்ணெய் தீபமேற்றி 12 முறை வலம் வந்து 12 முறை இவரை வணங்கினால் சனிதோஷங்கள் அத்தனையும்

விலகப்பெறும் என்பது ஐதீகம்.

'நல்லதே செய்வேன்' என சாந்த மூர்த்தியாக தெய்வீக எழில் வடிவாய் வீற்றிருக்கும் சனிபகவானைத் தரிசித்தால் நமது வாழ்விலும் நல்லதே நடக்கும் என்கிறது தலபுராணம். பாதாள சனீஸ்வரருக்கு இடப்புறத்தில் சந்திரரும், சூரியரும் நல்லருள் புரிகிறார்கள். பாதாள சனீஸ்வரருக்கு வலப்புறத்தில் ஸ்ரீகால பைரவர் திருவருள் புரிகின்றார். வடக்கு நோக்கி நால்வர் பெருமான்கள் திருவருள் புரிகின்றார்கள்.

கருவறை மண்டபத்தின் வடகிழக்கில் அருள்மிகு பரிமள சுகந்தநாயகி தாயார் திருவருள் புரிகின்றார். இத்தலத்தில் பரத மாமுனிவர் யாக வேள்வித்தீயில் குழந்தையாக அவதரித்த இப்புனிதத் தாயே எம்பெருமானை மணமுடிக்க நிச்சயதார்த்தம் செய்தருளினார். இப்புனித அன்னையைத் தரிசித்தால் திருமணத் தடைகள் அகன்றிடும் மங்களகரமான வாழ்வு கிடைத்திடும் என்பது ஐதீகம். மகா மண்டபத் தூணில் திருவருள் புரியும் ஸ்ரீஅனுமரின் திவ்ய தரிசனம் கண்டு மகிழ்ந்து நகர்ந்தால் இத்தலத்தின் மூலவத்தாயார் அருள்மிகு சௌந்தர நாயகி அன்னையின் திருச்சன்னதியைத் தரிசிக்கலாம். இச்சன்னதியினுள்ளே மங்கள வரமருளும் புனித அன்னை புன்னகை ததும்பும் திருமுகத்தோடு நின்ற திருவடிவில் தென்திசை நோக்கி திருவருள் புரிகின்றார்.

அன்னையின் திருமுக தரிசனம் நம் வாழ்வில் வளம் பல சேர்க்கும் என்பது ஐதீகம். அன்னையைத் தரிசித்து விட்டு அடுத்து அருள்நிறை திருதெய்வம் ஸ்ரீசோழீஸ்வரரின் கருவறையைத் தரிசிக்க வேண்டும். பல நூற்றாண்டுகளைக் கடந்த பழமையோடு அமைந்திருக்கும் புனிதக் கருவறையினுள்ளே ருத்ராட்சப் பந்தலின் கீழே பரிமள சுகந்த நாயகி அன்னையை மணமுடிக்க...நிச்சயதார்த்தம் தந்தருளிய சோழீஸ்வரர் லிங்கத் திருமேனியோடு கிழக்கு நோக்கி அனுகிரக நாயகராக ஆனந்தமளிக்கும் அற்புதத் தெய்வமாகத் திருவருள் புரிகின்றார்.

இத்தலத்தை 12 முறை வலம் வந்து 12 முறை இவரைத் தரிசித்தாலே போதும் தடையில்லா வாழ்வு நமது வசமாகும்.

திருமணம் நிச்சயிக்கப்பட்டவர்கள் இவரின் திருமுகத்தைத் தரிசித்தாலே போதும். தடையில்லாமலும் சுணக்கமில்லாமலும் இனிதே திருமணம் நடைபெறும் என்பது ஐதீகமாகும். அருள்மிகு சோழீஸ்வரப் பெருமானைத் தரிசிப்போம். மனம் நிறைந்த மங்களகரமான வாழ்வைப் பெற்று மகிழ்வோம். ஓம் நமச்சிவாய... சிவாய நம ஓம்.

திருமணப் பரிகாரம்:

எம்பெருமான் ஸ்ரீசோழீஸ்வரர் பரிமள சுகந்த நாயகி தாயாரைத் திருமணம் செய்ய நிச்சயதார்த்தம் செய்தருளிய திருத்தலம் என்பதால் இத்தலத்தில் மூலவருக்குத் தென்புறத்தில் மணமகளாகத் திருவருள் புரியும் ஸ்ரீபரிமள சுகந்த நாயகி தாயாருக்கு 12 நல்லெண்ணெய் தீபம் ஏற்றி 12 முறை வலம் வந்து 12 முறை தாயாரின் திருமுகத்தைத் தரிசித்து நமது வேண்டுதலைச் சொல்ல வேண்டும். அதன்பின் உங்கள் பெயர், ராசி, நட்சத்திரம் சொல்லி சங்கல்பம் செய்து அர்ச்சனை செய்ய வேண்டும்.

பரிமள சுகந்த நாயகி தாயாரைத் தரிசித்தவுடன் அருள்மிகு சோழீஸ்வரரையும் பாதாள சனீஸ்வரரையும் தரிசித்து நமது வேண்டுதலைச் சொன்னால் விரைவிலேயே திருமணம் கைகூடும் என்பது ஐதீகம். திருமணம் நிச்சயிக்கப்பட்டவர்களும் இவ்விதமே தரிசித்தால் திருமணம் எந்தவிதத் தடைகளும் சுணக்கமும் இல்லாமல் சுமூகமாக இனிதே நடந்திடும்.

முகவரி:

அருள்மிகு சோழீஸ்வரர் திருக்கோயில்,
குத்தாலம், இளங்கடம்பனூர் 609801.
நாகப்பட்டினம் மாவட்டம்,
தொலைப்பேசி : 04364-235225 / 9487883800

திருக்கண்ணங்குடி

4

அருள்மிகு லோகநாயகி உடனுறை அருள்மிகு லோகநாதப் பெருமாள் திருக்கோயில்

108

வைணவத் திருத்தலங்களில்
18வது திருத்தலம்

திருக்கண்ணமங்கை, திருக்கண்ணபுரம், கபிஸ்தலம், திருக்கோவிலூர், திருக்கண்ணங்குடி எனும் பஞ்ச கிருஷ்ண திருத்தலங்களில் ஒன்றாக விளங்கும் திருத்தலம்

பஞ்ச நாராயணத் திருத்தலம் எனும் சிறப்புக்குரிய திருத்தலம்

நித்ய புஷ்கரணி எனும் சிரவண திருக்குளம் அமையப்பெற்ற திருத்தலம்

ஊராக்கிணறு, உறங்காபுளி, தேரா வழக்கு எனும் சிறப்புக்குரிய திருத்தலம்

தல விருட்சமாக மகிழமரம் அமையப்பெற்ற திருத்தலம்

திருமணத்தடை விலக்கும்... குழந்தைபேறு தந்தருளும் திருத்தலம்

மூலவர்: அருள்மிகு லோகநாதப் பெருமாள் எனும் சியாமளமேனிப் பெருமாள்

உற்சவர்: அருள்மிகு தாமோதர நாராயணப் பெருமாள்

தாயார்: அருள்மிகு லோகநாயகி தாயார்

உற்சவ தாயார்: அருள்மிகு அரவிந்தநாயகி அன்னை

"வங்கமா முந்நீர் வரி நிறப் பெரிய வாளரவி னனை
மேவிச் சங்கமா ரங்கைத் தடம் வருந்திச் சாம மாமேனி என் தலைவன்
அங்க மாறைந்து வேள்வி நால் வேத மருங்கலை பயின்றெரி மூன்றும்
செங்கையால் வளர்க்கும் துளக்கமில் மனத்தோர்
திருக்கண்ணங்குடியுள் நின்றானே"

என திருமங்கையாழ்வாராலும், மணவாளமாமுனிகளாலும் மங்களாசாசனம் செய்யப்பட்ட இத்திருத்தலம் சுமார் இரண்டாயிரம் ஆண்டுகளுக்கும் பழமையான, தொன்மை சிறப்புகளுடைய திருத்தலமாகும்.

தல வரலாறு:

கிருஷ்ணரின் மீது மிகுந்த பக்தி கொண்ட வசிஷ்ட மாமுனிவர் ஒருமுறை கிருஷ்ணபிரானின் மீது கொண்ட அளப்பரிய பக்தியினால் வெண்ணையினாலேயே கிருஷ்ணபிரானின் திருவடிவை விக்ரகமாக வடித்தார். அவ்விக்ரகத்திற்கு பரம பவித்ரத்தோடு தினமும் பூஜைகள் செய்து வந்தார். வசிஷ்டரின் வேண்டுதல் குரல்...

கிருஷ்ணபிரானின் செவிகளில் கேட்க...ஒரு சிறு குழந்தையாக, கோபால கிருஷ்ணராக...வசிஷ்டரிடம் வந்தார்.

அங்கு வசிஷ்டர் அனுதினமும் பூஜிக்கும் வெண்ணெய் கண்ணனை அப்படியே அள்ளி தமது வாயில் போட்டு விழுங்கிவிட்டார். இதைக்கண்ட வசிஷ்டர், 'அடே...அடே...' என விரட்டிச் சென்றார். அப்போது மகிழ மரங்கள் நிறைந்த வனமாக இருந்த இத்திருத்தலத்தில் எண்ணற்ற ரிஷிகள் தவமிருக்க, கண்ணன் அவர்களிடம் ஓடி வந்தார்.

தமது கருணைக்கடவுள் கோபாலகிருஷ்ணராக ஓடி வருவதை தங்களுடைய ஞானக்கண்ணினால் உணர்ந்த ரிஷிகள், எம்பெருமானைத் தடுத்து தமது பக்தி எனும் பாசத்தினால் கட்டிப்போட்டனர். "வசிஷ்டர் என்னை விரட்டி வருகிறார். உங்களுக்கு வேண்டியதைச் சீக்கிரம் கேளுங்கள். நான் தந்தருள்கிறேன்" என கண்ணபிரான் சொல்ல, சுயநலமில்லா அத்துறவிகள், "எம்பெருமானே. நீர் இப்போது எங்களுக்கு தரிசனம் தந்தருளியது போன்றே இத்தலத்திற்கு வரும் பக்தர்களுக்கு இனி காலமெல்லாம் தரிசனம் தந்து மகிழ்விக்க வேண்டும்" எனக் கேட்க, எம்பெருமான் ஸ்ரீகண்ணபிரான் ரிஷிகளுக்கு மனமுவந்து அவர்கள் கேட்ட வரத்தினை தந்தருளினார். அப்போது எம்பெருமானைத் தேடிவந்த வசிஷ்டர் அவரது பாதங்களைப் பற்றிக்கொண்டு "நீ விழுங்கிய என் கண்ணனைக் கொடு" என்று கேட்க, "அது வேறெங்கும் இல்லை. இங்கேதான் இருக்கின்றது" என எம்பெருமான் அசரீரியாய் சொல்லிவிட்டு மறைய...அந்த நொடியே இங்குள்ள கோபுரங்களும், விமானங்களும் உண்டாகின. இதையறிந்த பிரம்மனும், தேவர்களும் உடனே இத்திருத்தலத்திற்கு வந்து மிகவும் சிறப்புகளுடன் பிரம்மோற்சவம் நடத்தி மகிழ்ந்தார்கள்" என்கிறது தலபுராணம்.

ரிஷிகள் கண்ணனைத் தனது பக்தியினால் கட்டுண்டு நிறுத்தியமையால் இத்திருத்தலம் திருக்கண்ணங்குடி எனும் பெயருடன் விளங்கி வருகின்றது.

திருத்தல அமைப்பு:

கிழக்கு நோக்கிய ராஜகோபுரம் 5 நிலைகளுடன், 7 கலசங்களுடன் வானுயர எழுந்தருளி இருக்கின்றது. ராஜகோபுரத்தைக் கடந்து

உள்ளே வந்தால் கிழக்கு உள்சுற்றுப் பிரகாரம் பழமையின் புனிதத்தோடு வீற்றிருக்கின்றது.

நுழைவாயிலின் நேர் எதிரே துஜஸ்தம்பம் எனும் கொடிமரம் பழமையின் அடையாளமாய் வானுயர எழுந்தருளியிருக்கின்றது.

உள்சுற்றுப் பிரகாரத்தை தென்புறமாக வலம் வந்தால் ஸ்ரீமணவாள மாமுனிகளின் சன்னதியையும், ஸ்ரீதிருமங்கை ஆழ்வாரின் சன்னதியையும் தரிசித்து மகிழலாம். தென்பிரகாரத்தில் முதலில் வடக்கு நோக்கி ஸ்ரீவிஜய ஆஞ்சநேயரின் திருச்சன்னதி அமைந்திருக்கின்றது. இச்சன்னதி, மகாமண்டபத்திலுள்ள சக்கரவர்த்தி திருமகன் ஸ்ரீராமபிரானின் திருச்சன்னதியை எதிர்நோக்கி அமைந்திருக்கின்றது. ஸ்ரீஅனுமாரைத் தரிசித்து விட்டு சற்று நகர்ந்தால், கிழக்கு நோக்கி அமைந்திருக்கும் தாயாரின் சன்னதியைத் தரிசிக்கலாம்.

அமைவிடம்

இத்திருத்தலம் திருவாரூரிலிருந்து நாகப்பட்டினத்திற்குச் செல்லும் வழித்தடத்தில் சிக்கல் சிங்காரவேலவர் சன்னதிக்கு முன்பாக திருக்கண்ணங்குடி எனும் சிற்றூரில் அமைந்திருக்கின்றது.

ஐஸ்வர்யம் அருளும் ஸ்ரீமகாலட்சுமி அன்னை இத்திருத்தலத்தில் எம்பெருமான் ஸ்ரீலோகநாதப் பெருமாளுடன், ஸ்ரீலோகநாயகி தாயார் எனும் திருநாமத்தோடு அருள்பாலிக்கின்றார்.

மூலவத்தாயார் ஸ்ரீலோகநாயகி அன்னையின் திருமுகமும் உற்சவத்தாயார் ஸ்ரீஅரவிந்தநாயகி அன்னையின் திருமுகமும் ஒரே வடிவில் அச்சு அசலாக அமைந்திருப்பது இத்தலத்தின் சிறப்பாகும்.

அன்னையின் திருமுக தரிசனம், நம் வினைகளையும்

பிணிகளையும் போக்கி ஆரோக்கியமான ஐஸ்வர்யம் நிறைந்த வாழ்வைத் தந்திடும் என்பது ஐதீகம்.

மேற்குப் பிரகாரத்தில் நாம் வலம் வரும் போது ஸ்தல விருட்சம் மகிழமரத்தைத் தரிசிக்கலாம். மூலவரின் திருவருள் உறையும் உத்பல விமானத்தைத் தொட்டு மகிழும் விதமாக மகிழமரம் உயர்ந்து பரந்து விரிந்து வளர்ந்திருக்கின்றது.

மேற்கு நுழைவாயிலின் நேர் எதிரே சிரவண புஷ்கரணி எனும் திருக்குளம் பழமையின் அடையாளத்தோடு பிரமாண்டமாய் அமைந்திருக்கின்றது.

இத்திருக்குளத்தின் பெயரைக் கேட்டாலே பாவங்கள் அத்தனையும் விலகிவிடும் என்பது ஐதீகம். இத்திருக்குளத்தில் நீராடினால்.. நம் பிறவி முழுவதும் புனிதமாகும். திருமணத்தடை, காரியத்தடை, வியாபாரத் தடை போன்ற எல்லாத் தடைகளும் விலகி ஓடும் என்பது ஐதீகம்.

கருவறை மகா மண்டபத்திற்குள் சென்றால் முதலில் பெரிய திருவடி கருடாழ்வார் நமது துன்பங்களைக் களையும் விதமாக மேற்கு நோக்கி அருள்பாலிக்கின்றார்.

எல்லா வைணவத் திருத்தலங்களிலும் கரம் கூப்பிய திருவடிவில் திருக்காட்சி தரும் இவர், இத்திருத்தலத்தில் இரு கரங்களையும் கட்டிய நிலையில் ஸ்ரீவைகுண்டத்தில் எழுந்தருளி இருப்பதைப் போன்று திருக்காட்சி தருகிறார்.

ஆழ்வாரின் அருளைப் பெற்று சற்று நகர்ந்தால்...தெற்கு நோக்கிய சன்னதியில் அருள்பாலிக்கும் சக்கரவர்த்தி திருமகன் ஸ்ரீராமபிரான் திருவருளைப் பெறலாம்.

சீதாதேவி அன்னையோடும், லட்சுமணரோடும், அனுமரோடும், எம்பெருமான் ஸ்ரீராமர் மங்களத் திருமுகத்தோடு சேவை சாதிக்கின்றார். உற்சவ மூர்த்திகளையும், மூலவப் பெருமான்களையும் இச்சன்னதியில் தரிசித்து மகிழலாம்.

இராமபிரானின் திருவருளோடு...இத்தலத்தின் மூலவரைத் தரிசிக்கச் சென்றால், நமது விழிகளிலும் இதயம் நிறைந்திடும் விதமாக எம்பெருமான் ஸ்ரீலோகநாதப் பெருமாள் தாயார்களுடன் கருணைக் கடவுளாக...கருமை நிறக் கண்ணனாக...தெய்வீக

எழில் வடிவோடு திருவருள் புரிகின்றார்.

மூலவருக்கு முன்பு உற்சவர் ஸ்ரீதாமோதர நாராயணப் பெருமாள் ஸ்ரீதேவி, பூதேவி அன்னையரோடு நின்ற திருவடிவில் அருள்பாலிக்கின்றார்.

வசிஷ்ட முனிவராலும்...ரிஷிகளின் வேண்டுதலினாலும்... இத்தலத்தில் பக்தர்களின் நலன் வேண்டி அருள்பாலிக்கும் இத்திருநாயகரை, கேட்டதைத் தந்தருள்பவரை, பக்தர்கள் எப்போதும் தரிசிக்க விரும்புபவரை, தனி முதல்வனை, தாயுள்ளம் கொண்டவரை, நாம் மனமுருகத் தொழுது, அவரது திருமுகத்தைத் தரிசித்தாலே போதும். இப்பிறவியில் நமது தேவைகள் அத்தனையும் நமக்குக் கிடைத்தருளும். திருமணத் தடைகள் விலகி ஓடும். குழந்தை வரமில்லாமல் தவிப்போருக்கு அழகிய குழந்தைப் பேறு கிடைத்திடும் என்பது காலம் உணர்த்தி வரும் உண்மையாகும்.

திருமணப் பரிகாரம்:

திருமணப் பரிகாரம் இத்தலத்தில் மிக எளிமையானது. இத்தல பெருமாளின் ஜென்ம நட்சத்திரமான திருவோணத் திருநாளில் எம்பெருமானைத் தரிசித்து உங்கள் பெயர், ராசி, நட்சத்திரம் சொல்லி சங்கல்பம் செய்து உங்களின் வேண்டுதலைச் சொல்ல வேண்டும். ஸ்ரீதாமோதரப் பெருமாளின் திருவருளால் தங்கள் வேண்டுதல் நிறைவேறியதும் மீண்டும் எம்பெருமானுக்கு பால்பாயாசம் நைவேத்தியம் செய்து தரிசிக்க வேண்டும். பால்போன்ற மனமுடைய கண்ணபிரான் உங்கள் மனக்கவலைகளைப் போக்கிடுவார்.

முகவரி:

ரவி பட்டாச்சாரியார்,
அருள்மிகு லோகநாதப் பெருமாள் திருக்கோவில்,
திருக்கண்ணங்குடி,
நாகப்பட்டினம் மாவட்டம்.
Pincode: 611 104
தமிழ்நாடு, இந்தியா
Phone: 914365245350

திருக்கண்ணமங்கை

மூலவர்: அருள்மிகு பக்தவத்சலப் பெருமாள் எனும் ஸ்ரீபத்தராவிப் பெருமாள்

தாயார்: அருள்மிகு கண்ணமங்கை நாயகி எனும் அபிஷேக வல்லித் தாயார்.

தலவிருட்சம்: மகிழ மரம்

திருக்குளம்: தர்ஷன் புஷ்கரணி (தரிசன திருக்குளம்) கங்கையிலும் உயர்ந்த இத்திருக்குளத்தை

ஸ்ரீசந்திரபகவான் தரிசித்து சாபவிமோசனம் பெற்றார்.

இப்புனிதத் திருக்குளத்தைக் கண்ணால் கண்டாலே நமது பாவங்கள் விலகி விடும் என்பது ஐதீகம்.

மங்களாசாசனம்: பொய்கையாழ்வார், பேயாழ்வார், பெரியாழ்வார், திருமங்கையாழ்வார், திருமழிசையாழ்வார், குலசேகராழ்வார், சடகோபன், திருப்பாணன், தொண்டரடிப்பொடியாழ்வார், மதுரகவி, திருக்கண்ணமங்கை ஆழ்வார்களால் பாடல்பெற்ற சக்திமிகு திருத்தலம்.

சிறப்பு: 108 திவ்யதேசங்களில் 18வது திவ்யதேசம். 16 அடி உயரத்தில் பிரம்மாண்ட வடிவில் நின்ற திருக்கோலத்தில் ஸ்ரீநாராயணர் திருவருள் புரியும் திருத்தலம். கீர்த்தியில் பெரியவராக, மூலவராக ஸ்ரீகருடாழ்வார் நல்லருள்புரியும் திருத்தலம். திருமணத்தடைகளைத் தகர்த்தெறியும் திவ்ய

திருத்தலம். திருமலை நாயக்கர் காலத்தில் புனர்நிர்மாணம் செய்யப்பட்ட திருத்தலம் மூலவரின் திருவடிவிலேயே கருவறைக்கும் பின்புறத்தில் ஸ்ரீபத்ராவிப் பெருமாள் அருள்பாலிக்கும் திருத்தலம். ஈசான்யத்தில் ஸ்ரீலக்ஷ்மிகுபேரர் திருவருள்புரியும் திருத்தலம்.

தலவரலாறு

பாற்கடலைக் கடைந்தபோது, கற்பக விருட்சமும், காமதேனுவும் தோன்ற இறுதியில் அன்னை ஸ்ரீமகாலஷ்மி வெளிப்பட்டார். முதலில் அன்னையின் கண்களுக்கு திருமாலின் அழகிய தோற்றம் தெரிந்தது. எம்பெருமானின் அழகிய, கருணைபொங்கும் திருமுகமும், புன்னகை விழிகளும்.. ஒளிவீசும் தேகமும் வசீகரிக்க.. அன்னை அத்திருவடிவை மனதில் நிறுத்தி இத்தலத்திற்கு வந்து ஸ்ரீநாராயணரை மணம் முடிக்கத் தவம் இருந்தார். திருமகளின் தவம் அறிந்த ஸ்ரீநாராயணர் தமது மெய்காவலரான விஷ்வக்சேனரிடம் முகூர்த்த நாள் குறித்துத் தரும்படிக் கேட்டறிந்து.. அன்னையின் முன் மங்கலத் திருநாயகராக திருக்காட்சி தந்தார். அன்னையின் தவப்படி.. முப்பத்து முக்கோடி தேவர்கள் புடை சூழ.. எம்பெருமான் இத்தலத்திற்கு வந்து ஸ்ரீதிருமகளை திருமணம் செய்தார்.

எம்பெருமான் தமது பாற்கடலை விட்டு வெளியே வந்து இத்தலத்தில் அன்னையை மணம் முடித்ததால், 'பெரும்புறக்கடல்' எனும் திருப்பெயரோடு உற்சவப் பெருமானாகத் திருவருள் புரிகின்றார்.

திருமகள் தவம் இருந்ததால், இத்தலம் லட்சுமிவனம் எனவும், ஸ்ரீநாராயணரின் திருமணம் நடந்ததால் 'கிருஷ்ண மங்கள க்ஷேத்ரம்' எனவும் இத்தலம் விளங்குகின்றது.

திருமணத் திருத்தலம்

எம்பெருமான் ஸ்ரீநாராயணருக்கும், ஸ்ரீலட்சுமி அன்னைக்கும் திருமணம் நிகழ்ந்த புனிதத் திருத்தலம் என்பதால், இங்கே, திருமணத்தடைகளோடு திருமணத் தோஷங்களோடு வருபவர்களின் துயர் அத்தனையும் விலகி ஓடிடும்.

பரிகாரம்

ஸ்ரீநாராயணருக்கு முன் நமது குறைகளைச் சொல்லி.. மூலவரான ஸ்ரீபக்தவத்சலப் பெருமாளுக்கு திருமஞ்சனம் செய்து வஸ்திரம் சாற்றி வழிபட்டால் கூடிய விரைவிலேயே விவாஹம் கைகூடி வரும் என்பது ஐதீகம்.

அதுமட்டுமல்ல.. இத்தலத்திலுள்ள ஸ்ரீகருடாழ்வார் மிகவும் விசேஷமானவர். மூலவருக்கு முன்பாக நின்ற திருவடிவில், தனிச் சன்னதி கொண்டு அருள்பாலிக்கும் ஸ்ரீகருடாழ்வாரும் மூலவராகத் திருவருள் புரிகின்றார். இத்தலத்தில் மூர்த்தியில் பெரியவர் ஸ்ரீபக்தவத்சலப் பெருமாள். கீர்த்தியில் பெரியவர் ஸ்ரீகருடாழ்வார். பெரிய திருவடி எனும் இப்புனிதர் இத்தலத்தில் பிரார்த்தனைப் பெருமாளாகத் திருவருள் புரிகின்றார். நின்ற திருக்கோலத்தில் தெய்வீக எழில் வடிவாய் அருள்பாலிக்கும்

ஸ்ரீகருடாழ்வாருக்கு தங்கள் பெயர், ராசி, நட்சத்திரம் சொல்லி சங்கல்பம் செய்து சிறப்பு அர்ச்சனை செய்தால் திருமணத் தடைகளும், தோஷங்களும் விலகிவிடும். விவாகம் விரைவிலேயே கைகூடிவரும் என்பது இத்தலத்தின் சிறப்பாகும்.

ஸ்ரீகருடாழ்வாரிடம் வேண்டுதல் செய்து வலம் வந்து தரிசித்தால், நம் பிரார்த்தனைகள் அத்தனையும் ஈடேறும் என்பது கண்முன் நிகழும் நிஜமாகும்.

அமைவிடம்

திருச்சேறையிலிருந்து 15 கிலோமீட்டர் தொலைவிலும், திருவாரூரிலிருந்து கும்பகோணம் செல்லும் வழித்தடத்தில் 5வது கிலோமீட்டரில் திருக்கண்ணமங்கை எனும் ஊரில் இத்திருக்கோயில் அமைந்திருக்கிறது.

தலப்பெருமை

விமானம், ஆரண்யம், மண்டபம், தீர்த்தம், சேக்ஷத்ரம், நதி, நகரம் எனும் ஏழு சிறப்புகளுடன் 'ஸப்த புண்ணியத் திருத்தலமாக விளங்கும் இத்தலத்திற்கு ஸ்ரீதிருமால் ஸ்ரீதிருமகள் திருமணத்தைக் காண முக்கோடி முப்பது தேவர்களும் வருகை தந்து ஸ்ரீதிருமாலின் திருமணத்தைக் கண்டு மகிழ்ந்தார்கள். அத்துடன் எம்பெருமானிடம்.. "எப்போதும் திருமணக் கோலத்திலேயே இத்தலத்தில் பக்தர்களுக்கு அருள்பாலிக்க வேண்டும் என வேண்டுதல் செய்தார்கள்.

எம்பெருமான் தேவர்களின் வேண்டுதலை ஏற்று அருள்புரிய.. அன்று முதல் தேனீக்களின் வடிவில் தேவர் பெருமான்கள் இத்தலத்தில் வசித்தபடி தினமும் ஸ்ரீதிருமாலின் திருவடிவைக் கண்டு மகிழ்கிறார்கள். இன்றும்கூட தாயாரின் சன்னதியின் வடபுறத்தில் ஒரு தேன்கூடு உள்ளதையும், எல்லாக் காலங்களிலும், அந்தத் தேன் கூட்டில் தேனீக்கள் இருப்பதும் ஆச்சரியமளிக்கும் உண்மையாகத் திகழ்கின்றது. 108 திருப்பதிகளில் கருவறைக்குள் தேன் கூடு அமையப்பெற்ற ஒரே திருத்தலம் எனும் பெருமைக்குரிய

இத்தலத்தில் ஒரு இரவு மட்டும் தங்கினால் போதும்.. மோட்சம் நிச்சயம் என்கிறது தலபுராணம்.

கோவில் அமைப்பு

கிழக்கு நோக்கிய நுழைவாயில். ராஜகோபுரம் பழமையின் அடையாளத்தோடு எழுந்தருளியிருக்கின்றது.

ராஜகோபுரத்திற்கு நேர் எதிரே பிரமாண்டமான தரிசன புஷ்கரணி அமைந்திருக்கின்றது.

தரிசன திருக்குளம்

மகாவிஷ்ணு வாமன அவதாரம் எடுத்தபோது, வானத்தைக் காலால் அளந்தார். அந்தக் காலை பிரம்மன் தன் கமண்டல நீரால் அபிஷேகம் செய்தார். அதிலிருந்து தெறித்து விழுந்த ஒருதுளி இவ்விடத்தில் விழுந்தது. அத்துளியே இத்திருக்குளமாக உருவானது. சந்திரன் தனது சாபம் நீங்க.. இத்தலத்திற்கு வந்து.. திருமாலின் பாத அபிஷேகத்தின் சிறு துளியான இத்திருக்குளத்தைக் கண்டார். அவரது சாபம் நீங்கப் பெற்றார் என்கிறது தலபுராணம்.

கோபுர வாயிலைக் கடந்து உள்ளே சென்றால்.. கிழக்கு வெளிப்பிரகாரத்தில் ஸ்ரீஆழ்வார்களின் சன்னதியையும், ஸ்ரீமணவாள மாமுனிவரின் சன்னதியையும் தரிசனம் செய்யலாம்.

நுழைவாயிலின் நேர் எதிரே உயர்ந்த பீடத்தின் மேல் பலிபீடம் அமைந்திருக்கின்றது. வெளிப்பிரகாரத்தின் வடக்குப் பிரகாரத்தில் தலவிருட்சமான மகிழ மரத்தைத் தரிசிக்கலாம். கோவிலின் உள் பிரகாரத்திற்குள் நுழைந்தால் முதலில் ஸ்ரீகருடாழ்வாரின் சன்னதியைத் தரிசனம் செய்யலாம்.

இத்தலத்தின் சிறப்பு மூர்த்தியாக கீர்த்தியைத் தந்தருளும் மூலவராக அருள்பாலிக்கும் ஸ்ரீகருடாழ்வார் திருமண வரம் அருளும் புனித தெய்வமாக அருள்பாலிக்கின்றார்.

தெற்கு உள்பிரகாரத்தை வலம் வரும் போது.. முதலில் திருவந்திக் காட்டி மண்டபத்தைத் தரிசிக்கலாம். தென் பிரகாரத்தில் கிழக்கு நோக்கி அருள்மிகு அபிஷேக வல்லித் தாயாரின் திருச்சன்னதி அமைந்திருக்கின்றது.

ஐஸ்வர்யம் அருளும் ஸ்ரீதிருமகளை திருமணக்கோலத்தில்

தரிசித்துவிட்டு மேற்குப் பிரகாரத்தின் வழியே வலம் வந்தால் வடமேற்கில் ஸ்ரீஆண்டாள் நாச்சியாரைத் தரிசனம் செய்யலாம்.

வடக்குப் பிரகாரத்தில் ஸ்ரீஹயக்ரீவப் பெருமானும், ஸ்ரீநிகமாந்த மகாதேசிகரும், ஸ்ரீகோதண்ட ராமரும், ஸ்ரீகாளிங்க நர்த்தன கண்ணனும் திருவருள் புரிகின்றார்கள்.

மூலவரின் சன்னதியின் மகா மண்டபத்தைத் தரிசித்துவிட்டு, கருவறைப் பிரகாரத்தை வலம் வந்தால் தெற்குப் பிரகாரத்தில் ஸ்ரீலட்சுமி நரசிம்மருக்கும், ஸ்ரீஹிரண்ய சம்ஹாரரும் திருவருள் புரிகிறார்கள்.

கருவறையின் பின்புறத்தில் ஸ்ரீபக்தராவிப் பெருமாள் ஸ்ரீமூலவரின் திருவடிவில் திருக்காட்சித் தருகின்றனர்.

வடக்குப் பிரகாரத்தில் ஸ்ரீகஜேந்திர வரதரையும், ஸ்ரீலட்சுமி குபேரரையும், ஸ்ரீசரஸ்வதி அன்னையையும் தரிசனம் செய்துவிட்டு.. கருவறை அர்த்த மண்டபத்திற்கு வந்தால், ஸ்ரீதேவி ஸ்ரீபூதேவி சமேத உற்சவப் பெருமானின் திவ்ய தரிசனத்தைக் கண்டு மகிழலாம். மூலவர் ஸ்ரீபக்தவத்சலப் பெருமாள் தமிழகத்திலேயே மிக உயர்ந்த திருவடிவில் நின்ற திருக்கோலத்தில் மங்களத் திருமுகத்தோடு அன்னையை மணமுடித்த மணவாளராக கருணை தெய்வமாக அருள்பாலிக்கின்றார்.

மூர்த்தியில் பெரியவரான ஸ்ரீதிருமாலின் முன் நம் வேண்டுதல்களை வைத்தால், அத்தனையும் பலிதமாகும் என்பது ஐதீகம்.

ஸ்ரீநாராயணரைத் தொழுவோம். நலம் பல பெறுவோம்..

முகவரி

அருள்மிகு பக்தவத்சலப் பெருமாள் திருக்கோயில்

திருக்கண்ணமங்கை

திருவாரூர் மாவட்டம்

தமிழ்நாடு, இந்தியா

பின்கோடு - 610 104

தொலைப்பேசி : +919245489881

திருக்கருகாவூர்

அருள்மிகு கர்ப்பரட்சாம்பிகை உடனுறை அருள்மிகு
முல்லை வனநாதர் திருக்கோயில்

மூலவர்: அருள்மிகு முல்லை வனநாதர்

தாயார்: அருள்மிகு கர்ப்பரட்சாம்பிகை எனும் கருக்காத்த நாயகி தாயார்

தலம்: காவேரி தென்கரை சிவஸ்தலங்களில் 13வது திருத்தலம்

திருக்குளம்: ஸ்ரீரகுண்டம் எனும் பால்திருக்குளம்

தலச் சிறப்பு:

* திருஞானசம்பந்தரால் பாடல் பெற்ற திருத்தலம்

* திருமண வரமருளும் திருத்தலம்

* குழந்தைப் பேறு தந்தருளும் திருத்தலம்

6

தல வரலாறு:

நித்துருவர், வேதிகை தம்பதியர் நீண்டநாட்களாகக் குழந்தையில்லாத குறையினால் வருத்தப்பட்டார்கள்.

ஒருநாள் கனவில் அசரீரியாய் ஒரு குரல். "உங்கள் வேதனையை முல்லைவனநாதரிடம் சொல்லுங்கள். அவர் உங்கள் குறையைத் தீர்த்து வைப்பார்" என்று அசரீரியாய்ச் சொல்ல மனமகிழ்ந்த அத்தம்பதியர் அருள்மிகு முல்லைவனநாதரையும்,

கருக்காத்த நாயகி தாயாரையும் வணங்கி தங்கள் விருப்பப்படி ஒரு குழந்தை தந்தருளும்படி பிரார்த்தித்துக் கொண்டார்கள்.

ஈசனின் அருளாலும் தாயாரின் கருணையினாலும் வேதிகை கருவுற்றார். வயிற்றில் குழந்தை உருப்பெற்றதும் இருவரும் மனமகிழ்ந்தார்கள். ஈசனின் கருணையை எண்ணி ஆனந்தக்கண்ணீர் வடித்தார்கள். ஒருநாள் நிருத்துவர் வெளியே சென்றிருந்த சமயத்தில்...வேதிகை, வயிற்று வலியில் துடிக்க ஆரம்பித்தார். அப்போது ஊர்த்துவபாதர் எனும் முனிவர் வேதிகையின் வீட்டின் வாசலுக்கு வந்து உணவு கேட்டார். வேதிகை வயிற்றுவலியின் மிகுதியால் மயக்கமுற்று கீழே சரிந்தாள். இதை அறிந்திடாத ஊர்த்துவ பாதர் தனது பசிக்கு உணவளிக்காத உன் வயிற்றில் ஏதும் தங்காது போகட்டும் எனச் சாபமளிக்க...வேதிகையின் வயிற்றிலிருந்த கரு கலைந்தது.

'தாயே... கர்ப்பரட்சாம்பிகை... நீ தந்த குழந்தை இப்படிக் கருவிலேயே கலைந்துவிட்டதே தாயே. எனக்கு நீ குழந்தை வரம் தந்தது பொய்யா? என் கரு தங்காதா?' என அன்னையை நோக்கிக் கதற ஆரம்பித்தார். பக்தையின் வேதனை அறிந்து அங்கே தோன்றிய கர்ப்பரட்சாம்பிகை...கலைந்த கருவை ஒரு குடத்திற்குள் ஆவாகனம் செய்து குழந்தை உருவாகும் நாள் வரையிலும் அக்குடத்தில் வைத்துக் காப்பாற்றி...குழந்தையாக வேதிகையிடம் தந்தருளினார்.

அப்போது வேதிகை... அன்னையின் திருமுகம் நோக்கி, "தாயே.. இவ்வுலகில் உம்மை வணங்கும் பக்தைகள் கருவுறும் போது என் குழந்தையைக் காப்பாற்றி அருளியது போன்றே... குழந்தை பிறக்கும் வரை அவர்களின் வயிற்றிலிருக்கும் கருவிற்கு எந்தக் குறையும் வராமல் காத்தருள வேண்டும்" என வேண்டுதல்

செய்ய... தனது பக்தையின் வேண்டுதலுக்குச் செவிசாய்த்து பல நூற்றாண்டுகளாக... தம்மை வணங்கும் பக்தைகளின் கரு காத்த நாயகியாக... கர்ப்பரட்சாம்பிகையாக அன்னை இத்திருத்தலத்தில் அருள்பாலிக்கின்றார் என்கிறது தல புராணம்.

திருமணப் பிரார்த்தனை:

திருமணம் கைகூடி வராமல் கவலைப்படும் பெண்கள்... இத்தலத்தில் கருணைத் தாயாக அருள்பாலிக்கும் அருள்மிகு கர்ப்பரட்சாம்பிகை அன்னையின் கருவறை நுழைவாயில் படியினை நெய்யினால் மெழுகிக் கோலமிட வேண்டும். பிறகு... தங்கள் பெயர், ராசி, நட்சத்திரம் சொல்லி சங்கல்பம் செய்து அன்னையிடமும், அருள்மிகு முல்லை வன நாதரிடமும் தனக்கு விரைவில் திருமணம் நடந்திட அருள்புரிய வேண்டும் என வேண்டுதல் செய்து அர்ச்சனை செய்தால்... கருணைத்தாயின் அருளால்...விரைவிலேயே திருமணத்தடைகள் யாவும் விலகி இனிதே திருமணம் கைகூடிவரும் என்பது இத்தலத்தின் சிறப்பாகும்.

குழந்தை வரம் வேண்டுபவர்களுக்கான பிரார்த்தனை:

அன்னை கருக்காத்த நாயகியின் திருச்சன்னதிக்கு... அதிகாலையில் செல்ல வேண்டும். திருத்தலத்திற்கு எதிரேயுள்ள பால்குளத்தில் நீராடிவிட்டு...அன்னையின் திருச்சன்னதிக்குச் செல்ல வேண்டும். கருக் காத்த நாயகியின் கருவறை வாயில் படியை நெய்யினால் மெழுகி கோலமிட்டு அர்ச்சனை செய்ய வேண்டும். அதன்பிறகு தமக்குக் குழந்தை

பிறந்தால் இச்சன்னதிக்கு வந்து தங்கள் முன் உள்ள துலாபாரத்தில் குழந்தையைப் போட்டு பெயர் வைக்கிறேன் என வேண்டுதல் செய்ய வேண்டும்.

அன்னையின் திருப் பாதத்தில் வைத்துத் தரப்படுகின்ற நெய்யினை வீட்டுக்கு எடுத்துச் சென்று தம்பதியர் இருவரும் இரவில் படுப்பதற்கு முன்பாக சிறிதளவை நாற்பத்து எட்டு நாட்கள் சாப்பிட வேண்டும். இவ்வாறு அன்னையின் நினைவோடு நாற்பத்து எட்டு நாட்கள் அப்புனித நெய்யினைச் சாப்பிட்டு வந்தால் விரைவிலேயே கருத்தரிக்கும் என்பது ஐதீகம்.

அமைவிடம்

தஞ்சையிலிருந்து பாபநாசம் செல்லும் வழித்தடத்தில் 27வது கிலோ மீட்டரில் திருக்கருகாவூர் எனும் சிற்றூரில் அமைந்திருக்கின்றது.

இவ்விதம் பயனடைந்த எண்ணற்ற பக்தர்கள் இத்தலத்திற்கு வந்து துலாபாரத்தில் தங்கள் குழந்தையை வைத்து பெயர் வைப்பதைத் தினந்தோறும் பார்க்க முடிகின்றது.

கருவடைந்த பெண்களுக்கான பிரார்த்தனை:

கர்ப்பமுற்ற பெண்கள் இத்தலத்திற்கு வந்திருந்து அன்னையைத் தரிசித்து அன்னையின் திருப்பாதத்தில் வைத்து தரப்படுகின்ற விளக்கெண்ணையை வீட்டுக்கு எடுத்துச் சென்று... பிரசவவலி ஏற்படும்போது வயிற்றில் தடவினால் எவ்விதமான கோளாறுகளோ, பேறு கால ஆபத்துகளோ, சிக்கலோ இல்லாமல் சுகப்பிரசவம் ஆகும் என்பது நம்பிக்கை.

அன்னையின் சன்னதிக்கு வர இயலாதவர்கள் தங்கள்

குடும்பத்தாரிடம் சொல்லி அன்னையின் திருத்தலத்திற்குச் சென்று பிரசவ கால விளக்கெண்ணெய் வேண்டும் எனக் கேட்டு...அன்னையின் பாதத்தில் வைத்து வணங்கி வீட்டுக்கு எடுத்துச் செல்லலாம். அன்னையின் திருவருளால் சுகப்பிரசவம் அமைந்திடும்.

திருமணம் கைகூடவும், குழந்தைப் பேறு கிடைத்திடவும் கீழ்க்கண்ட ஸ்லோகத்தை அன்னையின் திருமுகம் நினைத்து மனமுருகிச் சொன்னால் உங்கள் எண்ணங்கள் இனிதே ஈடேறும்.

"ஓம் தேவேந்திராணி நமஸ்துப்யம்
தேவேந்திர பிரிய பாமினி
விவாஹ பாக்கியம் ஆரோக்கியம்
புத்ர லாபம் சதேஹிமே
பதிம் தேஹி ஸுதம் தேஹி
சௌபாக்கியம் தேஹிமே சுபே
சௌமாங்கல்யம் சுபம் ஞானம்
தேஹிமே கர்ப்பரக்ஷிகே
காத்யாயினி மஹாமாயே

மஹா யோகின்ய தீஸ்வரி
நந்தகோப ஸுதம் தேவம்
பதிம் மேகுருதே நம"

சுகப்பிரசவம் ஆக அன்னையை நினைத்து தினமும் 108 முறை கீழ்க்கண்ட ஸ்லோகத்தைச் சொன்னால் சுகப்பிரசவம் ஆகும் என்பது ஐதீகம்.

"ஹே சங்கர ஸ்மரஹர ப்ரமதாதி நாதரி மன்னாத ஸாம்ப சசிசூட அரதிரி சூலின் சம்போ சுகப்பிரசவ கிருத்பவமே தயாளோ ஹேமாதவி வனேச பாளையமாம் நமஸ்தே"

ஆலய அமைப்பு:

கிழக்கு நோக்கிய ராஜகோபுரம் 5 நிலை 7 கலசங்களுடன்

தெய்வீகமாக அமைந்திருக்கின்றது. ராஜகோபுரத்திற்கு நேர் எதிரே பிரமாண்டமான, அழகிய திருக்குளம் (ஸ்ரீரகுண்டம்) அமைந்திருக்கின்றது. திருக்குளத்தின் நடுவே கருக்காத்த நாயகி அமர்ந்தருள்கிறார். நுழைவாயிலின் இடப்புறத்தில் கிழக்கு நோக்கி ஸ்ரீவிநாயகர் சன்னதி அமைந்திருக்கின்றது. ராஜகோபுரத்தைக் கடந்து ஆலயத்தின் இரண்டாம் பிரகாரத்திற்குள் சென்றால் ஆலயத்தின் நிர்வாக அலுவலகமும் நீண்ட பிரகாரமும் அமைந்திருக்கின்றன.

கிழக்கு, தெற்கு, மேற்கு, வடக்கு என வெளிச்சுற்று பிரகாரம் தூய்மையுடனும், பசுமையுடனும் அமைந்திருக்கின்றது. முதன்மை ராஜகோபுரம் எனும் முதல் பிரகார ராஜகோபுரத்தைத் தாண்டி உள்ளே சென்றால் கொடி மரத்தையும், கொடிமரப் பிள்ளையாரையும், பலி பீடத்தையும், நந்தி தேவரையும் முதலில் தரிசிக்கலாம்.

முல்லை வனநாதர் சன்னதியின் மகா மண்டப நுழைவாயிலின் இடப்புறத்தில் துவார கணபதியும் வலப்புறத்தில் துவார சுந்தரும் அமைந்திருக்கின்றார்கள். தென் பிரகாரத்தில் 63 நாயன்மார்களின் சன்னதியும், மெய்கண்ட சிவம், மறைஞானி சிவம், அருள் நந்தி சிவம், உமாபதி சிவாச்சாரியார், பெரிய புராணம் அருளிய சேக்கிழாரின் திருவடிவங்கள் அமைந்திருக்கின்றன.

தோஷ தெய்வங்களாக நிருதி விநாயகரும், அய்யனாரும், குரு தட்சிணாமூர்த்தியும், அர்த்த நாரீஸ்வரரும், பிள்ளையாரும் அமைந்திருக்கின்றார்கள். வடக்குப் பிரகாரத்தில் வடமேற்கில் மகாலட்சுமியின் தனிச்சன்னதியும், கோடி தெய்வங்களாக பிரம்ம தேவரும் துர்கா தேவியும் திருவருள் புரிகின்றனர். வடக்குப் பிரகாரத்தில் கிழக்கு நோக்கி வள்ளி தெய்வானை உடனுறை சுப்பிரமணியரின் திருச்சன்னதி அமைந்திருக்கின்றது.

போருக்கு முன்னால் உள்ள திருக்கோலத்தில் அனுக்கிரக மூர்த்தியாக முருகப்பெருமான் திருவருள் புரியும் இந்தத் திருத்தலம் முதலாம் பராந்தக சோழனால் கட்டப்பட்ட திருத்தலமாகும்.

அருள்மிகு முல்லை வனநாதருக்கும், அருள்மிகு கர்ப்பரட்சாம்பிகை சன்னதிக்கும் நடுவில் சோமாஸ்கந்தர் வடிவில் இத்திருத்தலம் அமைந்திருப்பதால் இவரிடம் வேண்டுதல் செய்தால் உடனே பலன் கிடைக்கும் என்பது ஐதீகம்.

முருகப்பெருமானின் சன்னதிக்கு முன்பாக ஆலயத்தின் ஸ்தல விருட்சமான முல்லைக்கொடி அமைந்திருக்கின்றது. கிழக்குப் பிரகாரத்தின் வட புறத்தில்...மேற்கு நோக்கி ஸ்ரீசங்கு கர்ணர், ரிஷிகர் பூஜித்த லிங்க மூர்த்தி, கணபதி, பைரவர், சந்திரன், சூரியன் அமைந்திருக்கிறார்கள். முல்லை வனநாதரின் கருவறை மகா மண்டபத்தில் நவக்கிரக மூர்த்திகள் சூரியனைப் பார்த்திருக்கும் சிறப்பு நிலையில் அமைந்திருக்கின்றார்கள். மேற்கு நோக்கி நடராஜர் சன்னதி அமைந்திருக்கின்றது.

கருவறை வசந்த மண்டபத்தைத் தரிசித்து விட்டு... அர்த்த மண்டபத்திற்குள் சென்றால்...முல்லை வனநாதரின் கருவறை வாயிலின் தென்புறத்தில் சுயம்பு கற்பக விநாயகரைத் தரிசித்து மகிழலாம். அருள்மிகு முல்லை வனநாதர் ஓர் சுயம்பு மூர்த்தியாக திருவருள் புரிகின்றார். எம்பெருமானின் திருமேனியில் மல்லிகை கொடி போன்ற அமைப்பைத் தரிசிக்கும்போது நம்முள் சிலிர்ப்பு எழுகின்றது. லிங்கத் திருமேனியோடு சுயம்பு ரூபமாய் திருவருள் புரியும் எம்பெருமானுக்கு நேரடியாக அபிஷேகம் செய்வது இல்லை. சுவாமியின் திருமேனியில் புனுகுச் சட்டம் மட்டுமே சாத்தப்படுகின்றது. தெய்வீக எழில் வடிவாய் வீற்றிருக்கும் அருள்மிகு முல்லை வன நாதரைத் தரிசிப்பது வாழ்வில் நமக்குக் கிடைத்தறியா பேறு எனலாம். திருமணம், குழந்தைப் பேறு, வேலை வாய்ப்பு, ஆரோக்கியம், பதவி உயர்வு ஆகியவற்றுக்காக இவரிடம் பிரார்த்தனை செய்தால் எம்பெருமான் அவர்களுக்கு நல்லருள் புரிந்து வேண்டுதலை நிறைவேற்றுகின்றார்.

எம்பெருமானைத் தரிசித்து விட்டு அருள்மிகு கர்ப்பரட்சாம்பிகை அன்னையின் திருச்சன்னதி செல்லும் போது...சன்னதியின் நேர் எதிரே கௌதம புத்தர் பூஜித்து மகிழ்ந்த லிங்கேஸ்வரர் சன்னதி அமைந்திருக்கின்றது. முதல் திருச்சுற்றுடன்...அழகிய, எழில்

வடிவோடு அன்னையின் திருச்சன்னதி அமைந்திருக்கின்றது. அன்னையின் சன்னதியின் மகா மண்டபத்தில் துலாபாரம் அமைந்திருக்கின்றது. கருவறை வாயிலின் தென்புறத்தில் சரஸ்வதி தேவியும், வடபுறத்தில் பிள்ளையாரும் அமைந்தருள்கின்றார்கள்.

கருணைத்தாயின் கருவறை வாயிலில் திருமண வரம் வேண்டியும், குழந்தைப் பேறு கிடைத்திட வேண்டியும் நெய்யினால் படி மெழுகி கோலம் போட்டு பிரார்த்தனை நடத்தும் பெண்கள் நம்முள் அன்னையின் கருணையை நினைவில் கொண்டு வருகிறார்கள். புனித கருவறையினுள்ளே கர்ப்பம் காக்கும் கருணை அன்னை அருள்மிகு கர்ப்பரட்சாம்பிகை கிழக்கு நோக்கி நின்ற திருவடிவில் தெய்வீகமாக அருள் பாலிக்கின்றார்.

அன்னையின் திருநாமம் சொல்லி... அவரிடம் உங்கள் வேண்டுதல்களைச் சொல்லுங்கள். நலமும் வளமும் தந்திடுவார் காத்தருளும் கருணைத்தாய் அருள்மிகு கருக்காத்த நாயகி.

முகவரி:

செயல் அலுவலர்,
அருள்மிகு முல்லை வனநாதர் திருக்கோயில்,
திருக்கருகாவூர் 614 302
தஞ்சை மாவட்டம்
Phone : 04374 273502
04374 273423

7

அருள்மிகு சுப்பிரமணிய சுவாமி திருக்கோயில்

வள்ளிமலை

மூலவர்: அருள்மிகு சுப்ரமணியர்

தாயார்: அருள்மிகு வள்ளியம்மை

இப்பூவுலகில் வாழ்ந்த நம்பிராஜனின் மகளான வள்ளியை முருகப் பெருமான் தனது மனைவியாக ஏற்றுக்கொண்ட இடம் வள்ளிமலை.

வேலூர் மாவட்டத்தில் இருக்கும் இவ்வள்ளிமலையில், முருகப்பெருமான் மனித வடிவம் தாங்கி, தமிழர்களின் கனவு வாழ்க்கையையும், கற்பு வாழ்க்கையையும் கண்டதாக தலவரலாறு சான்றுரைக்கின்றது.

தெய்வானையை மணந்த பின்பு நாரதர் கலகத்தில் வள்ளியை மணம் முடிக்க முருகப்பெருமானுக்கு விருப்பம் ஏற்பட்டது. அதனால், வேடன் உருவம் கொண்டு தணிகை மலையிலிருந்து கால் கடுக்க வள்ளிமலைக்கு நடந்தே சென்றார்.

ஓரிடத்தில் வேட்டையாட வந்த மானைத் தேடி வரும் வேடனாக.. தினைப்புனம் காக்கும் வள்ளியை வயதான உருவில் சந்திக்கிறார். அப்போது வள்ளியின் அழகில் மயங்கிய முருகப்பெருமான்.. வள்ளியிடம் காதல்மொழி பேச.. ஒரு கிழவர் தன்னிடம் இப்படிப் பேசுவதா? எனக் கோபமுற்ற வள்ளி.. தனது தந்தையையும், தமையன்மாரையும் அழைக்க.. அவர்கள்

வருவதற்குள் முருகப்பெருமான் அங்கே வேங்கை மரமாக உருமாறி நிற்கிறார்.

வள்ளியின் தந்தை நம்பிராஜனும், தமையன்மார்களும் யார் உன்னிடம் வம்பு பேசுவது, எனக் கேட்க.. முருகப்பெருமானைக் காணாது வள்ளி திகைக்க.. சிறிது நேரம் போக்குக் காட்டிய முருகப்பெருமான் வேங்கை மரத்தின் பின்புறத்திலிருந்து தோன்றி.. நம்பிராஜனிடமும் தமையன்மார்களிடமும்.. சாதுர்யமாகப் பேசி.. வள்ளியைத் திருமணம் புரிந்திட விரும்புவதாகச் சொல்ல.. வந்திருப்பது முருகப்பெருமான் என உணர்ந்து கொண்ட நம்பிராஜன்.. தனது மகளை முருகப்பெருமானுக்குத் திருமணம் செய்திட சம்மதிக்கிறார். ஆனால், வள்ளியோ.. இக்கிழவனைத் திருமணம் செய்ய முடியாது என மறுக்க.. உடனே முருகப்பெருமான் தனது அண்ணன் விநாயகப்பெருமானிடம், தனது நிலையைச் சொல்லி தமக்கு உதவ வேண்டும் என வேண்டுதல் செய்ய.. யானை உருவில் வந்த விநாயகப்பெருமான் வள்ளியைப்

பயமுறுத்த.. ஓடிச்சென்ற வள்ளி.. பயத்தில் முருகப்பெருமானைக் கட்டித் தழுவுகிறாள்.

அப்போது தனது உண்மையான உருவில்.. பேரெழில் வடிவில் அழகன், குமரன், தமிழ்கடவுள் முருகப்பெருமான் தகதகக்கும் தேஜஸ்ஸுடன் பேரானந்தத் திருவடிவில்.. புன்னகைத் திருமுகத்தோடு காட்சித் தர அன்னை வள்ளி ஆச்சரியத்தில் உறைகிறாள்.

''இப்போது என்னை மணக்க சம்மதமா?'' முருகப்பெருமான் இவ்வரியை முடிப்பதற்குள் முருகப்பெருமானை வணங்கிய தாய், தமக்குச் சம்மதம் என்று புன்னகையோடு சொல்ல..

அமைவிடம்

இத்தனை சிறப்புகளுக்குரிய இப்புனிதத் திருத்தலம் வேலூர் மாவட்டம் காட்பாடியிலிருந்து பொன்னை செல்லும் வழித்தடத்தில் 12 வது கிலோ மீட்டரிலும், சோளிங்கரிலிருந்து சித்தூர் செல்லும் வழித்தடத்தில் பொன்னையிலிருந்து 5 வது கிலோமீட்டரிலும் அமைந்திருக்கின்றது.

உடனே வள்ளியன்னையை மணந்து, அழைத்துக்கொண்டு திருத்தணிகையில் கிரியா சக்தியான தெய்வானை அன்னையோடு இச்சா சக்தியான வள்ளியன்னையோடும்.. ஞான சக்தியாக சுப்பிரமணிய சுவாமியாக அருள்பாலிக்கின்றார்.

தலவரலாறு

வள்ளிமலை எனும் இப்புனிதத் திருத்தலத்தில்.. வள்ளிக்கிழங்கு தோண்டியெடுத்த இடத்தில் மகாலட்சுமியின் அவதாரமாக மான் வயிற்றில் குழந்தையாக வள்ளியன்னை அவதரித்தார்.

அப்பகுதியை ஆண்ட நம்பிராஜன் எனும் வேடுவர் தலைவர்

அக்குழந்தையை வள்ளித் தோட்டத்தில் கண்டெடுத்ததால் 'வள்ளி' எனப் பெயரிட்டு அழைத்து வந்தார். அன்னையின் திருப்பெயராலேயே இந்த இடம் வள்ளிமலையாக உருமாறியது. சுற்றிலும் பச்சை பசேலென்று மரங்கள் சூழ கிராமிய மணத்துடன் அமைதியின் இருப்பிடமாக.. தெய்வீகமாக வீற்றிருக்கின்றது இப்புனித மலை.

கோவில் அமைப்பு

வள்ளிமலை பஸ் நிறுத்தத்தில் இறங்கி சற்று தூரம் நடந்தால், ஒரு அழகிய.. கிராமிய மணத்துடன் அலங்கார வளைவு நம்மை வரவேற்கின்றது. அலங்கார வளைவிலிருந்து சற்றுத் தொலைவில்.. தேர் மண்டபம் அமைந்திருக்கின்றது. தேர் மண்டபத்தைக் கடந்தால்.. வள்ளிமலை எனும் புண்ணிய மலையின் படிக்கட்டு துவங்குகிறது.

மிக.. விசாலமான.. கற்படிக்கட்டுகளின் முகப்பில் மற்றொரு அலங்கார வளைவும்.. அலங்கார வளைவுக்கு வடபுறத்தில் தெற்குத் திருமுகமாக.. முருகப்பெருமானின் அண்ணன் விநாயகப்பெருமான் வரமருளும் பிரபுவாக தெற்கு நோக்கி திருவருள் புரிகின்றார்.

விநாயகர் சன்னதிக்கு முன்பாக ஸ்ரீ அனுமர் திருக்காட்சி தருகிறார். விநாயகரையும், அனுமாரையும் தரிசித்துவிட்டு சற்று தூரம் நகர்ந்தால் தாழக்கோவில் எனும் ஸ்ரீஆறுமுகப் பெருமானின் திருச்சன்னதி நம்மை வரவேற்கின்றது.

கிழக்கு நோக்கி அமைந்திருக்கும் 5 நிலை ராஜகோபுரம் பச்சை பசுமையான தெய்வீக மலையைப் பின்புலமாகக் கொண்டு பிரம்மாண்டமாய்க் காட்சியளிக்கின்றது.

உள்சுற்று பிரகாரத்துடன் பிரம்மாண்டமாய் அமைந்திருக்கின்றது. கருவறையின் துவக்கத்தில் ஸ்ரீவிநாயகப் பெருமானும் திருவருள் புரிகின்றார்கள்.

மலையேற இயலாதவர்கள் இத்தாழக்கோவிலிலுள்ள எம்பெருமானைத் தரிசித்தாலே போதும். மலை மீதுள்ள

முருகப்பெருமானைத் தரிசித்த பலன் கிடைத்தருளும் என்பது ஐதீகம்.

ஸ்ரீஆறுமுகரைத் தரிசித்துவிட்டு சற்று நகர்ந்தால் சரவணப்பொய்கை எனும் திருக்குளம் அழகு மிளிர.. பிரம்மாண்டமாய் வீற்றிருக்கின்றது.

இது சித்தர்களும், ஞானியும், ரிஷிகளும் வாழ்ந்த மலை.. இன்னும் சித்தர்கள் உலாவரும் புனித மலை என்பது.. இத்திருக்குளத்தைத் தரிசிக்கும் நொடிகளிலேயே நம்மால் உணர முடியும்.. அத்தனை அமைதி.. அத்தனை அழகு. அத்தனை மனநிறைவு.. நம்முள் உணர முடியும் இடமாக பசுமையோடு காட்சியளிக்கின்றது சரவணப்பொய்கை.

திருக்குளத்து புனித நீரைத் தலையில் தெளித்துக்கொண்டு சற்று நகர்ந்தால்.. திருக்குளத்தின் தென்மேற்கில்.. இத்தலத்தின் மூலவத்தாயார்.. இப்பூவுலகில் நம்மைப் போன்ற மானிடப் பிறவியிலிருந்து இவ்வள்ளிமலையில் வாழ்ந்த புனித அன்னை.. அருள்மிகு வள்ளியன்னை கிழக்குத் திருமுகமாக.. புன்னகை ததும்ப நமக்குத் திருவருள் புரிகின்றார்.

அன்னையின் சந்நதியிலிருந்து மலைப்படிகள் மீண்டும் துவங்குகின்றன. படிகளின் துவக்க வளைவுக்கு முன்பாக.. ஆறு வேலாயுதம் தாங்கிய அழகிய மண்டபமும்.. மயில் வாகனமும் அமைந்திருக்கின்றன.

துவக்க வளைவுகளின் தென்புறமாக.. வடக்கு நோக்கி விநாயகப்பெருமான் திருவருள் புரிகின்றார். படிகளின் துவக்கத்திலிருந்து பார்க்கும் போது மயில்கள் நடனமிடும் சித்தர்கள் வாழும் மலை.. தெய்வீகத் திருமலை நம்முள் பேரானந்த உணர்வைக் கொண்டு வருகின்றது.

மலையேற நேர்த்தியான.. பிரம்மாண்டமான அழகிய படிக்கட்டுகள் சிரமம் இன்றி நாம் மலையேறிட உதவுகின்றன.

மொத்தம் 444 படிகள். சிறிய வளைவுகள். சற்றே செங்குத்தான படிகள் என நாம் படியேற வேண்டும்.

வழியில் 8 கால் மண்டபம் எனும் சித்தர்கள் இருவர் ஜீவசமாதி அடைந்த தெய்வீக மண்டபம் அமைந்திருக்கின்றது.

வழியில் இளைப்பார, உட்காருவதற்கான மண்டபம் போல் தோன்றும் இந்த 8 கால் மண்டபத்தில் இரவில் சித்தர்கள் வலம் வருகின்றார்கள் என்கிறார்கள் இம்மலையில் வாழும் சாதுக்கள்.

8 கால் மண்டபத்தைத் தரிசித்துவிட்டு படியேற ஆரம்பித்தால் வழியில் ஒரு சித்தர் குன்று நமது பார்வையில் வருகின்றது.

தொல்லியல் துறையின் கட்டுப்பாட்டில் இயங்கும் இத்திருக்கோவிலின் மலையைச் சுற்றிலும் பழமையின் அடையாளமாக பல்வேறு மண்டபங்கள் நமக்குக் காட்சி தருகின்றன.

மலைக்கோவிலின் முகப்பில்.. பலநூறு ஆண்டுகளுக்கு முன்பு சித்தர்கள் வாழ்ந்த குகை மண்டபம் தொல்லியல் துறையினரால் பாதுகாக்கப்பட்டு வருகின்றது. தெற்கு நோக்கிய வள்ளிமலைக் கோவிலின் முன் பிரகாரம்.. ரம்மியமாகவும் தெய்வீகமாகவும் அமைந்திருக்கின்றது.

நுழைவாயிலின் நேர் எதிரே கொடி மரமும், மயில் வாகனமும் அமைந்திருக்கின்றன.

குடைவரைக் கோவில்

எம்பெருமான் ஸ்ரீசுப்பிரமணியர் வள்ளி தெய்வானை சமேதராய் அருள்பாலிக்கும் வள்ளிமலைக் கோவில் ஒரு குடைவரைக் கோவிலாகும்.

ஒரே கல் பாறையைக் குடைந்து இத்திருக்கோவில் வடிவமைக்கப்பட்டுள்ளது.

குடைவரைக்கோவில் வாயிலினுள் நுழைந்ததும்.. அன்னை ஸ்ரீவள்ளியம்மை கிழக்குத் திருமுகமாக நின்ற திருவடிவில் அருள்பாலிக்கின்றார்.

உள்சுற்று மண்டபத்தில் தெற்குத் திருமுகமாக ஸ்ரீவிநாயகர்

அருள்பாலிக்கின்றார். விநாயகரைத் தரிசித்துவிட்டு மேற்காக நகர்ந்தால்.. தெற்கு நோக்கிய கருவறையினுள் வள்ளி தெய்வானை சமேதராய் முருகப்பெருமான் திருவருள் புரிகின்றார்.

கருவறையின் கிழக்கில் நவ வீரர்களும், பைரவரும், அருணகிரி நாதரும் அமைந்தருள்கின்றனர்.

அக்கருவறையின் சுவற்றில் முருகப்பெருமான் வள்ளி யன்னையைத் திருமணம் முடித்து.. தணிகை மலைக்கு அழைத்துச் சென்ற வழித்தடம் பாறையின் நடுவே வட்டவடிவில் அமைந்திருக்கின்றது.

மூலவர் ஸ்ரீ சுப்பிரமணியர்

வள்ளியன்னையை வேடுவராக வந்து மணமுடித்த முருகப்பெருமான் இத்தலத்தில்.. வள்ளி தெய்வானை சமேதராக திருமணக்கோலத்தில் திருவருள் புரிகின்றார். தெற்கு நோக்கி அருள்புரியும் இப்புனிதரை வணங்கினால் காரிய சித்தியும் திருமண பாக்கியமும் குழந்தைப் பேறும் கிடைத்திடும் என்பது ஐதீகம்.

திருமண வரம் விரும்புவோர் என்ன செய்ய வேண்டும்?

திருமணத்தடை விலகிடவும், மனதிற்கேற்ற வரனும், மணமகனும் கிடைத்திட விரும்புவர்களும்.. வள்ளிமலையை ஒருமுறை சுற்றி தரிசித்தாலே போதும். உங்கள் எண்ணம் நிறைவேறும் என்பது பெரியவர்களின் அனுபவ வாக்காகும்.

இத்தலத்தில் திருமணப் பரிகாரம் என்பது மிக எளிமையானதாகும். வள்ளிமலைக்கு வெள்ளிக்கிழமைகளிலும், செவ்வாய்க்கிழமைகளிலும் செல்ல வேண்டும். தாழக்கோவிலில் ஸ்ரீஅறுமுகப்பெருமானைத் தரிசித்துவிட்டு.. சரவணப் பொய்கையின் நீரைத் தலையில் தெளித்துக்கொண்டு வள்ளியன்னையைத் தரிசிக்க வேண்டும்.

மலையேறிச் சென்று வள்ளிமலைக் கோவிலிலுள்ள எம்பெருமான் ஸ்ரீசுப்பிரமணியருக்கு உங்கள் பெயர், ராசி,

நட்சத்திரம் சொல்லி சங்கல்பம் செய்துகொண்டு.. அர்ச்சனை செய்து.. திருமண கோலத்தில் காட்சி புரியும் முருகப்பெருமானிடம் உங்கள் வேண்டுதல்களைச் சொல்லுங்கள். உங்கள் கனவு நிறைவேறும். இல்லங்களில் மங்கலம் நிறையும்.

இது மட்டுமல்ல.. இத்திருத்தலத்தில் மாசி மகத்திற்கு 10 நாட்கள் முன்னதாக பிரம்மோற்சவம் நடைபெறுகின்றது. அந்த விழாவின் ஏழாவது நாள் தேர்த்திருவிழா தொடங்கி நான்கு நாட்கள் மலையைச் சுற்றிலும் ஆங்காங்கே தங்கியிருந்து நிலைக்கு வரும்.

பதினோராம் நாள் காலை வள்ளி திருமணம் கோலாகலமாக நடைபெறும். அத்திருமணத்தில் வேடர்குல மரபுப்படி தேனும், தினைமாவும் நம்பிராஜன் மரபினர் சீர் வரிசையாக வைக்கின்றனர். இதன் பிறகு திருமணம் இனிதே நடைபெறும். முருகப்பெருமானின் அருள் நிறைந்த வள்ளி திருமணத்தை நேரில் தரிசிப்பவர்களுக்கு திருமணத்தடைகள் அகன்று.. சில மாதங்களிலேயே கல்யாண வைபவம் நடந்தேறிடும் என்பது ஐதீகமாகும்.

அதுமட்டுமின்றி இங்குள்ள கணேசகிரியில் 108 தேங்காய் உடைத்தாலும், நீளமான மாலை சாற்றி வழிபட்டாலும் தடைப்பட்ட திருமணம் கைகூடும் என்பது கண்முன் நிகழும் நிஜமாகும்.

முகவரி

அருள்மிகு சுப்பிரமணிய சுவாமி திருக்கோயில்
வள்ளிமலை - 632520
காட்பாடி வட்டம்
வேலூர் மாவட்டம்
தமிழ்நாடு, இந்தியா.
தொலைப்பேசி: 04172-252295

அருள்மிகு

அர்த்தநாரீஸ்வரர் திருக்கோயில்

8

"ஆதி யாயவ னாருமி லாதவன்
போது சேர்புனை நீண்முடிப் புண்ணியன்
பாதி பெண்ணுறு வாகிப் பரஞ்சுடர்
சோதி யுட்சோதி யாய்நின்ற சோதியே"

எனத் தேவாரப் பாடல் போற்றும் இத்திருத்தலம், எம்பெருமான் ஈசன் சிவனும், சக்தியும் சரிபாதியாய்க் கலந்து அர்த்த

நாரீஸ்வரராய் ஜோதி வடிவாய், சக்தி ரூபமாய் அருள்பாலிக்கும் திருத்தலமாகும்.

சிவத்தலம், விஷ்ணுத்தலம், சுப்ரமணியத்தலம் மூன்றும் ஒரே இடத்தில் அமையப்பெற்ற சிறப்புக்குரியது. அது மட்டுமின்றி... மலைமீது அமைந்தருளும் சிவத்தலங்களில் சிவனும், சக்தியும் ஒரே திருவடிவில் அருள்பாலிக்கும் திருத்தலம் எனும் சிறப்புக்குரியது.

திருச்செங்கோடு திருமலை கடல்மட்டத்திலிருந்து இரண்டாயிரம் அடி உயரம் கொண்டது. ஆயிரம் ஆண்டுகள் பழமையான இம்மலை... அர்த்தநாரீஸ்வராலயம், முருகாசலம், தாருகாசலம், திருவேரகம், கோதைமலை, முத்தமலை, கடக மலை, துர்கை மலை, முத்தி மலை, சித்தர்மலை, சிவமலை, சஞ்சீவிமலை, வாயுமலை, பொருது மலை, வத்திமலை, தாருமலை, கொங்குமலை, கத்தகிரி, ஞானகிரி, சோனகிரி, பிரம்மகிரி, தீர்த்தகிரி, தர்மகிரி, கந்தகிரி, பதுமகிரி, தேதுகிரி எனப் பல்வேறு திருப்பெயர்களுடன் விளங்கியதாக தலபுராணம் தெரிவிக்கின்றது. திருஞான சம்பந்தர், மாணிக்கவாசகர், திருமூலர், அருணகிரிநாதரால் பாடப்பெற்றது இத்திருத்தலம்.

தல வரலாறு:

முன்னொரு காலத்தில் மிகுந்த பலவானாகிய வாயுதேவனுக்கும், நாக அரசனாகிய ஆதிசேஷனுக்கும் 'தங்களுக்குள் யார் மிகுந்த பலமுடையவர்?' எனும் சொற்போர் நிகழ்ந்தது. இதனால் இருவரும் தங்களுக்குள் யார் வல்லமையுடையவர் என்பதை நிரூபிக்கும்

விதமாக பந்தயம் உருவானது. பாம்பின் அரசனாகிய ஆதிசேஷன் மிகஉயர்ந்த இமயமலையைத் தனது ஆயிரம் சிரமுள்ள அகன்ற படத்தைக் கொண்டு சுற்றி மூடிவிடுவதாகவும், அவ்வாறு இமயத்தைச் சுற்றிய தனது பிடியைத் தளர்த்தி தன்னை விடுவிப்பது வாயுவின் செயல் என முடிவெடுத்தார்கள். பந்தயம் துவங்கியது. ஆதிசேஷன் இமயமலையைத் தனது பலம் கொண்ட மட்டும் சுற்றி வளைத்துக் கொண்டான். வாயு தனது முழுப் பலத்தையும் பயன்படுத்தி மிக வலுவாக வீசினான். வாயுவின் அசுர வேகத்திற்குத் தாக்குப் பிடிக்க இயலாமல் ஆதிசேஷன் திணறினான். மூச்சைத் தாங்காமல் தனது படத்தைச் சற்று மேலே தூக்கினான்.

அமைவிடம்

சேலம் ஈரோடு இரயில் மார்க்கத்தில் 'சங்ககிரி' எனும் இரயில் நிலையத்திலிருந்து தென்கிழக்கே 5வது கிலோ மீட்டரிலும், சேலத்திலிருந்து ஈரோடு செல்லும் வழித்தடத்தில் 48வது கிலோ மீட்டரிலும் அமைந்திருக்கும் திருச்செங்கோடு நகரின் முகப்பில் வானுயர்ந்த மலைமீது இத்திருத்தலம் அமைந்திருக்கின்றது.

வாயுதேவன் அசுரத்தனமாய் வீசிய காற்றின் வேகத்தினால் மேரு சிகரங்களில் ஒன்றும், ஆதிசேஷன் சிரங்களில் ஒன்றும் பெயர்ந்து ஒன்றுடன் ஒன்று உரசியதால் பாம்பினது இரத்தம் மலைச்சிகரத்தில் பட்டு செந்நிறமடைந்து நாவலந்தீவின் ஒரு பகுதியாகிய தென்னாட்டு கொங்கு மண்டலத்தின் நிலப்பரப்பில் வந்து வீழ்ந்தது. அம்மலையே இத்திருச்செங்கோடு மலையாக எழுந்தருளியிருக்கின்றது என்கிறது தலவரலாறு.

அது மட்டுமின்றி தெய்வப் பசுவாகிய 'காமதேனு' சிவபெருமானிடமிருந்து வந்து மலைச் சிகரங்களைப் பெற்று அவைகளை கஞ்சமலை, சங்ககிரி, புஷ்பகிரி, ஊராட்சிக்

கோட்டை மலை, நாகமலை என ஐந்து இடங்களில் நிலை பெறச் செய்தருளியது. அதில் இந்நாகமலை எனும் இந்த திருச்செங்கோடு மலை ஆதிசேஷனால் உருவான மலையுடன் இணைந்திருப்பதே இந்தத் தெய்வீக மலை என்கிறது புராணம்.

மூலவர் அர்த்தநாரீஸ்வரர்:

ஆணும், பெண்ணும் ஒருசேர இணைந்து பிணைந்து அற்புத மூர்த்தியாய் இன்பச் சொரூபமாய் முழுக் கருணையுடன் எவ்வுயிர்க்கும் தாமே தாயும், தந்தையுமாக, அர்த்த நாரீஸ்வரராக... மாதிருக்கும் பாதியான், மாதொரு பாகன், உமைபங்கன், மங்கை பங்கன், மலைமகள் கூறுடையான், பெண்ணொரு பாகன், பணைத்தோளியோர் பாகன். தோடுடைய செவியன், மடவாள் திருமார்பன், பந்தணவும் வீரலாளொரு பாகம் அமர்ந்தருளி, ஏலமலர்க் குழலாளொரு பாகம், நொத்தார் மலர்க்குழலாளொரு கூறாய் எனும் திருப்பெயர்களுடன் உமையப்பன் திருவருள் புரியும் திருத்தலம் திருச்செங்கோடு திருத்தலமாகும்.

எம்பெருமானின் வலதுபக்கம் ஆண் வடிவமாகவும், இடப்பக்கம் பெண்ணுருவாகவும் விளங்குகின்றது. இத்திருவடிவைத் தரிசிக்கும் பேறு பெற்றவர்களுக்கு இல்லறவாழ்க்கை இனிதாகும். திருமணத் தடைகளும், தோஷங்களும் விலகப்பெறும் என்பது ஐதீகம்.

திருமணத்தடை நீக்கும் பரிகாரம்:

ஆதிசேஷனின் இரத்தமான மலையும், காமதேனுவின் அருளால் அமையப்பெற்ற மற்றொரு மலையும் இணைந்திருக்கும் இத்திருச்செங்கோடு மலைமீது கால்பதித்து நாம் மலையேறும் பொழுதே நமது வினைகளும், பிணிகளும் விலகி விடும் என்பது ஐதீகம். நாகமலையின் தெய்வீகத் தன்மையால் நாகதோஷம் விலகப்பெற்று, தடைப்பட்ட திருமணம் இனிதே கைகூடிவரும் என்பது ஐதீகமாகும். மலைமீது வெறும் கால்களுடன் படியேறி...மலைக்கோவில் பிரகாரங்களைச் சுற்றி வந்து நாகர் சன்னதியிலும், செங்கோட்டு வேலர் சன்னதியிலும், அர்த்த நாரீஸ்வரர் சன்னதியிலும் அர்ச்சனை செய்து வழிபட்டாலே போதும். திருமணத் தடைகள் விலகப்பெறும் என்பது ஆன்மீகப்

பெரியவர்களின் அருள்வாக்காகும்.

ஆலய அமைப்பு:

2000 அடிகள் உயரமுள்ள இம்மலையினை அடைவதற்கு நேர்த்தியாகப் படிக்கட்டுகள் உள்ளன. மலைப்பாதையில் கார், வேன்கள் பயணிப்பதற்கும் வசதியான வளைவுப்பாதைகள் பாதுகாப்புச் சுவர்களுடன் அமைக்கப்பட்டுள்ளன. மலைப்பாதையின் வழியே மலையின் உச்சியை அடைந்ததும் அங்கிருந்து சிறிய தூரத்திற்கேனும் படிக்கட்டுகளின் வழியே நடந்து செல்வது சிறப்பாகும். மலை உச்சியில் படிக்கட்டுகளின் முன் நுழைவுத் தோரணமும், நுழைவுத் தோரணத்தின் இடப்புறத்தில் வழித்துணை விநாயகப்பெருமான் சன்னதியும் அமைந்திருக்கின்றன. கிழக்கு வாயில் ராஜகோபுரம் ஐந்து நிலைகளுடன் வானுயர எழுந்தருளியிருக்கின்றது. ஆலயத்தின் நுழைவாயில் கோபுர மண்டபம் பழமையோடு அமைந்திருக்கின்றது. கி.பி. 1654 ஆம் ஆண்டு சீயாலக்கட்டி முதலியார் என்பவரால் திருப்பணி துவக்கப்பட்டு சேலம் ராசிபுரம் விழிய குலத்தாரால் பூர்த்தி செய்யப்பட்டதாக இங்குள்ள கல்வெட்டு தெரிவிக்கின்றது.

இம்மண்டபத்தில் மேற்கே...வடக்குப் பார்த்த முகமாக ஸ்ரீசெல்வ விநாயகர் அருள் பாலிக்கின்றார். நுழைவாயிலைக் கடந்ததும் பழங்காலக் கட்டிடக் கலையின் புனிதத்தோடு நிருத்த மண்டபம் அமைந்திருப்பதைத் தரிசிக்கலாம். நிருத்த மண்டபத்திலுள்ள ஒவ்வொரு தூணும் சித்திரக்கலையின் எழிலை விவரிக்கும் விதத்திலும் அமைந்திருக்கின்றது. ஒரே கல்லில் இரண்டு மூன்று வடிவங்கள்...நமது கண்களையும் இதயத்தையும் வியப்பில் ஆழ்த்தும்.

இம்மண்டபத்தின் துவக்கத்தில் கொடிமரமும், நந்தி பகவானும் எழுந்தருளி சேவை சாதிக்கின்றார்கள். கி.பி. 1559 ஆம் ஆண்டு அத்தப்ப நல்லதம்பி காங்கேயர் என்பவரால் கட்டப்பட்ட அம்மண்டபம் 170 அடி நீளத்திலும் 95 அடி அகலத்திலும் நானூற்று ஐம்பது ஆண்டுகளைக் கடந்த பழமையோடு பிரமிப்பூட்டுகின்றது. நிருத்த மண்டபத்தின் மேற்கில்

ஸ்ரீநாகேஸ்வரர் சன்னதியும், அச்சன்னதிக்கு எதிரே நீலாதேவி, பூமிதேவி சமேதராய் ஸ்ரீஆதிகேசவப் பெருமாள் அருள்பாலிக்கும் திருச்சன்னதியும் அமைந்திருக்கின்றன. ஸ்ரீஆதிகேசவப் பெருமாளின் சன்னதிக்கு முன்பாக ஸ்ரீகருடாழ்வாரும், ஸ்ரீசக்கரத்தாழ்வாரும் நமக்கு நலமருளும் விதமாக அருள் பாலிக்கின்றார்கள். நிருத்த மண்டபத்தின் வடக்கில் தலவிருட்சம் புன்னை மரம் அமைந்திருக்கின்றது. ஆலயத்தின் வடக்குப் பிரகாரத்தில் ஸ்ரீவிஷ்ணு துர்கையும், ஸ்ரீஜேஸ்டா தேவியும் அமைந்தருள்கின்றார்கள். கிழக்கு வெளிச் சுற்றுப் பிரகாரத்தில் ஸ்ரீநடராஜர் சன்னதியும், ஸ்ரீமல்லிகார்ஜுனர் சன்னதியும், ஸ்ரீசகஸ்ரலிங்கேஸ்வரர் சன்னதியும் அமைந்திருக்கின்றன.

ஸ்ரீசகஸ்ரலிங்கேஸ்வரர் சன்னதிக்கு அருகே ஆலயத்தின் பிரதான ஸ்தல விருட்சமான இலுப்பை மரம் பிரமாண்டமாய்க் காட்சியளிக்கின்றது. ராஜகோபுரத்தின் நுழைவாயிலுக்கு முன்பாக... தென்கிழக்கில் ஸ்ரீநாகரின் திருச்சன்னதி அமைந்திருக்கின்றது. கலியுகத்தில் நாக அரசனான ஆதிசேஷனுக்குப் பூஜை செய்திட உகந்த சன்னதி இதுவேயாகும். ஆதிசேஷனின் ரத்தத்தில் உருவான இம்மலைமீது அருள்பாலிக்கும் இவருக்கு குங்கும அர்ச்சனை செய்வதால் நாகதோஷம் நிவர்த்தியாகும். திருமணத் தோஷங்களும் தடைகளும் விலகி இல்லற வாழ்வு இன்பமயமானதாகும் என்பது ஐதீகம்.

நாகர் சன்னதிக்கு எதிரேயுள்ள கிழக்கு நுழைவாயிலின் வழியே நிருத்த மண்டபத்திற்குள் சென்றால்...தெற்கு நோக்கி ஸ்ரீசெங்கோட்டு வேலவரின் திருச்சன்னதி அமைந்திருக்கின்றது. அழகு மிகுந்த இத்திருச்சன்னதியினுள்ளே அழகன், தமிழ்க்குமரன், முருகன், வேலன், சரவணன், ஸ்ரீசெங்கோட்டு வேலர் தெய்வீகத் திருவடிவாய் வலது கரத்தில் நீண்டதோர் வேலும், இடது கரத்தில் சேவற்கொடியும் கொண்டு...புன்னகைத் திருமுகத்தோடு திருவருள் புரிகின்றார்.

முருகப்பெருமானை வணங்கிவிட்டு...அர்த்தநாரீஸ்வரரின் சன்னதிக்குச் செல்கையில் ஸ்ரீநவக்கிரக மூர்த்திகளையும், ஸ்ரீகேதார அம்மனையும், ஸ்ரீசிவபெருமானையும், ஸ்ரீகுரு தட்சிணாமூர்த்தி

சுவாமியையும் தரிசித்து மகிழலாம். ஸ்ரீஅர்த்த நாரீஸ்வரரின் கருவறை அர்த்தமண்டபத்தைத் தரிசிக்கும் நொடிகளில் நம்முள் ஆனந்தமான, பரவசமான உணர்வை நாம் அறிய முடியும். கருவறை முன்புற அர்த்த மண்டபத்தில் ஸ்ரீஉற்சவ மூர்த்தி திருக்காட்சி தருகிறார். இம்மூர்த்தியை கற்பூர தீப ஒளியில் மட்டுமே தரிசிக்க வேண்டும் என்பது ஐதீகம்.

உற்சவ மூர்த்தியைத் தரிசித்து விட்டு கருவறை மண்டபத்திற்குள் சென்றால் இப்பிறவிப்பெற்ற பயனை அடைந்தது போன்ற உணர்வு ஏற்படுகின்றது. உலக உறவுகளின் உன்னதம் காக்கும் சக்தி வடிவான சிவபெருமான் ஆண்பெண் இணைந்த வடிவில் ஸ்ரீஅர்த்த நாரீஸ்வரராக அருள் பாலிக்கின்றார். மூலவப் பெருமான் சுயம்பு வடிவானவர். அற்புதத் தெய்வமாகிய இவர் முன்பாக நம் வேண்டுதல்களைச் சொன்னால் அம்மை, அப்பன் இருவரிடமும் நமது வேண்டுதல்களைச் சொன்ன பலன் கிடைத்து விடும். ஆனந்தமான, மகிழ்வான, இன்பமான வாழ்வு நம்முடன் இணைந்திடும் என்பதே இத்திருமூர்த்தியின் அவதார விளக்கமாகும்.

திருமணத்தடை அகன்று, மங்களகரமான வாழ்வை வேண்டுபவர்களும், குடும்ப உறவுகளில் ஒற்றுமையும், மகிழ்வும் நிலைத்திட விரும்புபவர்களும் அவசியம் தரிசிக்க வேண்டிய திருத்தலம் திருச்செங்கோடு திருத்தலமாகும்.

முகவரி:

அருள்மிகு அர்த்த நாரீஸ்வரர் திருக்கோயில்,
திருச்செங்கோடு 637211
ஈரோடு மாவட்டம்,
தொலைப்பேசி: 04288 255925

திருத்தணிகை

9

அருள்மிகு சுப்ரமணியசுவாமி திருக்கோயில்

முருகப்பெருமானின் ஆறுபடை வீடுகளில் 5வது படை வீடு எனும் சிறப்புக்குரிய திருத்தலமாக அருள்பாலிப்பது திருத்தணிகை. இத்தலத்தில்தான் முருகப்பெருமான் வள்ளி அன்னையை

மணமுடித்து திருமணக் கோலத்தில் வள்ளி, தெய்வானை சமேதராய் மங்கள நாயகராக திருவருள் புரிகின்றார்.

திருச்செந்தூரில் சூரனை வதம் செய்து விட்டு இத்தலத்திற்கு வந்து கோபம் தணிந்தமையால் இது திருத்தணிகை எனும் திருப்பெயரோடு விளங்குகின்றது.

இங்கே சாந்தமூர்த்தியாக..புன்னகை ததும்ப..முருகப்பெருமான் பக்தர்களுக்கு அருள்பாலிக்கின்றார்.

உற்சாக மனநிலையில் எழுந்தருளிக்கும் எம்பெருமானிடம் நாம் என்ன வேண்டுதல்கள் வைத்தாலும் அத்தனையும் பலிதமாகி விடும் என்பது ஐதீகம்.

இத்தலத்தின் மூலவர்: அருள்மிகு சுப்ரமணிய சுவாமி

இத்தலத்தின் உற்சவர்: ஸ்ரீசண்முகர்

தாயார்கள்: வள்ளி, தெய்வானை அன்னையர்

தல விருட்சம்: மகுட மரம்

தலத்தின் சிறப்புகள்:

* திருமண வரம் அருளும் திருத்தலம்

* முருகப்பெருமானை வழிபட்ட இந்திரன் உருவாக்கிய கல்ஹார தீர்த்தம் அமைந்திருக்கும் திருத்தலம்

* வள்ளிமலையிலிருந்து வள்ளியைச் சிறையெடுத்து வந்து திருமணம் செய்து கொண்ட மங்களத் திருத்தலம்

* வருடத்தின் 365 நாட்களும் முருகப்பெருமான் நம்மை காத்தருளும் விதமாக 365 படிக்கட்டுகள் அமைந்துள்ள அழகிய மலைதனில் படியேறிச் சென்று எம்பெருமானைத் தரிசித்தால் வருடம் முழுவதும் வளமோடு வாழவைக்கும் திருத்தலம்

* உற்சவர் சண்முகர் ஒரு லட்சம் ருத்ராட்சம் அமைந்த ருத்ராட்சப் பந்தலின் கீழ், நின்ற திருக்கோலத்தில் அருள்பாலிக்கும் திருத்தலம்

* தெய்வேந்திரன் தமது யானையான ஐராவதத்தை

தெய்வானை அன்னைக்குப் பரிசளித்த திருத்தலம்.

* முருகப்பெருமானை வலது கரத்தில் வஜ்ரவேலுவுடனும், இடது கரத்தைத் தொடையில் கொண்டு ஞானசக்திதரராக திருவருள் புரியும் திருத்தலம்.

* அருணகிரி நாதராலும், நக்கீரராலும், வள்ளலாராலும் பாடப்பெற்ற திருத்தலம்

* மூலவருக்கு முன்பாக மயில்வாகனத்திற்குப் பதிலாக யானை வாகனம் அமைந்தருளும் திருத்தலம்

தல வரலாறு:

குறவர்களின் தலைவனான நம்பிராஜன், திருமாலின் குழந்தையை ஒரு வள்ளிக்கொடியின் கீழே கண்டெடுத்தார். வள்ளிக்கொடியின் கீழே கிடைத்த தெய்வக்குழந்தையென்பதால் 'வள்ளி' எனப் பெயரிட்டு வளர்த்து வந்தார். வள்ளி, குறவர்களின் குடும்பத்தில் ஒரு கிராமத்துப் பெண்ணாக வளர்ந்து வந்தார். அப்போது அவர் தினை புனை காவல்காக்கும் வேலையைச் செய்து வந்தார். வள்ளி அன்னையை ஆட்கொள்வதற்காகவே முருகப்பெருமான் அங்கு ஒரு முதியவர் வேடத்தில் சென்றார். வந்திருப்பது அழகன் முருகர் என்பதை அறிந்திடாத வள்ளியன்னை அவரது தோற்றத்தைக் கண்டு பயந்தோடினார். முருகப்பெருமான்

மேலும் பயமுறுத்தும் விதமாக தனது அண்ணன் விநாயகப் பெருமானின் உதவியால் யானை மூலம் பயமுறுத்த, பயத்தில் யாதும் புரியாத அன்னை முருகப்பெருமானைக் கட்டித்தழுவினார். அந்நொடியே வந்திருப்பது தம்மை ஆளப்போகும் மணவாளர் முருகப்பெருமான் என உணர்ந்து கொண்டார். குமரருடன் ஐக்கியமானார்.

இதையறிந்த நம்பிராஜனும் அவரது ஊர்மக்களும் முருகப்பெருமானுடன் வள்ளியன்னை ஐக்கியமானதே திருமணம் நிகழ்ந்ததற்கு ஒப்பானது எனக்கருதி இனிதே திருமணத்தை நடத்தி வைக்க முனைந்தனர்.

'வள்ளிமலையிலிருந்து அன்னையைச் சிறையெடுத்து வந்த முருகப்பெருமானுக்கு இத்தலத்தில் முப்பத்து முக்கோடி தேவர்கள் சூழ இனிதே திருமண வைபவம் நடந்தேறியது' என்கிறது தலபுராணம்.

அமைவிடம்

சென்னை திருப்பதி வழித்தடத்தில் 80 கி.மீ தொலைவிலும், காஞ்சி புரத்தில் இருந்து 42 கிலோ மீட்டர் தொலைவிலும் அமைந்துள்ளது.

இது மங்களகரமான திருத்தலம் என்பதால் திருமணத் தடையுள்ளவர்களும், குழந்தை வரம் வேண்டுபவர்களும் இத்தலத்திற்கு வந்து முருகப்பெருமானையும், வள்ளி, தெய்வானை அன்னையரையும் தரிசித்தால் மிக விரைவிலேயே திருமணம் கைகூடிவரும். குழந்தை பாக்கியம் கிடைத்தருளும் என்பது ஐதீகம்.

இத்தலத்து முருகப்பெருமான் கோபம் தணிந்து சாந்தமூர்த்தியாக அருள் பாலிப்பதால் இவரது திருமுகத்தைத் தரிசித்தாலே நமது மனது ஆனந்தத்தில் நிறைந்திடும். குழப்பங்களும், கோபமும் வேதனைகளும் விலகி மனது சாந்தமும் அமைதியும் அடையும் என்பது கண்முன் நிகழும் நிஜமாகும்.

திருமணப் பரிகாரம்:

நீண்ட நாட்களாகத் திருமணத்தடை, தோஷங்களினால் வருத்தப்படுவோர் இனி கவலைகளை மறந்திடுங்கள்.

திருத்தணி முருகப்பெருமான் உங்கள் கவலைகளைப் போக்கி நல்வாழ்வளிப்பார்.

நீங்கள் செய்ய வேண்டியது இதுதான்.

சென்னையிலிருந்து திருத்தணி செல்லும் மின்சார ரயில் வண்டியிலோ, சென்னை திருப்பதி பேருந்திலோ திருத்தணிக்குச் செல்லுங்கள். திருத்தணிகை சுப்ரமணிய சுவாமி திருக்கோவிலுக்குச் சொந்தமான ஏராளமான குடில்களும், தங்கும் விடுதிகளும் இருக்கின்றன. (வாடகை ரூ.300, ரூ.600, ரூ.1,000 ஏ.சி). ஓர் இரவு திருத்தணியில் தங்கி ஓய்வெடுங்கள். அதிகாலையில் எழுந்து சரவணப்பொய்கை திருக்குளத்தில் நீராடி 365 படிகளில் மலை ஏறி முருகப்பெருமானையும் வள்ளி, தெய்வானை அன்னையரையும் தரிசித்து உங்கள் பெயர், ராசி, நட்சத்திரம் சொல்லி ஓர் அர்ச்சனை செய்யுங்கள்.

முருகப்பெருமானின் திருமுகம் பார்த்து உங்கள் வேண்டுதல்களைச் சொல்லுங்கள். காலம் கனியும், கனவுகள் நிறைவேறும், இல்லத்தில் மங்களம் குடிபுகும், திருமண நாள் உங்கள் வீடுதேடி வரும்.

இது மட்டுமின்றி தணிகை குமரனாக அருள்பாலிக்கும் முருகப்பெருமான் வள்ளியன்னையை மணமுடித்து மகிழ்ந்த திருத்தலம் என்பதால் எம்பெருமானை மேலும் குளிர்விக்கும் விதமாக ஸ்ரீசுப்ரமணியருக்கு திருக்கல்யாண உற்சவம் நடத்தி வைத்தால் மிக விரைவிலேயே திருமணம் கைகூடி வருவது கண்முன் நிகழும் நிஜமாகும்.

அதற்குச் சான்றாக தினந்தோறும் பக்தர்களின் பரிகார வேண்டுதலுக்காக திருமுருகனின் திருமண உற்சவம் இத்தலத்தில் சிறப்பாக நடந்து வருகின்றது. தினந்தோறும் பகல் 11மணிக்கு எம்பெருமானின் திருமண உற்சவம் நடைபெறுகின்றது. இப்புனித தரிசனத்தைக் கண்டுமகிழ ஒரு குடும்பத்துக்கு 1,100 ரூபாய் கட்டணம் வசூலிக்கப்படுகின்றது. முன்பதிவின் மூலம் திருமணத்தைத் தரிசிப்பவர்களுக்கு ஒரு குடும்பத்தில் ஐந்து பேருக்கு மட்டுமே அனுமதி அளிக்கப்படுகின்றது.

எம்பெருமானின் இப்புனித திருக்கல்யாண உற்சவத்தைத் தரிசித்த பின்பு லட்டு, அடை போன்ற பிரசாதங்கள் நமக்குக் கிடைத்திடும். ஐஸ்வர்யமும், மங்களமும் அருளும் முருகப்பெருமானின் கல்யாண உற்சவத்தை காண்போரின் இல்லங்களில் மிக விரைவிலேயே 'கெட்டிமேளம்' கொட்டும் என்பது ஐதீகம்.

திருக்கல்யாண உற்சவத்தினைப் பதிவு செய்வதற்கு எண்ணற்றோர் காத்திருப்பதால் முதலில் கோவில் அலுவலரைத் தொடர்பு கொண்டு அவர்கள் குறிப்பிடும் நாளில் நேரில் சென்று பதிவு செய்ய வேண்டும்.

தொடர்பு கொள்ள வேண்டிய தொலைபேசி எண்:
மலைக்கோயில் 044 27885243
அலுவலகம் 044 27885247

தலப்பெருமை:

மூலவர் கருவறையிலும் தனிச்சன்னதியிலும் வள்ளி, தெய்வானை அன்னையர் அருள்புரியும் திருத்தலம் எனும் சிறப்புக்குரியது இத்திருத்தலம். மூலவப்பெருமான் அலங்காரத்தின் போது மட்டுமே சேவல்கொடி வேலுடன் அருள் பாலிக்கின்றார். மற்ற நேரங்களிலும் வேல் இன்றி சாந்த மூர்த்தியாக நல்லருள் புரியும் திருத்தலம் இது.

கோயில் அமைப்பு:

திருத்தணிகை பஸ்நிலையத்திலிருந்து மேற்கே சற்று தூரம் நகர்ந்தால் திருத்தணிகை தங்கும் விடுதிகளும், திருமண மண்டபங்களும் நம்மை வரவேற்கின்றன. திருத்தணிகை திருமணத் திருத்தலம் என்பதால் திருத்தணி நகரிலும், திருமலையைச் சுற்றிலும் பார்க்கும் இடமெல்லாம் கல்யாண மண்டபங்களாகக் காட்சியளிக்கின்றன. ஐந்தாயிரம் ரூபாய் துவங்கி இருபதாயிரம் ரூபாய் வரை வசதிக்கேற்ப கல்யாண மண்டபங்கள் வாடகைக்குக் காத்திருக்கின்றன. இது மட்டுமின்றி திருத்தணி தேவஸ்தானத்திற்குச் சொந்தமான கல்யாண மண்டபங்கள் மிகக்குறைந்த வாடகையில் கிடைக்கின்றன.

சண்முகம் திருமண மண்டபம் வாடகை ரூ.3,000

தணிகேசன் திருமண மண்டபம் வாடகை ரூ.3,000

வள்ளி திருமண மண்டபம் வாடகை ரூ.2,250

தெய்வானை திருமண மண்டபம் வாடகை ரூ.1,500

வேண்டுதலுக்காக திருமலையில் முருகப்பெருமானின் சன்னதியின் முன்புற மண்டபத்தில் திருமணம் நடந்திட குருக்கள், கல்யாண பொருட்கள் உட்பட கட்டணமாக ஆயிரம் ரூபாய் மட்டுமே வசூலிக்கப்படுகின்றது. திருமண மண்டபங்கள் அமைந்திருக்கும் வீதிகளைச் சற்று கடந்தால் அழகிய சரவணப் பொய்கை திருக்குளத்தைத் தரிசிக்கலாம். இத்திருக்குளத்தைச் சுற்றிலும் ஏராளமான கல்யாண மண்டபங்கள் அமைந்திருக்கின்றன.

திருக்குளத்தில் நீராடி விட்டு 365 படிகளைக் கடக்க ஆரம்பித்தால் வழியில் வரம் தரும் விநாயகப் பெருமானைத் தரிசிக்கலாம். மலைக்கோவில் கிழக்கு நுழைவாயில் மண்டபத்தைக் கடந்ததும் வெளிச்சுற்றுப் பிரகாரம் பிரமாண்டமாய் அமைந்திருக்கின்றது. மலைக்கோவிலின் நுழைவாயிலுக்கு நேர் எதிரே தீப குண்டமும், தீப குண்டத்துக்கு நேர் எதிரே முருக சக்திவேலும் அமைந்திருக்கின்றன. கீழ் பிரகாரத்தை வலம் வந்து கோவிலின் படிகளில் ஏறினால் பிரதான கிழக்கு நுழைவாயில் தெய்வீகமாக அமைந்திருக்கின்றது. நுழைவாயிலின் உள்ளே கொடிமரமும், பலி பீடமும் அமைந்திருக்கின்றது. கருவறை மண்டபத்தின் நுழைவாயிலுக்கு முன்பாக மயில்வாகனத்துக்குப் பதிலாக ஐராவதம் யானை கிழக்கு நோக்கி அமைந்திருக்கின்றது. மூலவரைப் பார்க்காமல் பக்தர்களை நோக்கி அமைந்தருளும் ஐராவதம் இந்திரன் முருகப்பெருமானின் திருமணத்துக்கு சீதனமாகத் தரப்பட்டது. கருவறை முன்மண்டபத்தை வலது புறமாக வலம் வந்தால் முதலில் ஸ்ரீவள்ளி தெய்வானை சமேத ஆறுமுகர் தெற்கு நோக்கி அருள் பாலிக்கிறார். அவருக்கு கிழக்கில் ஆபத்பாந்தவர் விநாயகப் பெருமான் பிரமாண்ட எழில் வடிவில் நம்மைக் காத்தருளும் விதமாக அருள் பாலிக்கின்றார். மேற்கு நோக்கி நவ வீரர்கள் திருவருள் புரிகிறார்கள். வடக்குப் பிரகாரத்தில் கிழக்கு நோக்கி உற்சவப் பெருமான் ஸ்ரீசண்முகர்

வள்ளி, தெய்வானை சமேதராய் ஒருலட்சம் ருத்ராட்ச பந்தலின் கீழே நின்ற திருவடிவில் திருவருள் புரிகின்றார். மேற்குப் பிரகாரத்தில் ஆறுமுகர் சன்னதியும், மூலவருக்குச் சாற்றப்படும் சந்தனம் அரைக்கும் சந்தனக்கல்லும் அமைந்திருக்கின்றன. தென்மேற்கில் காசி விஸ்வநாதர் சன்னதியும், அருணாசலேஸ்வரர் சன்னதியும் அமைந்திருக்கின்றன.

கருவறை பிரகாரத்திற்குள் சென்றால் தெய்வ மணம் கமழும் அப்பிரகாரம் நம்முன் அமைதியையும் சாந்தத்தையும் கொண்டு வருகின்றன. கருவறை வாயிலின் முன்பாக வடகிழக்கில் தெற்கு நோக்கி ஸ்ரீகால பைரவர் திருவருள் புரிகின்றார். கருவறைச் சுற்றுப் பிரகாரத்தின் மேற்கில் ஸ்ரீஆதி சுப்ரமணியரும் வடக்கில் ஸ்ரீபால முருகரும், ஸ்ரீதுர்கா தேவியும் நலமருளுகின்றனர்.

கிழக்கு நோக்கிய கருவறையில் எம்பெருமான், அழகன், தமிழ்க்குமரன் ஸ்ரீசுப்ரமணியர் கோபம் தணிந்து சாந்த ஸ்வரூபராக புன்னகை ததும்பும் திருமுகத்தோடு நம்மைக் காத்தருளும் கருணாமூர்த்தியாக அருள் பாலிக்கின்றார்.

எம்பெருமானின் திருமுகத்தைத் தரிசித்து விட்டு வெளியே வந்தால் எம்பெருமானின் வலப்புறத்தில் ஸ்ரீவள்ளி அன்னையும், இடது புறத்தில் ஸ்ரீ தெய்வானை அன்னையும் தனிச் சன்னதி கொண்டு நமக்கு நல்லருள் புரிகின்றார்கள்.

திருமுருகனின் திருமுக தரிசனம் நம்முள் அளவிட முடியாத ஆனந்தம் நிறைக்கும். ஆரோக்கியம் தந்திடும் நீண்ட ஆயுளை வழங்கிடும். முருகனைத் துதிப்போம். நலம் பல பெறுவோம்.

முகவரி:

செயல் அலுவலர்,
அருள்மிகு சுப்ரமணியசுவாமி திருக்கோயில்,
திருத்தணி,
திருவள்ளூர் மாவட்டம்,
தமிழ்நாடு-631 209
தொலைப்பேசி: 044 27885303

திருநல்லம் கோனேரிராஜபுரம் அருள்மிகு உமாமகேஸ்வரர் திருக்கோயில் மற்றும் ஸ்ரீநடராஜர் திருக்கோயில்

10

'திருமணம் கைகூடும் திருநல்லம்' எனப் புராணங்கள் புகழும் திருநல்லம் எனும் கோனேரிராஜபுரம் உமாமகேஸ்வரர் திருத்தலம்.. கலியுகத்தில் தெய்வீக அருள்பொருந்திய..சிறப்புமிகு திருத்தலமாகும்.

கண்டராதித்திய சோழனின் மனைவி செம்பியன் மாதேவி, ராஜராஜசோழனின் பாட்டியால் கற்றளிக்கோவிலாகக் கட்டப்பட்ட இத்திருத்தலத்தை பூர்வஜென்ம புண்ணியம் இருந்தால் மட்டுமே தரிசிக்க இயலும் என்பது திருநாவுக்கரசரின் திருவாக்கு.

உலகிலேயே மிகப்பெரிய திருவடிவில்.. சுயம்பு மூர்த்தியாக, ஸ்ரீநடராஜர் இத்திருத்தலத்தில் அருள்பாலிப்பது.. இத்தலத்திற்கு மேலும் சிறப்பானதாகும்.

அதுமட்டுமல்ல.. இத்தலத்தில் ஸ்ரீகல்யாண சுந்தரேஸ்வர்.. திருமணக்கோலத்துடன்.. ஸ்ரீமகாவிஷ்ணு பார்வதிதேவியை சிவபெருமானுக்குத் தாரை வார்த்துக்கொடுக்கும் திருக்காட்சியுடன் திருவருள் புரிவதால், இத்திருத்தலத்தைத் தரிசித்தால்.. திருமணத்தடை.. திருமண தோஷமுள்ளவர்களின் பிரச்னைகள் தீர்ந்து விரைவிலேயே அவர்களது இல்லங்களில் மங்களம் குடிபுகும் என்பது ஐதீகம்.

இத்தலத்தில் மேற்கு நோக்கி அருள்பாலிக்கும் ஸ்ரீவைத்தீஸ்வரரைத் தரிசித்தால்.. ஆஸ்துமா.. மூச்சுவிடுதல்.. தொடர்பான பிரச்னைகள் தீரும் என்பது ஆன்றோர்களின் நம்பிக்கை.

தலவரலாறு

புரூரவஸ் எனும் மன்னன் தமக்கு ஏற்பட்ட குஷ்டநோயிலிருந்து விடுபட பல திருத்தலங்களுக்குச் சென்று வழிபட்டு வந்தான். அப்போது, அவன் ஒரு முனிவரின் வாக்கின்படி காவிரித் தென்கரையில் 34வது சிவஸ்தலமாக அமைந்திருக்கும் இத்தலத்திற்கு வந்து எம்பெருமான் ஸ்ரீஉமாமகேஸ்வரரை மனமுருகத் தொழுதான். ஈசனின் திருவருளால் அவனது குஷ்டநோய் விலகி பூரண நலம்பெற.. அதனால் மிகவும் மனம் மகிழ்ந்த மன்னன், தமது காணிக்கையாக மூலவரின் விமானத்தைத் தங்க தகட்டால் அலங்கரிக்கச் செய்தான். அதுமட்டுமின்றி.. வைகாசி விசாக தினத்தில்.. மாபெரும் திருவிழாவைத் துவக்கி வைத்தான். அன்றிலிருந்து இன்றுவரை.. வருடந்தோறும் வைகாசி விசாகமும், மார்கழி திருவாதிரையில் பிரமோற்சவ விழாவும்

மிகவும் விமர்சையாகக் கொண்டாடப்பட்டு வருகின்றது.

உலகின் மிகப் பெரிய ஸ்ரீநடராஜர்

உலகின் மிகப் பெரிய.. பிரம்மாண்டமான நடராஜர் சுமார் 9 அடி உயரத்தில் பஞ்சலோகத் திருமேனியோடு தெய்வீகமாக அருள்பாலிக்கின்றார்.

வரகுண பாண்டியன் எனும் மன்னனுக்காக.. சிவபெருமானும், பார்வதிதேவியும் பஞ்சலோகத்தால் ஆன குழம்பைக் குடித்து, ஸ்ரீசிவபெருமான்.. ஸ்ரீநடராஜராக சுயம்பு வடிவில் தோன்றியருள.. அன்னையும் சிவகாமித்தாயாக சுயம்பு வடிவில் தோன்றினார். அன்று ஈசன் அவதரித்த பஞ்சலோக சுயம்பு மூர்த்தியே இத்தலத்தில்.. உலகின் மிகப்பெரிய நடராஜராக திருவருள் புரிகின்றார்.

இவர்.. கலியுகக் கடவுள்.. வாழும் தெய்வம்.. இவரது திருமேனியில் ரோமம் மச்சம், ரேகை, நகம் அத்தனையும் ஒரு மனிதருக்கு இருப்பது போன்றே இருப்பது தெய்வீக நிஜமாகும்.

இத்திருத்தெய்வத்தின் திருமேனியில் இன்றும் ரோமம் வளர்வது தெய்வீக அதிசயமாகும்.

நம்முன் நிஜமாய் அருள்பாலிக்கும் ஸ்ரீநடராஜரைத் தரிசிப்பது இப்பிறவியில் நமக்குக் கிடைத்தறியா பேறு எனலாம்.

திருமணத் தடை நீக்கும் பரிகாரம்

திருமணத் தடை.. திருமணத் தோஷமுள்ளவர்கள்.. குழந்தை பாக்கியம் வேண்டுபவர்கள் உடல்நிலை பாதிக்கப் பட்டவர்கள்..

தொழிலில் முன்னேற்றம் காண விரும்புபவர்கள் திங்கட்கிழமைகளில் இத்திருத்தலத்திற்கு வந்து.. எம்பெருமான் உமாமகேஸ்வரரையும், அங்கவனநாயகி தாயாரை யும், ஸ்ரீநடராஜரையும் தரிசித்துவிட்டு, உங்கள் பெயர், ராசி நட்சத்திரம் சொல்லி சங்கல்பம் செய்து.. சிவபெருமானுக்கும், அன்னைக்கும் மஞ்சள், பால் அபிஷேகம் செய்யவேண்டும். அதனுடன் வசுதரா எனும் யாகம் செய்தால், உங்கள் தடைகளும், பிரச்னைகளும் விலகி ஆனந்தமான வாழ்வு அமைந்திடும் என்பது ஆன்றோர்களின் நம்பிக்கை.

அமைவிடம்

இத்திருத்தலம் மயிலாடுதுறை கும்பகோணம் ரயில் மார்க்கத்தில் ஆடுதுறை ரயில் நிலையத்திலிருந்து 8 கி.மீ தொலைவிலும், கும்பகோணத்திலிருந்து வடமட்டம் செல்லும் பஸ் மார்க்கத்தில் கோனேரி ராஜபுரம் கூட்ரோட்டிலிருந்து ஒரு கிலோமீட்டர் தொலைவிலும் அமைந்துள்ளது.

ஆலய அமைப்பு

மேற்கு நோக்கிய நிலையில் இத்திருத்தலம் அமைந்துள்ளது. ஆலயத்திற்கு நேர் எதிரே பிரமாண்டமான வடிவில் பூமி தீர்த்தம்

எனும் பிரம்ம தீர்த்தத் திருக்குளம் அமைந்திருக்கின்றது.

மேற்கு நுழைவாயில் மண்டபத்தைக் கடந்து உள்ளே சென்றால், மகா மண்டபம் பழமையின் அடையாளத்தோடு வீற்றிருக்கின்றது.

அந்த மகா மண்டபத்தின் விதானத்தில் நூற்றாண்டுகளைக் கடந்த மூலிகை ஓவியங்கள் ஆச்சரியமூட்டுகின்றன.

இடப்புறமாக ஆலயத்தின் வெளிப்பிரகாரத்தைச் சுற்றி வந்தால், வடமேற்கில் முதலில் வள்ளிதெய்வானை சமேத ஆறுமுகரைத் தரிசிக்கலாம்.

வடக்குப் பிரகாரத்தில் கிழக்கு நோக்கி.. மூலவத்தாயார் அருள்வாக்கு அங்கவள நாயகியின் தனிச்சன்னதி அமைந்திருக்கின்றது.

இச்சன்னதியும் பழமையின் புனிதத்தோடு மகாமண்டபம், வசந்த மண்டபம், அர்த்த மண்டபம், கருவறைச் சுற்றுப் பிரகாரத்துடன் அமைந்துள்ளது.

அன்னையின் சன்னதிக்கு நேர் எதிரே அருள்மிகு வைத்தியநாத சுவாமிகள் திருச்சன்னதி மேற்கு நோக்கி அமைந்துள்ளது.

ஸ்ரீலிங்கத் திருமேனியோடு அருள்பாலிக்கும் ஸ்ரீவைத்தீஸ்வரரைத் தரிசித்தால் நமது பிணிகள் அத்தனையும் அகன்று.. ஆரோக்கியமான வாழ்வு கிடைத்திடும் என்பது ஐதீகம்.

ஸ்ரீவைத்தீஸ்வரரை வணங்கிவிட்டு, கிழக்கு.. தெற்கு பிரகாரங்களில் வலம் வந்தால்.. தென்மேற்கில் ஸ்ரீ கணபதியைத் தரிசிக்கலாம்.

மேற்குப் பிரகார மகாமண்டபத்தில் கொடி மரமும், பலிபீடமும், நந்தி தேவரும் அமைந்திருக்கின்றார்கள்.

ஆயிரம் ஆண்டுகளைக் கடந்த தெய்வீகமான உள்சுற்றுப் பிரகாரத்திற்குள் வலம் வரும்போது, நம் மனது ஆனந்த உணர்வால் நிறைவதை நாம் உணர முடியும்.

உள்சுற்றுப் பிரகாரத்தில் ஸ்ரீஅர்த்த நாரீஸ்வரர் திருவருள்

புரிகின்றார்... அவருக்கு அருகே ஸ்ரீஅஷ்டபுஜ துர்கை திருவருள் புரிகின்றார்.

சக்திமிகு ஸ்ரீஅஷ்டபுஜ துர்கையை எமதர்மன் திருக்கடையூரில் காலசம்ஹார மூர்த்தியால் உண்டான பயத்தை போக்கும் விதமாக இந்தத் துர்கையிடம் வழிபாடு செய்ததாகத் தலபுராணம் தெரிவிக்கின்றது.

துர்காதேவிக்கு அருகே.. காலசம்ஹார மூர்த்தி திருவருள் புரிகின்றார். இவரை தேய்பிறை அஷ்டமியில் வழிபட்டால் எமபயம், எதிரிகளின் தொந்தரவுகள் விலகும் என்பது ஐதீகம்.

அவருக்கு அருகே பிரம்ம தேவரையும், சண்டிகேஸ்வரரையும் தரிசனம் செய்யலாம். இத்தலத்தில் எழுந்தருளியுள்ள சண்டிகேஸ்வரரை 16 சித்தர்கள் வழிபாடு செய்துள்ளனர்.

வடக்குப் பிரகாரத்தின் வழியே, கிழக்குப் பிரகாரத்தை வலம் வந்தால், வடகிழக்கில் ஸ்ரீபைரவரையும், ஸ்ரீபசுபதீஸ்வரர், ஸ்ரீகண்வலிங்கேஸ்வரர், ஸ்ரீகலாசநாதர், ஸ்ரீகுருபகவான், ஸ்ரீசூரியபகவானைத் தரிசிக்கலாம்.

கிழக்குப் பிரகாரத்தில்.. பல நூற்றாண்டுகளுக்கு முற்பட்ட பழைய திருத்தலத்தில் அருள்பாலித்த ஆதிமூலவர்களைத் தரிசிக்கலாம்.

ஆதிமூலவர்களாக ஸ்ரீக்னீஸ்வரர், ஸ்ரீஸநத்குமார லிங்கேஸ்வரர், ஸ்ரீம்பகாரண்யேஸ்வரர், ஸ்ரீசுந்தரேஸ்வரர் பெருமான்கள் பழமையின் புனிதத்தோடு திருக்காட்சி தருகிறார்கள்.

கருவறையின் பின்புறத்தில் ஸ்ரீலிங்கோத்பவர் அமைந்தருள்கின்றார். தெற்குப் பிரகாரத்தில் வலம் வரும்போது.. ஸ்ரீகுருபகவானையும், செங்கற்கோவிலாக இருந்ததை கற்றளிக்கோவிலாக மாற்றிய கண்டராதித்ய சோழனின் மனைவி செம்பியன் மாதேவியின் திருவடிவையும், ஜுரஹரஹேஸ்வரர், பிள்ளையார், அகத்திய மாமுனிவரையும் தரிசனம் செய்யலாம்.

கருவறை உள்சுற்றுப் பிரகார மண்டபத்தில் வலம்

வந்தால், மேற்குப் பிரகாரத்தில் நால்வர் சன்னதியையும், பிள்ளையார்களையும் (ஆறு பிள்ளையார்கள் இத்தலத்தில் அமைந்திருப்பது சிறப்பு) நவகிரக மூர்த்திகளையும், நவகிரகங்கள் பூஜித்த லிங்கமூர்த்திகளையும், ஸ்ரீபிரம்மலிங்க மூர்த்தியையும், வள்ளி தெய்வானை சமேத முருகரையும், பைரவரையும், ராகுதுர்கையையும், அக்னிபகவானையும் ஸ்ரீமகாலட்சுமி தாயாரையும் தரிசனம் செய்யலாம்.

இவர்களின் அருகே மேற்கு பார்த்த நிலையில் அருள்புரியும் சனிபகவான் மிகவும் நற்பலன்களை அருளக்கூடியவர்.

நளமகராஜா அவரது மனைவி தமயந்தியுடன் திருநள்ளாறு செல்லும் முன்பு இத்தலத்திற்கு வந்திருந்து சனி பகவானை வணங்கி அனுக்கிரகம் பெற்றுள்ளனர். எனவே இத்தலத்தில் அருள்பாலிக்கும் ஸ்ரீசனீஸ்வரர் கருப்புநிற ஆடைக்குப் பதில் வெள்ளைநிற ஆடை அணிந்து அனுக்கிரக மூர்த்தியாக அருள்பாலிக்கின்றார். இவருக்கு வெள்ளை நிற எள்ளால் ஆன எண்ணையில் தீபம் போட்டால் தோஷங்கள் அத்தனையும் விலகப்பெறும் என்பது ஐதீகம்.

மேற்கு கருவறை மண்டபத்தில் தெற்கு நோக்கி அருள்மிகு நடராஜர் சன்னதி அமைந்திருக்கின்றது. சுமார் ஒன்பது அடி உயரமுள்ள உலகிலேயே மிக உயர்ந்த வடிவில் திருவருள் ஸ்ரீநடராஜர் ஒரு சுயம்பு மூர்த்தியாக.. தெய்வீக சக்திகளோடு திருவருள் புரிகின்றார்.

ஆனந்த நடனமிடும்.. இவரை ஒரு நொடி தரிசித்தாலே போதும். நம் வாழ்வில் எண்ணற்ற நன்மைகள் வந்து சேரும் என்பதை.. அவரைத் தரிசிக்கும் நொடிகளில் நாம் உணர முடியும். அத்தனை தெய்வீகமாகத் திருக்காட்சி தருகின்றார் ஸ்ரீநடராஜர்.

ஸ்ரீஉமாமகேஸ்வரரின் கருவறையில் முன்பு இரண்டு நந்தி பகவான்கள் வீற்றிருக்கிறார்கள்.

மேற்கு நோக்கி தெய்வீக எழில் வடிவாய் ஸ்ரீஉமாமகேஸ்வரர் லிங்கத் திருமேனியோடு திருவருள் புரிகின்றார்.

தேவர்களும், முனிவர்களும், ரிஷிகளும், அகத்தியரும், அக்னி

பகவானும், நவகிரக மூர்த்திகளும், நந்தி பகவானும் வழிபட்ட இம்மூலவரை வணங்கினால்.. நம் வாழ்வு வளம்பெறும் என்பது ஐதீகம்.

திருமணத்தடை விலக திருநல்லம் என்னும் கோனேரி ராஜபுரம் செல்வோம் நல்வாழ்வைப் பெற்று மகிழ்வோம்.

முகவரி:

செயல் அலுவலர்

அருள்மிகு உமாமகேஸ்வரர் திருக்கோயில்

கோனேரிராஜபுரம் போஸ்ட் - 612202

நாகை மாவட்டம்

தமிழ்நாடு, இந்தியா

போன்: 04352449800

இத்தலத்திற்கு அருகில் உள்ள ஆலயங்கள்

1) குடவாசல் 4 கி.மீ
2) திருநாறையூர் 8 கி.மீ
3) திருச்சேறை 5 கி.மீ.
4) ஸ்ரீவாஞ்சியம் 8 கி.மீ.
5) திருதலையங்காடு 6 கி.மீ.
6) ஆலங்குடி 11 கி.மீ.
7) திருவீழிமிழலை 11 கி.மீ.
8) திருநாகேஸ்வரம் 12 கி.மீ.
9) திருக்கரவீரம் 12 கி.மீ

11

அருள்மிகு நாகநாத சுவாமி திருக்கோயில்

- ராகு ஸ்தலம்

"பொன்னேர் தருமே னியனே புரியும்
மின்னேர் சடையாய் விரிகா விரியின்
நன்னீர் வயனாகேச்சர நகரின்
மன்னே யெனவல் வினைமாயந் தறுமே"

என திருஞான சம்பந்தரால் பாடப் பெற்ற திருத்தலம் திருநாகேஸ்வரம் திருத்தலமாகும்.

வண்டமிழ் சோழ வளநாட்டில் அமைந்த தேவாரப் பதிகம் பாடல் பெற்ற 274 திருத்தலங்களில் 47வது திருத்தலம்.

திருநாகேஸ்வரம்

பெரிய புராணம் அருளிய சேக்கிழார் சுவாமிகளால் திருப்பணிகள் செய்யப்பட்ட திருத்தலம். விநாயகப் பெருமானும், சூரியரும், கௌதமரும், பராசரரும், வசிஷ்டரும், இந்திரனும், பிரம்ம தேவனும், பகீரதனும், ஆதி சேஷனும், தக்கனும், கார்க்கோடகனும், சௌனக முனிவரும் வழிபட்டு சிவபெருமானின் திருவருளைப் பெற்ற திருத்தலம்.

நாக அரசனாகிய இராகு பகவான் இத்தலத்திற்கு வந்து ஸ்ரீநாக நாதரை வழிபட்டதால் இது திருநாகேஸ்வரம் எனும் திருப்பெயரைப் பெற்றது.

மூலவர்: அருள்மிகு நாகநாதர்

உற்சவர்: அருள்மிகு நாகநாதர்

தாயார்: கிரிகுஜாம்பிகை தாயார்

தல விருட்சம்: செண்பக மரம்

தீர்த்தம்: சூரிய திருக்குளம்

தலச் சிறப்பு:

மூலவர் நாகேஸ்வரர் சுயம்பு மூர்த்தியாக திருவருள் புரிகின்றார்.

மூலவரை வழிபட்டு சாப விமோசனம் பெற்ற ராகுபகவான் இத்தலத்தில் தமது மனைவியர் நாக வல்லி, நாகக்கன்னியுடன் பரிகார மூர்த்தியாகத் திருவருள் புரிகின்றார்.

ராகு தோஷமுள்ளவர்கள் இவரைத் தரிசித்து பாலபிஷேகம் செய்தால் நாக தோஷமும்,

ராகு தோஷமும் நிவர்த்தியாகும் என்பது ஐதீகம்.

திருமணத்தடை விலக்கும் பரிகாரம்:

திருமணத்தடை, திருமணத் தோஷமுள்ளவர்கள்... மங்கள வரம் அருளும் இராகு பகவானுக்குப் பால் அபிஷேகம் செய்து வழிபட்டாலே போதும். தடைகளும், தோஷங்களும் விலகி விரைவில் திருமணம் கைகூடும் என்பது ஐதீகம்.

காலை 9.30 மணி முதல் 11.30 மணி வரையில், மாலை 5 மணிக்கும் இராகு பகவானுக்கு சிறப்பு அபிஷேகம் தினமும் நடைபெறுகிறது.

சிவராத்திரியிலும், இராகு பெயர்ச்சியிலும் சிறப்பு அபிஷேகம் நடைபெறுகின்றது.

இராகு பகவானின் அபிஷேகத்திற்காக ஆலயத்தில் அர்ச்சனை டிக்கெட் கிடைக்கும். உங்கள் பெயர், ராசி, நட்சத்திரம் சொல்லி சங்கல்பம் செய்து உங்கள் பெயரில் ஸ்ரீராகு பகவானுக்குச் சிறப்பு அபிஷேகம் செய்தாலே போதும். உங்கள் வாழ்வில் வளம் நிறையும். திருமணத் தடைகள் விலகும். குழந்தைப் பேறு கிடைத்திடும். இது கண்முன் நிகழும் நிஜமாகும்.

நீண்ட நாட்களாகத் திருமணத் தடையால் வருந்துபவர்கள் நாகேஸ்வரம் திருத்தலத்திற்குச் செல்லுங்கள். கும்பகோணத்திலிருந்து 6 கிலோ மீட்டர் தொலைவிலுள்ள நாகேஸ்வரத்தில் ஓர் இரவு தங்குங்கள். நாகேஸ்வரம் நகரில் தங்குவதற்கு எண்ணற்ற விடுதிகள் உள்ளன. ஓர் இரவு தங்கி விட்டு அதிகாலை எழுந்து சூரிய திருக்குளத்தில் நீராடி

விட்டு...முதலில் கிரிகுஜாம்பாள் தாயாரைத் தரிசியுங்கள். தாயாரின் சன்னதி நுழைவாயிலின் முன்பு யோக ராகுவும், யோக விநாயகரும் அருகருகே அருள்பாலிக்கின்றார்கள். கேது பகவானுக்கு அதிபதி விநாயகர் என்பதால் இராகு பகவானுக்கு அருகில் யோக விநாயகர் அமைந்தருள்கிறார். இந்த சக்திமிகு யோக நாயகர்களைத் தரிசித்தாலே போதும். ராகு, கேது தோஷங்கள் நிவர்த்தியாகும் என்பது ஐதீகம். யோக மூர்த்திகளைத் தரிசித்து விட்டு அருள்மிகு கிரிகுஜாம்பாள் தாயாரைத் தரிசிக்க வேண்டும்.

அமைவிடம்

கும்பகோணத்திலிருந்து காரைக்கால் செல்லும் வழித்தடத்தில் ஆறு கிலோ மீட்டர் தொலைவில் திருநாகேஸ்வரம் நகரில் அருள்மிகு ஒப்பிலியப்பர் திருக்கோயிலுக்கு அருகே இத்திருத்தலம் அமைந்திருக்கிறது.

பரிகாரம்:

தாயாரின் சன்னதியில் கிரிகுஜாம்பாள் அன்னையோடு ஸ்ரீலட்சுமி அன்னையும், ஸ்ரீசரஸ்வதி அன்னையும் இணைந்து முத்தேவியராகத் திருவருள் புரிவதால் வறுமை, வேலையின்மை, திருமணத் தடைகள் போன்றவைகள் விலகி செல்வமும், பதவியும், சிறந்த வேலை வாய்ப்பும், மங்கள வரமும் கிடைத்திடும் என்பது ஐதீகம்.

தாயாரின் திருமுகத்தைத் தரிசித்து விட்டு எம்பெருமான் ஸ்ரீநாகநாதரைத் தரிசிக்க வேண்டும். பிறகு ஆலயத்தின் இரண்டாம் பிரகாரத்தில் தென்மேற்கில் தனிச்சன்னதி கொண்டு அருள்பாலிக்கும் ஸ்ரீராகு பகவானுக்கு பாலாபிஷேகம் செய்திட வேண்டும். இதுதான் இத்தலத்தின் திருமணப் பரிகாரம்.

ஸ்ரீராகு பகவானின் கருணையினால் அவரைத் தரிசிப்பவர்களுக்கு யோகமும், பதவியும், தொழிலில் வளர்ச்சியும், திருமணப் பாக்கியமும், குழந்தைப் பேறும், ஆரோக்கியமும், வெளிநாட்டுப் பயண யோகமும் கிடைத்திடும் என்பது ஐதீகம்.

சுசீல முனிவரால் தமக்கு ஏற்பட்ட சாபம் நீங்க...ஸ்ரீநாகநாதரை வணங்கி சாப விமோசனம் பெற்ற ஸ்ரீஇராகு பகவான் தமது மனைவியர் ஸ்ரீசிம்ஹி ஸ்ரீசித்ரலேகாவுடன் மங்கள ராகுவாக அமர்ந்தருள்கிறார்.

தினமும் சிவபெருமானின் தரிசனத்திற்காக இத்தலத்தில் அருள்பாலிக்கும் ஸ்ரீராகு பகவான் ஸ்ரீநாகநாதரின் திருவருளோடு தன்னைத் தரிசிக்க வரும் பக்தர்களுக்கு மங்கள வரம் அருளுகின்றார்.

பொதுவாக மனிதத் தலை நாக உடலுடன் திருக்காட்சி தரும் ராகுபகவான் இத்தலத்தில் மனித உருவில் திருக்காட்சி தருவது சிறப்பு வாய்ந்ததாகும்.

தல வரலாறு:

சிவபெருமானின் மீது அளப்பறிய பக்தி கொண்ட சிவ பக்தரான பிருங்கி முனிவர், ஈசனைத் தவிர வேறு யாரையும் வணங்க மாட்டேன் என ஈசனின் திருநாமம் மட்டுமே சொல்லி... ஒவ்வொரு நொடியும் அவரது நினைவிலேயே வாழ்ந்து வந்தார். சக்தியைத் தொழாமல் சிவபெருமானை மட்டுமே ஒரு பக்தர் தொழுது வருவதை அறிந்த அன்னை...சிவபெருமானிடம் " ஐயனே நீர் சிவசக்தி ரூபராக...அர்த்தநாரீஸ்வரராக வடிவம் கொண்டு திருவருள் புரிய வேண்டும்" என கடுந்தவம் புரிந்தார். பார்வதி அன்னையின் தவத்திற்கு மனமிறங்கிய ஈசன் தன்னில் சரிபாதியைக் கொடுத்து உமையொருவரானார்.

அர்த்தநாரீஸ்வரர் வடிவம் உலகின் பல பகுதிகளில் அமைய வேண்டும் என அன்னை விரும்ப...அதன்படி இத்தலத்தில் அர்த்தநாரீஸ்வரர் திருவருள் புரிகின்றார்.

இராகு பகவான் வரலாறு:

சுசீலர் எனும் முனிவரின் மகனான சுகர்மன்...ஒரு காட்டின் வழியே சென்ற போது நாக அரசனான தக்ககன் அவனைத் தீண்டினான். இதனால் கோபம் கொண்ட முனிவர் தக்ககனை மனிதனாகப் பிறக்கும்படி சபித்தார். சாப விமோசனம் வேண்டி தக்ககன் காசிப முனிவரைத் தொழ...அவன் மீது கருணை கொண்ட காசிப முனிவர், "தக்கனனே...நீ பூலோகம் சென்று தென்புறத்தில் கும்பகோணம் நகருக்கு அருகே...லிங்க பிரதிஷ்டை செய்து தினமும் ஈசனை வழிபட்டு வந்தால் உமது சாபம் விலகும்" என அருளினார். அதன்படி பூமிக்கு வந்த தக்ககன் இத்தலத்தில் சுயம்புவாய் எழுந்தருளியிருக்கும் ஈசனை தினந்தோறும் பூஜிக்க... ஈசன் தக்ககனுக்கு சாப விமோசனம் தந்தருளினார்.

மீண்டும் நாக வடிவம் பெற்ற தக்ககன்...எம்பெருமானின் திருவுளம் மகிழும் விதமாக..."யாம் எமது மனைவியரோடு தினந்தோறும் மனித உருவில் உம்மைத் தரிசிக்க இத்தலத்தில் அமர்ந்தருள அனுமதி வேண்டும்" என ஈசனிடம் அனுமதி பெற்று இத்தலத்தில் யோக இராகுவாக...மங்கள இராகுவாக அருள்பாலிக்கின்றார் என்கிறது தல புராணம்.

நாக அரசனான தக்ககனுக்கு அருளியதால் எம்பெருமான் ஈசன் இத்தலத்தில் 'நாக நாதர்' எனும் திருநாமத்தோடு திருவருள் புரிகின்றார்.

ஆலய அமைப்பு:

திருநாகேஸ்வரம் திருத்தலம் கிழக்கு நோக்கி அமைந்திருக்கும் திருத்தலமாகும்.

நுழைவு தோரணம் சன்னதி தெரு அடுத்து 5 நிலை ராஜகோபுரம் பழமையோடு அமைந்திருக்கின்றது.

கிழக்கு மூன்றாம் திருச்சுற்றுப் பிரகாரத்தின் தென்புறத்தில் சூரிய தீர்த்தம் திருக்குளமும், வடபுறத்தில் கிழக்கு நோக்கி கிரிகுஜாம்பாள் அன்னையின் திருச்சன்னதியும் அமைந்திருக்கின்றன.

பிருங்கி முனிவருக்காக ஸ்ரீகிரிகுஜாம்பாள் அன்னையோடு ஸ்ரீசரஸ்வதி தேவியும், ஸ்ரீமகா லட்சுமியும் இணைந்து முப்பெரும் தேவியராக இத்தலத்தில் திருவருள் புரிகிறார்கள். ஆலயத்தின் முகப்பில் மங்கள ராகுவும் மங்கள விநாயகரும் பரிகார மூர்த்திகளாகத் திருவருள் புரிகின்றார்கள்.

இரண்டாம் நுழைவு ராஜகோபுரத்திற்கு முன்பாக கொடிமரமும், பலி பீடமும், நந்தி தேவரும் அமைந்தருள்கிறார்கள்.

ராஜகோபுரத்தின் தென்புறத்தில் ஸ்ரீகணபதி இரகசியம் சன்னதி அமைந்திருக்கின்றது

யந்திர வடிவில் ஸ்ரீகணபதியின் திருவடிவம் நம்மை ஆச்சரியமூட்டுகின்றது.

குளக்கரையின் முன்பாக மழுப்பொறுத்த விநாயகர் சன்னதி அமைந்திருக்கின்றது.

இரண்டாம் திருச்சுற்று பிரகாரத்தின்...தென் பிரகாரத்தில் குரு தட்சிணாமூர்த்தியின் திருச்சன்னதி அமைந்திருக்கின்றது.

தென்மேற்கில்...கிழக்கு நோக்கி...ஸ்ரீராகு பகவான் தமது மனைவியர் ஸ்ரீநாகவல்லி, ஸ்ரீநாக கன்னியோடு பரிகார மூர்த்தியாக திருவருள் புரிகின்றார்.

வடக்குப் பிரகாரத்தில் ஸ்தல விருட்சம் செண்பக மரம் அமைந்திருக்கின்றது.

முதல் பிரகாரம் எனும் மூலவர் சன்னதிக்குச் செல்ல...மூல மண்டபத்தின் வழியே செல்ல வேண்டும். ஆயிரம் ஆண்டுகளைக் கடந்த பழமையோடு...பிரமாண்ட கட்டிடக் கலையின் எழிலோடு மூல மண்டபம் அமைந்திருக்கின்றது. மூல மண்டபத்தில் நந்தி பகவான் அமர்ந்தருள்வதைத் தரிசித்து மகிழலாம்.

முதல் பிரகாரத்தின் தென் பிரகாரத்தில் ஸ்ரீசேக்கிழார் பெருமானும், சேக்கிழாரின் தாயார் ஸ்ரீஅழகாம்பிகையும், சேக்கிழாரின் சகோதரர் ஸ்ரீபாலறாவாயரும், நால்வர் பெருமான்களும், வீரமும்பு முனிவரும் திருக்காட்சி தருகின்றனர்.

தென்மேற்கில் உற்சவர் ஸ்ரீராகு பகவானின் திருச்சன்னதியும், ஸ்ரீசுயம்பு விநாயகரின் சன்னதியும் அமைந்திருக்கின்றது. மேற்குப் பிரகாரத்தில் வள்ளி, தெய்வானை சமேத சுப்ரமணியரின் திருச்சன்னதியும், ஸ்ரீசரஸ்வதி தேவி, ஸ்ரீமகாலட்சுமி தாயார், பஞ்சலிங்க மூர்த்திகளின் திருச்சன்னதியும் அமைந்திருக்கின்றன. மேற்குப் பிரகாரத்தில் அமைந்திருக்கும் குபேர தீர்த்தக் கிணற்றில் காசை காணிக்கையாக வேண்டுதல் செய்து போட்டால் லட்சுமி கடாட்சம் கிடைத்திடும் என்பது ஐதீகம்.

வடக்குப் பிரகாரத்தில் 63 நாயன்மார்களின் திவ்ய தரிசனத்தைக் கண்டு மகிழலாம். கிழக்கு திருச்சுற்று மகா மண்டபத்தில் ஸ்ரீகால பைரவரையும், ஸ்ரீகஜலட்சுமி அன்னையையும் ஸ்ரீஜேஷ்டா தேவியையும் தரிசித்து மகிழலாம். தெற்கு நோக்கி ஸ்ரீநடராஜப் பெருமானும், ஸ்ரீசிவகாசி அன்னையும் திருவருள் புரிகின்றார்கள். கிழக்கு நோக்கி அகிலம் காக்கும் சக்தியன்னை ஸ்ரீபிறையணி தாயாரின் திருச்சன்னதி அமைந்திருக்கின்றது. அன்னையரின் வலப்புறத்தில் எம்பெருமான் ஈசன் ஸ்ரீநாகநாதர் கிழக்கு நோக்கி சுயம்பு திருவடிவாய் திருவருள் புரிகின்றார்.

உலக உயிர்களைக் காத்தருளும் அருட்தெய்வம், கருணைநாதர் ஸ்ரீநாகநாதர் இராகுவைத் தன்னருகே அமர்த்தி அடியவர்களின் அல்லல்களை அகற்றி அருளாட்சி புரிகின்றார்.

ஸ்ரீநாக நாதரைத் தொழுவோம்...நலம் பல பெறுவோம்..!

முகவரி:

செயல் அலுவலர்,

அருள்மிகு நாகநாதர் திருக்கோயில்,

திருநாகேஸ்வரம், தஞ்சை மாவட்டம் 612 204

தமிழ்நாடு, இந்தியா.

Phone: 91 435 2463354

Mobile: 094434 89839

திருநீலக்குடி

12

அருள்மிகு மனோக்கியநாத சுவாமி திருக்கோயில்

செய்ய மேனியன் தேனொடு பால்தயிர்
நெய்ய தாடிய நீலக்குடியரன்
மைய லாய்மற வாமனத் தார்க்கெலாம்
கையி லாமல கக்கனி யொக்குமே

திருநாவுக்கரசர்

மூலவர் அருள்மிகு மனோக்கியநாத சுவாமி எனும் அருள்மிகு நீலகண்டர்

தாயார் அருள்மிகு அநூமஸ்த்தனியம்மன் எனும் அழகாம்பிகை

அருள்மிகு பக்தபீஷ்டதாயினியம்மன் எனும் தவக்கோலம்மை

தீர்த்தம் வன்னீலம்

தலமரம் பஞ்ச வில்வ மரம்

தலப்பெயர் பஞ்ச வில்வாரண்யம் (புராணப் பெயர்)

தென்னலக்குடி எனப்படும் திருநீலக்குடி

பாடியோர் திருநாவுக்கரசர்

வழிபட்டோர் மார்கண்டேயர், பிரம்மன், வருணன், காமதேனு மற்றும் தேவகன்னிகள்.

தலச்சிறப்பு

திருவாடுதுறை ஆதினத்திற்கு உட்பட்ட சிறப்புமிகு திருத்தலம் இது.

தஞ்சை மாவட்டத்திலுள்ள மிகப்பழமையான திருத்தலங்களில் இதுவும் ஒன்றாகும்.

தலம், மூர்த்தி, தீர்த்தம் ஆகிய மூன்றுடன் தேவாரப்பாடல்களையும் பெற்று சிறந்து விளங்கும் இத்தலம் ஒரு வரமருளும் புனிதத் திருத்தலமாகும்.

படைப்புக் கடவுளான பிரம்மன் தன்னால் தோற்றுவிக்கப்பட்ட ஊர்வசியின் பேரழகினைக் கண்டு விருப்பமுற்றதால் அச்செயலின் காரணமாய் உற்றபழி நீங்க இத்தலத்திற்கு வந்து சிவபெருமானைப் பூஜித்து... அப்பழி நீங்கப்பெற்றார்.

பிரம்மதேவரால் பூஜிக்கப்பட்ட லிங்கமூர்த்தி.. இத்தலத்தின் முன் மண்டபத்தின் தென்புறத்தில் தற்போது அருள்பாலிக்கின்றார். என்றும் இறவாவரம் பெற்ற மார்க்கண்டேயர் என்றும் பதினாறாக இருக்க இவர் பூஜித்து வந்த தலங்கள் பல உள்ளன. அவற்றுள் இப்பேற்றினை அவர் பெற்ற இடம் இத்தலமாகும். ஆதலினால் இதன் நன்றியாக மார்க்கண்டேயர் இங்கு சித்திரை

பெருவிழாவினைச் செய்து அதன் நிறைவாக சிவபெருமானைச் சிவிகையில் எழுந்தருளச் செய்து ஏழு தலங்களை வலம் வரச் செய்தார். இன்றும் இவ்விழா திருநீலக்குடி சப்த ஸ்தான ஏழூர் விழாவாகக் கொண்டாடப்பட்டு வருகின்றது. மார்க்கண்டேயரின் புனிதச் சிலை வெளி மண்டபத்தில் பிரம்மலிங்கம் அமைந்திருக்கும் மகாமண்டபத்தின் அருகே அமைந்தருள்கின்றது.

தேவர்கள் திருப்பாற்கடலைக் கடைந்தபோது அதில் தோன்றிய பொருள்களில் விரும்பியதைக் கொடுக்கும் தெய்வப் பசுவான காமதேனுவும் ஒன்றாகத் தோன்றியது. காமதேனு தேவேந்திரனின் உடமைப்பொருளாகும். இது ஒரு சமயம் வசிஷ்ட முனிவரால் தமக்கு ஏற்பட்ட சாபம் நீங்கும் விதமாக இத்தலத்தின் ஈசனைப் பூஜித்து சாப விமோசனம் பெற்றது.

இதுமட்டுமல்ல சப்தரிஷிகளும், தேவர்களும், பரத்துவாசரும், முனிவர்களும், தேவகன்னிகைகளும் வழிபட்டு திருநீலகண்டரின் திருவருளைப் பெற்று மகிழ்ந்த திருத்தலம் இது.

திருநாவுக்கரசர் திருநல்லூரில் திருவடி சூட்டப்பெற்ற பின்பு பல தலங்களைத் தரிசித்துக்கொண்டு திருவாரூர் செல்கையில் இத்திருத்தலத்திற்கு வந்து திருநீலகண்டேஸ்வரரைத் தொழுது பத்து பாடல்களை இயற்றினார். இந்தப் பதிகம் ஐந்தாம் திருமுறையில் திருக்குறுந்தொகையில் இடம்பெற்றுள்ளது.

தலவரலாறு

சாகாவரம் வேண்டி அமுதம் பெறுவதற்காக தேவர்கள் அனைவரும் திருப்பாற்கடலைக் கடைந்த போது அழிவினைத்தரும்

ஆலகால விஷமே முதலில் தோன்றியது. அதனைக் கண்டு தேவர்கள் மனம் வருந்தி என்ன செய்வதெனப் புரியாமல் திகைத்தனர். அப்போது உலகம் செழித்தோங்கவும் தேவர்கள் அனைவரும் அமரத்தன்மை பெறவும் சிவபெருமான் அந்த ஆலகால விஷத்தினைத் தாமே உண்டார். அதனைக் கண்ட பார்வதிதேவியார் துடிதுடித்து சிவபெருமானின் கண்டத்தினைத் தமது திருக்கரங்களால் பிடித்து விஷம் உள்ளே இறங்காவண்ணம் தடுத்தார். இதனால் பெருமானின் கண்டம் நீலவண்ணம் அடைந்து அவருக்கு திருநீலகண்டர் எனும் திருப்பெயர் உண்டாகக் காரணமாயிற்று. பார்வதி அன்னை சிவபெருமானின் கண்டத்தினைப் பிடித்து விஷம் உள்ளே இறங்காமல் தடுத்து விட்டாலும், விஷத்தின் அதிவீரியத் தன்மையினால் சிவபெருமான் சுயநினைவிழந்து தனது உடல்நலம் குன்றிக் காட்சியளித்தார். இதனால் உலகிலுள்ள அனைத்து ஜீவராசிகளும் செயலற்றுப் போயின. பூமியின் இயக்கம் நின்றது. மூவுலகமும் இருளடைந்து போயின. முக்கோடித் தேவர்களும் செய்வதறியாது திகைத்தனர். அதனைக் கண்ட பார்வதி அன்னை சிவபெருமானைச் சுயநினைவிற்குக் கொண்டு வருவதற்காக விஷத்தின் வெம்மையைக் குறைக்கும் விதமாக மூலிகைகளால் ஆன தைலத்தினை இறைவனின் திருமுடியில் வைத்து தமது

அமைவிடம்

கும்பகோணத்திலிருந்து திருநள்ளாறு செல்லும் வழித்தடத்தில் கும்பகோணத்திலிருந்து 12 கிலோ மீட்டர் தொலைவிலும், ஆடுதுறையிலிருந்து தெற்கே 3 கிலோமீட்டர் தொலைவிலும், திருநாகேஸ்வரத்திலிருந்து 7 கிலோ மீட்டர் தொலைவிலும் அமைந்திருக்கின்றது.

திருக்கரங்களால் தேய்த்து விஷத்தின் கொடுமையைக் குறைத்து எம்பெருமானை சுய நினைவடையச் செய்தார். இதனால் உலகின் இயக்கம் மீண்டும் இனிதே துவங்கியது. உலகிலுள்ள அனைத்து ஜீவராசிகளும் மகிழ்ச்சியடைந்தன. இச்சம்பவத்தினாலேயே இத்தலம் திருநீலக்குடி எனும் பெயர் பெற்றது.

ஆலய அமைப்பு

கிழக்கு நோக்கிய திருக்கோவில். ஆலயத்தின் முன்பு பிரம்மாண்டமான திருக்குளம் அமைந்திருக்கின்றது. மார்க்கண்டேய தீர்த்தம் எனும் இத்திருக்குளத்தில் நீராடி எம்பெருமானைத் தரிசித்தால் தீராத நோய்கள் நீங்கும், பூரண ஆயுள் கிடைத்திடும், சிரஞ்சிவி பதம் பெறலாம் என்பது ஐதீகம். அதுமட்டுமின்றி விசாக நட்சத்திரத்தன்று இத்திருக்குளத்தில் நீராடி எம்பெருமானைத் தரிசித்தால் ஆரோக்கியம் நிலைபெறும்.

கிழக்கு நோக்கிய நுழைவு மண்டபம்தான் பிரதான நுழைவாயில். நுழைவாயிலைக் கடந்து உள்ளே சென்றால் கிழக்கு உள்சுற்றுப் பிரகாரம் பழமையின் அடையாளத்தோடு வீற்றிருக்கின்றது.

கிழக்குப் பிரகாரத்தின் துவக்கத்தில் மகாமண்டப நுழைவாயிலின் முன்பு மூலவப் பெருமானை நோக்கி நந்திதேவர் அமர்ந்திருக்கின்றார். மற்ற தலங்களிலிருந்து வேறுபட்ட விதமாக நந்தி தேவர் வாயைச் சற்றே திறந்தபடி பற்கள் தெரிய நாக்கை சற்றே வெளியில் நீட்டியபடி கூரிய பார்வையோடு அமர்ந்திருப்பது அற்புதமான தோற்றமாகும்.

நந்தி தேவருக்குப் பின்பாக பலிபீடமும், கொடிமரமும் அமைந்திருக்கின்றன. இதன் வலப்பக்கம், பல்லக்கு மண்டபம் எனும் உற்சவ மண்டபமும் தென்கிழக்கில் மடைப்பள்ளியும், வடகிழக்கில் யாகசாலையும் அமைந்திருக்கின்றது. கிழக்குப் பிரகாரத்தின் வடதிசையில் வடக்குநோக்கி துர்காதேவியின் தனிச்சன்னதி அமைந்திருக்கின்றது.

இரண்டாம் பிரகாரம் எனும் மகா மண்டபத்திற்குள்

நுழைந்தால் கிழக்குப் பிரகார மண்டபத்தில் பைரவரும், நவகிரக மூர்த்திகளும், சூரியபகவானும், நால்வர் பெருமான்களும் அமைந்திருக்கின்றார்கள். தென்கிழக்கில் மார்க்கண்டேயரும், ஸ்ரீ பிரம்மதேவன் பூஜித்த பிரம்மலிங்கமும் அமைந்திருக்கின்றன. பிரம்மலிங்கேஸ்வரரை வணங்கினால் பிரம்மஹத்தி தோஷம் விலகும் என்பது ஐதீகம்.

தெற்கு உள்சுற்று பிரகாரத்தில் ஸ்ரீ தட்சிணாமூர்த்தியும், மேற்குப் பிரகாரத்தில் ஸ்ரீ கன்னிமூல கணபதியும், ஸ்ரீ மார்க்கண்டேய லிங்கமூர்த்தியும், ஸ்ரீபாலமுருகரும் வள்ளி தெய்வானை சமேத ஆறுமுகரும், காசி விஸ்வநாதரும், விசாலாட்சி அன்னையும் ஸ்ரீசரஸ்வதி தேவியும், ஸ்ரீ மகாலட்சுமி தாயாரும் அமைந்திருக்கின்றார்கள்.

வடக்குப் பிரகாரத்தில் தல விருட்சமான பலாமரம் அமைந்திருக்கின்றது.

தல விருட்சத்தின் அருகே சண்டிகேஸ்வரரின் சன்னதி அமைந்திருக்கின்றது. சண்டிகேஸ்வரரைத் தரிசித்துவிட்டு அடுத்ததாக தாயாரின் சன்னதிக்குச் சென்றால் அழகிய பழமையான மகாமண்டபம் ஆச்சரியமூட்டும் விதத்தில் அமைந்திருக்கின்றது.

இரு மூலவத் தாயார்களின் சன்னதி இம்மகாமண்டபத்தில் அமைந்திருக்கின்றன.

ஸ்ரீஅநூமஸ்த்தினியம்மன் எனும் அருள்மிகு அழகாம்பிகை அன்னையையும், ஸ்ரீபக்தபீஷ்டதாயினியம்மன் எனும் அருள்மிகு தவக்கோல அன்னையையும் தரிசிப்பது வாழ்வில் நமக்குக் கிடைத்தறியா பேறு எனலாம். மங்களத் திருமுகத்தோடு புன்னகை ததும்ப நின்ற வடிவில் அருள்பாலிக்கும் இத்தாயார்களைத் தரிசிப்பதால் நம் வாழ்வில் நினைத்த அத்தனையும் வெற்றியாகும் என்பது ஐதீகமாகும். அன்னைகளின் முன் வேண்டுதல் செய்தால் திருமணத்தடைகள் விலகும். கணவன் மனைவிக்குள் இருக்கும் பிணக்குகள் விலகி ஒற்றுமையும் மனமகிழ்வும் நிறைந்திடும்

என்பது இன்றைய நிஜமாகும்.

தாயார்களைத் தரிசித்துவிட்டு அருள்மிகு மனோக்கியநாத சுவாமி எனும் நீலகண்டேஸ்வரின் சன்னதிக்குள் சென்றால் அர்த்த மண்டபத்தில் மூலவருக்கு முன்பாக நந்திபகவான் அமர்ந்தருள்கின்றார்.

மூலவர் ஸ்ரீ நீலகண்டேஸ்வரர் கிழக்குத் திருமுகமாக சுயம்பு மூர்த்தியாக பேரானந்த எழில் வடிவமாக திருவருள் புரிகின்றார். பார்வதி அன்னையால் தைலாபிஷேகம் செய்யப்பட்ட மூலவர் என்பதால் இன்றும் நல்லெண்ணையில் அபிஷேகம் செய்யும்போது எல்லா எண்ணெயும் லிங்கப்பெருமானின் திருமேனியால் ஈர்க்கப்பட்டு விடுவது அற்புதமான நிகழ்வாகும்.

அபிஷேகத்தின் போது நல்லெண்ணை ஈர்க்கப்படாமல் இருக்க வஸ்திரம் சாற்றி அதன்மீது அபிஷேகம் செய்து எம்பெருமானின் திருமேனியில் பட்ட நல்லெண்ணை பக்தர்களுக்குத் தரப்படுகின்றன. ஈசனின் மேனியில் பட்டது. அப்புனித எண்ணெய் தீராத நோய்களையும் தீர்க்கும் மகத்துவம் நிறைந்தது.

அற்புதம்

சுயம்பு மூர்த்தியான மூலவருக்கு அபிஷேகம் செய்யப்படும் நல்லெண்ணெய் சிவலிங்கத்திற்குள் ஈர்க்கப்படும் அதிசயம்.

மார்க்கண்டேயர் திருநீலகண்டேஸ்வரரை வழிபட்டு என்றும் 16 எனும் சிரஞ்சிவி வரம் பெற்றமையால் சுவாமியைப் பல்லக்கில் எழுந்தருளச் செய்து ஏழூர் வலம் வந்து நல்லெண்ணை அபிஷேகம் செய்து வழிபடும் தலம்.

அப்பர் சுவாமியை சமணர்கள் கல்லுடன் கட்டி கடலில் போட, அப்பர் எம்பெருமானை நினைத்து பதிகம் பாட, கல் தெப்பமாக மாறி கடலில் மிதந்து கரை சேர்த்த அற்புதம் நிகழ்ந்த தலம்.

திருமணத்தடையுள்ளவர்களும், கணவன் மனைவிக்குள் கருத்து வேறுபாட்டால் பிரிந்து வாழும் தம்பதியரும் இத்தலத்திற்கு

வந்து எம்பெருமானை வணங்கினால்

கல்யாண பிராப்தியும், பிரிந்தவர் சேர்ந்து வாழும் பிராப்தமும் கிடைத்திடும் என்பது அனுபவ உண்மையாகும்.

திருமணத்தடை விலகும் பரிகாரம்

நீண்டநாட்களாக திருமணத்தடையாலும், தோஷத்தாலும் மனம் வருந்துபவர்கள் உடனே திருநீலக்குடி திருத்தலத்திற்கு பயணமாகுங்கள்.

கும்பகோணத்தில் தங்கிவிட்டு அதிகாலையில் திருநீலக்குடி சென்று, மார்க்கண்டேய தீர்த்தம் எனும் திருக்குளத்தில் நீராடி, எம்பெருமானைத் தரிசியுங்கள்

தூய நல்லெண்ணெய் வாங்கிச் சென்று உங்கள் பெயர், ராசி, நட்சத்திரம் சொல்லி சங்கல்பம் செய்து எம்பெருமானுக்கு நல்லெண்ணையால் தைலாபிஷேகம் செய்திடுங்கள். அபிஷேகத்தில் மனம் குளிரும் எம்பெருமான் உங்கள் உடலில் இருக்கும் தீவினை எனும் விஷத்தினைப் போக்கி நல்வாழ்வினையும், திருமண பாக்கியத்தினையும் தந்தருள்வார்.

முகவரி

கண்காணிப்பாளர்,
அருள்மிகு அழகாம்பிகை, தவக்கோலம்மை உடனுறை,
அருள்மிகு மனோக்கிய நாத சுவாமி திருக்கோயில்,
திருநீலக்குடி,
திருவிடைமருதூர் வட்டம்,
தஞ்சை மாவட்டம் 612108
தமிழ்நாடு, இந்தியா.
தொலைபேசி எண் 9659990747

திருநெல்லிக்காவல்

13

அருள்மிகு

நெல்லிவண நாதர் திருக்கோயில்

மூலவர்	:	அருள்மிகு நெல்லிவனநாதர் எனும் நெல்லிவனேஸ்வரர்
தாயார்	:	அருள்மிகு மங்களநாயகி
தலவிருட்சம்	:	நெல்லிமரம்
தீர்த்தம்	:	பிரம்ம தீர்த்தம்

தலச்சிறப்பு

திருமணத்தடை நீக்கும் திருத்தலம்.

குழந்தைபேறும், ஆரோக்கியமான வாழ்வும் தந்தருளும் திருத்தலம்.

மனக்குறைகளையும், கோபத்தையும் விலக்கிடும் திருத்தலம்.

சிவன் அம்பாள் என ஒரே மரம் இரண்டாக வளர்ந்திருக்கும் தலவிருட்சம் அமையப்பெற்ற திருத்தலம்.

சூரியபகவான் கண்ணொளி பெற்ற திருத்தலம்.

ஆலயஅற்புதம்

நாகதீர்த்தம், ரோக நிவாரண தீர்த்தம், சூர்ய தீர்த்தம், சந்திர தீர்த்தம் எனும் நான்கு திருக்குளங்கள் அமையப்பெற்ற இத்தலம் ஒரு தெய்வீகத் திருத்தலமாக விளங்குகின்றது.

மாசி மாதம் 18ம்தேதி முதல் 24ம் தேதி வரை மாலை 5 மணிக்கு சூரிய பூஜையாக மேற்கே மறையும் சூரியனின் ஒளிக்கதிர்கள் மூலவப் பெருமான் ஸ்ரீ நெல்லிவனநாதரின் லிங்கத் திருமேனியில் விழும் அற்புதம் ஒவ்வொரு ஆண்டும் நிகழ்கின்றது.

ஆண்டுதோறும் தை முதல் வெள்ளியன்று எம்பெருமானுக்கும் அம்பாளுக்கும் திருக்கல்யாண உற்சவம் நடைபெறுகின்றது. இத்தலத்தின் மூலவரையும், தாயாரையும் வாழ்வில் தரிசிக்கும் பேறு பெற்றவர்களால் மட்டுமே தரிசிக்க இயலும் என்பது ஐதீகம். மாங்கல்ய பிராப்தியும் குழந்தை பேரும் தந்தருளும் நெல்லிவனநாதருக்கு நெல்லிக்கனியில் அபிஷேகம் செய்தால் ஆயுள் அதிகரிக்கும். தீர்க்காயுள் கிடைத்தருளும் என்பது கண்முன் நிகழும் நிஜமாகும்.

தலவரலாறு

தேவலோகத்தில் உள்ள கற்பகம், பாரிஜாதம், சந்தனம், அரிசந்தனம், மந்தாரம் ஆகிய ஐந்து மரங்களும் வேண்டியதைத் தந்தருளும் ஆற்றல் உள்ளவை. இதனால், இந்த மரங்களுக்கு

மிகுந்த கர்வம் உண்டானது.

ஒருமுறை தூர்வாச முனிவரை மதிக்காமல் அவரின் சாபத்துக்கு இம்மரங்கள் உள்ளாக நேரிட்டது. நீங்கள் பூமியில் புளிக்கும் கனிகளைக் கொண்ட நெல்லி மரங்களாக மாறுங்கள் என தூர்வாச முனிவர் சாபமிட.. இதனால், அதிர்வுற்ற அவ்வனத் தேவர்கள் தூர்வாசரிடம் ஐயா, எங்கள் பிழையை மன்னித்தருளி.. மீண்டும் நாங்கள் சாப விமோசனம் பெற்று தேவலோகம் செல்லவும், நெல்லி மரமாக உருமாறும் எங்களின் அருமையைப் பூலோகத்தினர் அறியவும் அருள்புரிவீராக என்று வேண்டுதல் செய்தனர். இதனால், மனமிரங்கிய தூர்வாசர் ஈசனிடம் முறையிட.. சிவபெருமான் நீங்கள் பூலோகத்தில் நெல்லி மரமாக உருமாறியதும் யாம் உங்கள் முன் தோன்றுவேன் என அருளுரைத்தார். அதன்படி.. இத்திருத்தலம் அமைந்த திருநெல்லிக்காவலில் தல விருட்சமாக நெல்லி மரம் அமைய.. அம்மரத்தின் அடியில் சுயம்புலிங்க மூர்த்தியாக சிவபெருமான் தோன்றியருளினார்.

அதன்பின், ஐந்து தேவமரங்களும் இறைவனுக்குத் தொண்டு செய்த பின்பு தேவலோகம் சென்றன. அவற்றின் வழியாக வந்த நெல்லி மரங்கள் பலநூறு ஆண்டுகளாக எம்பெருமான் நெல்லிவன நாதருக்கு நிழல் தந்து தொண்டு செய்யும் பாக்கியத்தைப் பெற்றன என்பது தலவரலாறாகும்.

கோயில் தோன்றிய விதம்

திருவாரூரில் வாழ்ந்த சிவபக்தர் ஒருவர் இத்தலம் வந்து இறைவனைத் தரிசித்தார். அப்போது அங்கு கொடிய மிருகங்கள் அனைத்தும் ஒற்றுமையாய் இருப்பதையும், தேவகணங்கள் நாள்தோறும் வந்து இறைவனைத் தரிசித்துவிட்டு பொழுது விடிவதற்கு முன் சென்று விடுவதையும் பார்த்து சோழ மன்னனிடம் தெரிவித்தார்.

அமைவிடம்

திருவாரூரிலிருந்து திருத்துறைப்பூண்டி செல்லும் வழித்தடத்தில் நான்கு ரோடு எனும் நிறுத்தத்திற்கு மேற்கே மூன்றாவது கிலோமீட்டரில் திருநெல்லிக்காவல் எனும் சிற்றூரில் அமைந்திருக்கின்றது. திருவாரூரிலிருந்து திருத்துறைப்பூண்டி செல்லும் ரயில் மார்க்கத்தில் திருநெல்லிக்காவல் எனும் ரயில் நிலையம் அமைந்துள்ளது. இந்த ரயில் நிலையத்திலிருந்து அரை கிலோ மீட்டர் தொலைவில் நெல்லிவனநாதர் திருத்தலம் அமைந்திருக்கின்றது.

சோழ மன்னன் மகிழ்ச்சியடைந்து அந்தத் தலத்தைப் பார்த்து அங்கிருந்த காடுகளை அழித்து, நகரமாக்கி பெரிய கோயிலைக் கட்டினான். இங்கு கோயிலைக் கட்டியதால், சோழ மன்னனும் பிற்காலத்தில் ஆமலகேச சோழன் என அழைக்கப்பட்டான்.

ஆமலகேச சோழனின் மகன் உத்தம சோழன். இவனது

மனைவி பதும மாலை. இவர்களுக்கு நெடுங்காலமாகப் புத்திர பாக்கியம் இல்லை. இருவரும் இத்தலம் வந்து இறைவனிடம் வேண்டினார்கள். அப்போது அன்னை மங்களநாயகியே 3 வயது பெண்ணாக வடிவம் கொண்டு மன்னனின் மடியில் வந்து அமர்ந்தாள். மன்னன் மகிழ்ச்சியடைந்து அவளை மங்களநாயகி எனப் பெயரிட்டு வளர்த்து வந்தான். உத்தம சோழனின் மறைவுக்குப் பின் தாயார் வளர்ப்பில் மங்கள நாயகி பருவப்பெண்ணாக வளர்ந்தாள். ஒரு சமயம் மங்கள நாயகி திருவாரூர் கோவிலில் தரிசனம் செய்து கொண்டிருந்தபோது வரும் ஆவணி திங்கள் முதலாம் வெள்ளியில் திருநெல்லிக்காவல் வந்து உன்னைத் திருமணம் செய்வோம் என்று இறைவனின் திருவாய்மொழி கேட்டு ஆச்சரியமும் மகிழ்ச்சியும் அடைந்தாள்.

ஆவணி முதல் வெள்ளியில் தேவர்கள் சூழ வேதமந்திரங்கள் ஒலிக்க மங்களநாயகிக்கு மாலை சூடி மாங்கல்யம் அணிவித்து திருமணம் செய்து கொண்டார். மேற்குப் பார்த்த இத்தலத்தில் ஆண்டுதோறும் மாசி 18 முதல் ஒரு வார காலத்திற்கு மாலைவேளையில் சூரிய ஒளிக்கதிர்கள் இங்குள்ள மூலவர் மீது பட்டு சூரிய பூஜை நடக்கும். பிறத்தல், தரிசித்தல், நினைத்தல், இறத்தல் முதலியவைகளால் வெவ்வேறு இடங்களில் கிடைக்கும் புண்ணியப் பயன்கள் அனைத்தும் இந்த ஒரே தலத்தில் கிடைத்துவிடும்.

கோவில் அமைப்பு

மேற்கு நோக்கிய சன்னதி. தென்புறத்தில் பிரம்மதீர்த்தம்.

5 நிலை ராஜகோபுரத்திற்கு முன்பாக நந்திதேவர் மண்டபம், கொடிமரம், பலிபீடம் அமைந்திருக்கின்றன.

உள்சுற்று பிரகாரம் பழைமையின் அடையாளத்துடன் வீற்றிருக்கின்றன. உள்சுற்றுப் பிரகாரத்தின் வடமேற்கில் நால்வர் சன்னதி, மகாலட்சுமி தாயார் சன்னதி, பிள்ளையார் சன்னதி, சுப்பிரமணியர் சன்னதிகளும் வடமேற்கில் சனீஸ்வரர் சன்னதியும் அமைந்திருக்கின்றன. வடக்குப் பிரகாரத்தில் அமைந்திருக்கும்

ஆதிமூலவர் சன்னதி ஆயிரம் ஆண்டுகளைக் கடந்த பழமையோடு வீற்றிருக்கின்றது. ஆதிமூலவருக்கு நிழல் தரும் விதமாக தலவிருட்சம் நெல்லி மரம் அமைந்திருக்கின்றது. கிழக்குப் பிரகாரத்தில் பைரவரும், சண்டிகேஸ்வரரும், துர்கையும், ஸ்ரீசூரியபகவானும் அமைந்தருள்கின்றனர். தெற்கில் தெட்சிணாமூர்த்தியும் நர்த்தன கணபதியும் அருள்பாலிக்கின்றனர். கருவறை மண்டபத்தில் தெற்கு நோக்கி அன்னை மங்களநாயகியும் கிழக்கு நோக்கி ஸ்ரீநெல்லிவனநாதரும் திருவருள் புரிகின்றனர்.

திருமணத் தடை விலகும் பரிகாரம்

மிக எளிதானது... நெல்லிக்கனியை இரண்டு மூன்று படிகள் வாங்குங்கள். நேரே நெல்லிக்காவல் சென்று ஸ்ரீநெல்லிவனநாதரின் முன்பு உங்கள் வேண்டுதலைச் சொல்லி சங்கல்பம் செய்து நெல்லிக்கனி அபிஷேகம் செய்திடுங்கள். உங்கள் வாழ்வில் ஒளி பிறக்கும், திருமணம் கைகூடும்.

முகவரி

அருள்மிகு நெல்லிவன நாதர் திருக்கோயில்
நீடாமங்கலம்
திருவாரூர் வட்டம் 610205
தொலைபேசி எண் 914369237507
914369237438.

திருப்பனந்தாள்

14

அருள்மிகு

செஞ்சடையப்பர் திருக்கோயில்

பெண்கள் ஒவ்வொருவர் வாழ்விலும் இன்றியமையாத நிகழ்வு திருமணம். பிறந்ததிலிருந்து தாய், தந்தை, சகோதர உறவைச் சார்ந்து வாழும் பெண்.. திருமணமான நொடியிலிருந்து தனது கரம் பிடித்தவனின் குடும்பத்திற்காகத் தனது வாழ்வை அர்ப்பணிக்கத் துவங்குகிறாள்.

அப்புதிய உறவு அப்பெண்ணிற்கு மனநிறைவானதாகவும், சந்தோஷமானதாகவும், இனி இந்த நிமிடம் முதல் ஆயுள் உள்ளவரை தம்மை அரவணைக்கும், பாதுகாக்கும், போற்றிப் புகழும் வண்ணம் அமைந்திட வேண்டும் என்பதே ஒவ்வொரு பெண்ணின் ஆசையும், ஏக்கமும், கனவுமாகும்.

இக்கனவு, ஆசை, நிறைவேற வேண்டுமானால், கண்டிப்பாக ஒவ்வொரு பெண்ணும் திருப்பனந்தாள் நாகக்கன்னிகை திருக்குளத்தில் நீராடி.. செஞ்சடையப்பப் பெருமானையும், பெரியநாயகித் தாயாரையும் ஒரு முறையாவது தரிசிக்க வேண்டும் என்பது ஐதீகம்.

உங்கள் வாழ்வில் மனத்திற்கேற்ற துணையும், துணைவரும், சிறந்த புகுமனையும் அமைந்திட வாருங்கள் திருப்பனந்தாள் அருள்மிகு செஞ்சடையப்பரைத் தரிசிக்க.

தலச் சிறப்பு

ஊரின் பெயர்: திருப்பனந்தாள்

கோவிலின் பெயர்: தாடகை ஈச்சுரம்

(தருமபுரம் ஆதினத்திற்கு உட்பட்ட திருத்தலம்)

சுவாமி: அருணஜடேஸ்வரர் எனும் செஞ்சடையப்பர்

அம்மன்: பிரகன் நாயகி எனும் பெரிய நாயகி

பலன்கள்:

திருமணத் தடைகள் அகலும்

திருமணம் விரையில் கைகூடும்

பொய் சொன்ன தோஷம் போகும்

பிரம்ம சாப நிவர்த்தி கிட்டும்

நவகிரக தோஷங்கள் விலகும்

புத்திர பாக்கியம் கிடைத்திடும்

நாகதோஷங்கள் நீங்கும்

குரு தோஷங்கள் விலகும்

ஞானமும் கல்வியும் கிடைத்திடும்

சந்திர தோஷம் விலகும்

அருகிலுள்ள திருத்தலங்கள்:

ஆதி குரு அமைந்திருக்கும் திருலோகி

சண்டீசனுக்கு அருள் செய்த திருவாப்பாடி

சுக்ர தோஷம் நீக்கும் திருவள்ளியங்குடி

தலம் உருவான வரலாறு

புராண காலத்தில் பனைமரக்காடாய் இருந்த இத்தலத்தில் சுயம்பு மூர்த்தியாக வீற்றிருந்த எம்பெருமானை அச்சம், மடம், நாணம், பயிர்ப்பு எனும் உத்தம குணங்களுக்குச் சொந்தக்காரியாக இருந்த ஒரு தாடகை தினந்தோறும் மலர் மாலைகள் சூட்டி பவித்திரமாகப் பூஜித்து வந்தாள்.

கோவிலைத் தூய்மையாக வைத்திருப்பது முதல்.. திருமஞ்சனம் செய்து அர்ச்சனை செய்வது என பூசைகளை மிகவும் நேர்த்தியாகச் செய்து மனம் நிறைவாள்.

ஒருநாள் லிங்க மூர்த்தியான எம்பெருமானுக்கு மாலை சாற்ற முனைந்தபோது அவளது மேலாடை சற்றே நழுவியது. உடல் உறுப்புகள் தெரிய மாலை சாற்றுவது அபச்சாரம் என.. மேலாடையை ஒரு கையால் இறுகப் பிடித்தபடி மாலை சாற்ற முயன்றாள். அப்போது பக்கவாட்டில் ஆடையைப் பிடித்தமையால் ஒரு கையின் நீளம் குறைய லிங்க மூர்த்தியின்

திருவடிவம் எட்டாமல்.. மாலை சாற்ற சிரமப்பட்டாள்.

தனது பக்தையின் நிலை உணர்ந்த லிங்கமூர்த்தி, அவளது பக்திக்கு தலைசாய்க்கும் விதமாக.. தனது பாணப்பகுதியை சற்றே முன்னோக்கிக் குனிய.. தாடகை மகிழ்ந்து மாலை சாற்றினாள்.

லிங்கமூர்த்தி தனது பக்கம் சாய்ந்ததில் முதலில் சந்தோஷமடைந்த அப்பெண்.. அடுத்து மற்றொரு முறை இப்படி நிகழ்ந்தால் மீண்டும் ஈசன் தலைசாய வேண்டி வருமே என.. நினைத்து வருந்தினாள்.

உடனே ஈசனை நோக்கி தவமிருந்து.. பூஜா காலத்தில் எந்த இடையூறும் ஏற்படாமல் பூஜிப்பதற்காக.. தமக்கு பதினாறு கரங்கள் வேண்டும் எனக் கேட்க.. ஈசன் அவ்வாறே அருளி.. அத்தாடகைக்கு மனமகிழ்வைத் தந்தார் என்கிறது தலபுராணம்.

அமைவிடம்

கும்பகோணத்திலிருந்து சென்னை செல்லும் சாலையில் சோழபுரத்திற்கும் அணைக்கரைக்கும் இடையில் அமைந்துள்ளது.

இச்செய்தியை அந்தச் சோழமன்னர்.. தலைசாய்ந்த லிங்கத்தை நேர்படுத்த.. யானை..குதிரை..காலாட்படைகள் சூழ இத்தலத்திற்கு வந்து.. லிங்கத்தின் வளைவை நிமிர்த்த முயற்சிக்க.. சிவபெருமான் சற்றும் வளைந்து கொடுக்கவில்லை.

இதனை அறிந்த குங்குலியக் கலையனார்.. தான் நிமிர்த்துகிறேன் என இத்தலத்திற்கு வந்து ஒரு நீண்ட நார் கயறின் ஒரு முனையைத் தனது கழுத்தில் கட்டிக்கொண்டு.. அடுத்த முனையை வளைந்த லிங்கத்தில் கட்டிவிட்டு .. அதன் எதிர்புறமாக இருந்து.. வளைவை நிமிர்த்த முயற்சித்தார். அழுத்தம் அதிகரிக்க.. அதிகரிக்க.. கலையனாரின் கழுத்து

முடிச்சு இறுக்கமாகி மூர்ச்சையாகும் அளவிற்கு இறுக்கம் அதிகமானது.

அச்சிவத்தொண்டரின் பக்திக்கு மனமிரங்கிய ஈசன், சற்றே நிமிர்ந்தார். கலையனாரும், சோழமன்னரும்.. ஊரும், உலகும் மனம் மகிழ்ந்து ஆனந்த கூத்தாடியது.

நுண்ணிய ஒருமை அன்பின் நார் உறு பாசத்தாலே
திண்ணிய தொண்டர் கூடி இளைத்த பின் திறம்பி நிற்க
ஒண்ணுமோ கலயனார்தம் ஒருப்பாடு கண்டபோதே

என அந்நிகழ்வை சேக்கிழார் மிக அழகாக வர்ணிக்கின்றார்.

யார் அந்தத் தாடகை?

செஞ்சடையப்பரை வழிபட்ட அத்தாடகை கம்பராமாயணத்தில் ராமனால் வதம் செய்யப்பட்ட அரக்கியான தாடகையல்ல. இவள் சைவவாச்சார்யர் குலத்தைச் சார்ந்த பெண். தேவ உலகில் பலவகையானவர்கள் வாழ்கிறார்கள். கின்னரர், கிம்புருடர், யக்ஷர் எனப்படும் இயக்கர் முதலானவர்கள் இருக்கின்றார்கள். இதில், அத்தாடகை யக்ஷிணி எனும் இயக்கியாவாள்.

உமாதேவி, சிவபெருமானிடம் மந்திர உபதேசம் பெற்ற திருத்தலமான கயிலையில் ஒருநாள் உமாதேவிக்கு ஈசனிடம் மந்திர உபதேசம் பெற வேண்டும் எனும் ஆர்வம் ஏற்படவே.. சுவாமி.. பெரும் பதவி தரக்கூடிய தலம் எது? என்று சிவபெருமானிடம் கேட்டார். அதற்கு ஈசன், தென்னகத்தில் பனைமரங்கள் அடர்ந்த தாலவமைவான திருப்பனந்தாளுக்குச் சென்று இரு.. உனக்கு யாம் அருள் செய்வோம் என்றார்.

அதன்படி உமாதேவியார் இத்தலத்திற்கு வந்து இடைவிடாது சிவபெருமானைத் துதிக்க.. எம்பெருமான்.. உமாதேவியாரின் முன்பு தோன்றி.. பஞ்சாட்சரத்தை உபதேசித்ததுடன்.. சைவ சித்தாந்த நுட்பங்கள் அனைத்தையும் கற்பித்தார். அத்துடன், தேவியே, மெய்ஞானமே உன் வடிவம். நீ பூர்வ திசையைப் பார்த்தபடி நம் வலப்பாகத்தில் இருப்பாயாக. உம்மை இத்தலத்தில் வணங்குபவர்களுக்கு.. ஞானம் கிடைத்திடும்.. திருமணம் கைகூடும், புத்திரப்பேறு வாய்க்கும் என அருள்புரிந்தார்.

அதன்படி, இத்தலத்தின் அன்னை பெரிய நாயகியின் முன்

கரம் குவித்தால் செல்வம், ஞானம், புகழ் எல்லாமும் நம் வாழ்வில் குவிந்திடும் என்பது ஐதீகம்.

நாககன்னிகை திருக்குளத்தின் வரலாறு

நாகலோகத்திலுள்ள.. பணவன், நந்தன், வாசுகி, கார்கோடகன், பத்மன், ரட்சகன், குளிகன், சங்கன் எனும் எட்டு நாகங்களில் ஒருவரான வாசுகி எனும் நாகராஜாவின் மகள் சுமதி.

அழகில் சிறந்த ஆரணங்கு.. குங்குமச்சாந்து தடவப்பெற்ற நகில்களை உடைய அந்நாகக்கன்னிகைக்குத் திருமணப்பருவம் வந்தது.

அவளை மணம் முடிக்க வந்தார்கள் அழகிய அரசர்கள் பலர். ஆனால், அந்த அழகுக் கன்னிகைக்கு திருமணத்தில் விருப்பமில்லாததால் பிடிவாதமாக வருகின்ற வரன்களை எல்லாம் தவிர்த்தாள்.

இதனால், வருத்தமுற்ற வாசுகி.. ஈசனிடம் தன் மகளின் பிடிவாதத்தை மாற்றும்படி வேண்டுதல் செய்தார்.

ஒருநாள் சுமதியின் கனவில் ஈசன் வந்தார்.

நங்கையே நின் பூசையில் மகிழ்ந்தோம்.. பூலோகத்தில் பனசை எனும் இடத்திற்குச் சென்று எமக்கு நீ.. விரதமிருந்து பூசை செய்க.. என்று அருளினார். வாசுகியின் வாழ்த்துதலோடு பூலோகம் வந்த சுமதி.. திருப்பனந்தாள் எனும் இத்தலத்தின் மகாத்மியங்களை முதலில் தெரிந்து கொண்டாள். பிறகு, புண்ணிய தீர்த்தங்களில் நீராடினாள், திருவெந்நீறு அணிந்தாள். ருத்திராட்சம் பூண்டாள். இடைவிடாமல் பூஜைகள் செய்ய ஆரம்பித்தாள்.

அப்போது, அகத்திய மாமுனிவரின் அருளின்படி அரித்துவசன் எனும் மன்னன், செஞ்சடையப்பரைத் தரிசிக்க இங்கே வந்தான். இத்தலத்தில் மூன்று வருடமாக.. பரம பவித்ரமாக ஈசனுக்குப் பூஜை செய்து வரும் நாகக்கன்னியான சுமதியின் பக்தியிலும், அழகிலும் ஈர்ப்பு கொண்டான்.

தனது விருப்பத்தை சுமதியிடம் சொன்னான். அவனது அழகிலும், அன்பிலும் பிடிவாதம் தளர்ந்த சுமதி.. அரித்துவசனை மணம் முடிக்க விரும்பினாள்.

இருவரும் நாகலோகம் சென்று வாசுகியின் வாழ்த்தோடு திருமணம் முடித்து.. இத்தலத்திற்கு வந்தனர்.. தனது பிடிவாதத்தைத் தளர்த்தி.. திருமணம் புரிந்திட அருளிய செஞ்சடையப்பரை வணங்கி.. இங்கே தனது பெயரில் இத்திருக்குளத்தை சுமதி உருவாக்கினாள். அரித்துவசன் பெரும் விழா எடுத்து ஈசனின் அருளைப் பெற்றான் என்கிறது தலபுராணம்.

நாகக்கன்னிகையான சுமதி உருவாக்கிய திருக்குளத்தில் நீராடி ஈசனைத் தொழுதால் திருமணத்தடைகள் விலகி ஓடும் என்பது ஐதீகம்.

கோவிலின் அமைப்பு

திருப்பனந்தாள் பஸ் நிறுத்தத்திலிருந்து சற்றுதூரம் நகர்ந்தால் கிழக்கில் சன்னதித்தெரு வருகின்றது. அத்தெருவின் விளிம்பில் மேற்கு நோக்கிய 5 நிலை ராஜகோபுரம் நம்மை வரவேற்கின்றது.

அந்த ராஜகோபுரத்தின் வழியே ஆலயத்தினுள் சென்றால், இரண்டாம் பிரகாரம் கம்பீரமாகவும், பழமையின் அடையாளத்தோடும் அமைந்திருக்கின்றது.

மேற்கு இரண்டாம் பிரகாரத்தின் வடதிசையில் நாகக்கன்னிகை திருக்குளம் பலநூறு ஆண்டுகளின் பழமையோடு வீற்றிருக்கிறது.

இரண்டாம் பிரகாரத்தின் கிழக்குத் திசையில் கிழக்கு வாயில் ராஜகோபுரம் அமைந்திருக்கின்றது.

முதல் பிரகார நுழைவு மண்டபத்தைக் கடந்து உள்ளே சென்றால், வௌவால் நெற்றி மண்டபம் செட்டிநாட்டு மன்னர்களின் பங்களாக்களில் காணப்படும் மரவேலைபாடுகளுடன் அழகு மிளர அமைந்திருக்கின்றது.

இம்மண்டபம் சரபோஜி மாமன்னரின் காலத்தில் கட்டப்பட்டதாம். இரண்டாம் பிரகாரத்தின் கிழக்கே.. தாயார் சன்னிதியின் நுழைவாயில் இருக்கின்றது.

அச்சன்னதிக்கு எதிரே ஸ்தல விருட்சமான பனை மரங்களும் பனையடி செஞ்சடையப்பர் சன்னதியும் அமைந்திருக்கின்றன.

தெற்குப் பிரகாரத்தில் ஆண்ட விநாயகர் சன்னதி அமைந்திருக்கின்றது. மூலவர் பிரகாரத்திற்கு முன்பாக, ஆஸ்தான மண்டபமும், அதற்கடுத்து, கருவறை பிரகாரத்தின் சுற்று மண்டபமும்.. இன்றும் பழமை மாறாமல் தெய்வீகமாக அமைந்திருக்கின்றது.

ஈசன்.. அருள்மிகு செஞ்சடையப்பர் மேற்கு நோக்கியும், தாயார் பெரிய நாயகிதேவி கிழக்கு நோக்கியும் திருவருள் புரிகின்றார்கள்.

திங்கட்கிழமைகளில் நாகக்கன்னிகை திருக்குளத்தில் நீராடி செஞ்சடையப்பரை வழிபட்டால் கேட்டது கிடைக்கும்.

திங்கட்கிழமைகள் மற்றும் மாசி மாசத்துச் சதுர்த்திகளில் செஞ்சடையப்பரை வழிபட்டால் சந்திரதோஷம் நீங்கும்.

கார்த்திகை ஞாயிறுகளில் நாகக்கன்னிகை தீர்த்தத்தில் நீராடி அம்பாளையும், ஈசனையும் தரிசித்தால், நாகதோஷம் விலகும்.

சூரியன் மீன மாதத்தில் ஈசனை வணங்கி தோஷ பரிகாரம் பெற்றதால், பங்குனி மாதத்தில் வரும் ஞாயிற்றுக்கிழமைகளில் செஞ்சடையப்பரை வணங்கினால் சூரியதோஷம் அகலும்.

ஆவணி அமாவாசையில் செஞ்சடையப்பரை வணங்கி, பால் அபிஷேகம் செய்து பதினொரு அமாவாசைகள் எம்பெருமானுக்கு மாலை சாற்றி வழிபட்டால் சகல தோஷங்களும் விலகும். திருமணம் கைகூடும்.

முகவரி:

அருள்மிகு அருணஜடேஸ்வரர் திருக்கோயில்
திருப்பனந்தாள் - 612 504
திருவிடை மருதூர் வட்டம்
தஞ்சை மாவட்டம், தமிழ்நாடு, இந்தியா.
போன் 04352 456422

திருப்பாற்கடல்

15

அருள்மிகு பிரசன்ன வெங்கடேசப் பெருமாள் திருக்கோயில்

ஸ்ரீ திருமால், நாராயணர் வீற்றிருக்கும் ஸ்ரீ வைகுண்ட திருத்தலத்திற்கு முந்தைய பூலோகத் திருத்தலம் ஸ்ரீ திருப்பாற்கடல் திருத்தலமாகும்.

வைணவ திருத்தலங்களில் 107வது திவ்ய தேசமான இத்தலம் கலியுகத்தின் இறையருளின் சாட்சியாக வீற்றிருக்கின்றது.

சுமார் ஆயிரத்து ஐநூறு ஆண்டுகளுக்கும் பழமையான தொன்மையான இத்திருத்தலத்தில் வைகுண்ட ஏகாதசி தரிசனத்திற்கு அளவில்லா புண்ணியம் தந்தருளும் திருத்தலமாகும்.

சிறப்பு

திருமண வரம் அருளும் திருத்தலம்.

தீராத நோய்களையும் தீர்த்து வைக்கும் கருடாழ்வாரின் அருள் நிறைந்த திருத்தலம்.

அருகருகே ஸ்ரீபிரசன்ன வெங்கடேசப்பெருமாளின் திருத்தலமும் ஸ்ரீரங்கநாதப் பெருமாளின் திருத்தலமும் அமையப் பெற்ற சக்தித் தலம்.

சிவபெருமானும் திருமாலும் இணைந்து பிரசன்ன வெங்கடேசப் பெருமாளாக திருவருள் புரியும் திருத்தலம்.

செவ்வாய் தோஷத்திற்குப் பரிகாரம் அளித்திடும் திருத்தலம்.

தலவரலாறு:

ஸ்ரீ திருமாலின் நாபிக்கமலத்திலிருந்து அவதரித்த பிரம்மா அஹங்காரத்தால் எம்பெருமானை சாக்ஷாத்கரிக்க முடியாமல் போகவே.. பூலோகத்திற்கு வந்து சத்திய விரதம் என்று சொல்லக் கூடிய காஞ்சிபுரம் க்ஷேத்திரத்தில் சதுர்முக பிரம்மதேவன் அஸ்வமேத யாகத்தால் பகவானைச் சேவிக்கும் காலத்தில் சில ரிஷிகளும் அவருடன் யாகத்தில் பகவானைச் சேவித்தனர். அதில் புண்டரீக மகரிஷி ஸ்ரீதிருமாலைத் தரிசிக்கும்விதமாக இந்தத் தலம் அமைந்திருக்கும் கிராமத்திற்கு வந்தார். இத்தலத்தின் எதிரேயிருக்கும் திருக்குளத்தில் நீராடிவிட்டு உள்ளே சென்றவர். இச் சன்னதியில் சிவலிங்கமும், ஆவுடையாரும் இருப்பதைக் கண்டார். திருமாலின் பக்தரான அவர், திருமாலைத் தேடி வந்தோம்.. அவரைக் காண முடியவில்லையே என வருத்தத்துடன் திரும்ப, அவரின் எதிரே வயோதிகரின் உருவில் சிவபெருமான் தோன்றி.. ``நீர் பார்த்தது பெருமாள் சன்னதிதான்'' எனக்கூறி... புண்டரீக மகரிஷியை இத்தலத்திற்குள் மீண்டும் அழைத்துச் சென்றார். அங்கே ஒரு விஷ்ணு பக்தனின் வருத்தம் போக்கும் விதமாக புண்டரீக மகரிஷிக்காக சிவபெருமானே மகாவிஷ்ணுவாக திருக்காட்சி தந்தார்.

``இன்று முதல் நீர் புகுந்த இந்த இடம் பெருமாள் சன்னதி யாகட்டும்'' என அருளினார்.

ஆவுடையார் மேல் பிரசன்னப் பெருமாளாக எழுந்தருளினார். புண்டரீக மகரிஷிக்கு மோட்சம் தந்தருளினார்.

ஆவுடையாரின் மீது சிவவிஷ்ணு ரூபமாக திருமால் திருக்காட்சி

தருவதால் ஸ்ரீ பிரசன்ன வெங்கடேசப் பெருமாள் எனும் திருநாமத்தோடு அருள்புரிகின்றார்.

108 திவ்யதேசங்களில் 107வது திவ்ய தேசமான திருவருள் புரியும் இத்தலத்தைத் தரிசித்தால் எம்பெருமானின் திருப்பாற்கடலைத் தரிசித்த பலனைத் தரும் என்பது ஐதீகம்.

ஆலய அமைப்பு:

கிழக்கு நோக்கிய பழமையான இத்தலத்தின் முன்பாக திருக்குளம் அமைந்திருக்கின்றது.

நுழைவாயிலைக் கடந்து உள்ளே சென்றால் உள் சுற்றுப் பிரகாரம் மிகவும் தெய்விகமாக அமைந்திருக்கின்றது.

விஜயநகரப் பேரரசின் மன்னனான கிருஷ்ண தேவராயரால் எழுநூறு ஆண்டுகளுக்கு முன்பு இத்தலம் புனரமைக்கப்பட்டதை இங்குள்ள கல்வெட்டு தெரிவிக்கின்றது.

இத்தலத்தின் மூலவர் விமானம் திருமலை திருப்பதியின் ஆனந்த விமானத்தைப் போன்றே அமைந்தருள்கின்றது. மூலவர் மண்டபத்தை நோக்கி கருடாழ்வார் திருவருள் புரிகின்றார். சக்திமிகு கருடாழ்வார்.

ஸ்ரீ கருடபகவான் இத்தலத்தில் தெய்விக சக்திகளுடன் திருவருள் புரிகின்றார். ஸ்ரீகருடாழ்வார் தன் திருமேனியில் ஆதிசேஷன் முதலிய அஷ்ட மகா ஸர்ப்பங்களை ஆபரணங்களாகச் சூட்டியுள்ளார்.

வலது கையில் குளிகை நாகம், இடது கையில் திருவனந்தாழ்வான் நாகம், பூணூலாக வாசுகி நாகம், இடது காதணியாக மகா பத்மன் நாகம், திருமுடியில் சங்க பாலன் நாகம், அரை நாணாக தட்சகன் நாகம், மாலையாக கார்க்கோடகன் நாகம் என அஷ்ட நாகங்களையும் ஆபரணங்களாகச் சூட்டி திருவருள் புரியும் ஸ்ரீகருட பகவானை ஒவ்வொரு மாதமும் வெள்ளிக்கிழமைகளில் ஒன்பது நெய் தீபம் ஏற்றி தேனில் திருமஞ் சனம் செய்து மஞ்சள் நிறப் பட்டு வஸ்திரம் சமர்ப்பித்து ஒன்பது முறை வலம் வந்து ஸ்ரீ பிரசன்ன வெங்கடேசப் பெருமாளை சேவித்தால் தீராத பிணிகளும் தீர்ந்திடும். பூரண ஆயுள் கிடைத்திடும் என்பது ஐதீகமாகும்.

கிழக்குப் பிரகாரத்தில் வலம் வரும் போது ஸ்ரீராம பக்த அனுமனையும், தேசிகரையும் தரிசனம் செய்யலாம்.

அமைவிடம்

சென்னையிலிருந்து வேலூர் செல்லும் தேசிய நெடுஞ் சாலையில் காவேரிப்பாக்கம் பஸ் நிறுத்தத்திற்குத் தெற்கே மூன்றாவது கிலோ மீட்டரில் அமைந்திருக்கின்றது.

தெற்குப் பிரகாரத்தில் தனிச் சன்னதி கொண்டு திருவருள் புரியும் தாயார் ஸ்ரீ அலர்மேலு மங்கை தாயார் கலியுகத்தில் நம்மை வாழ்விக்கும் கருணைத் தாயாக அருள்பாலிக்கின்றார். திருமணத் தடைகளைத் தகர்த்தெறியும் தாய் இவர்.

திருமண வரம் தரும் அலர்மேலு மங்கைத் தாயார் இத்தலத்தில் திருவருள் புரியும் அன்னை சக்தியின் ரூபமானவர்.

திருமணத் தடைகளாலும், தோஷத்தினால் கவலை யடைபவர்களுக்கு அன்னை ஓர் வரப்பிரசாதியாக திருவருள் புரிகின்றார்.

பரிகாரம்:

திருமணம் கைகூடிட பங்குனி உத்திரத்தன்று ஸ்ரீ தாயாருக்கு 108 மஞ்சள் கொம்புகளை மாலையாகக் கட்டி அன்னைக்கு சாற்றி உங்கள் பெயர், ராசி, நட்சத்திரம் சொல்லி சங்கல்பம் செய்து நெய் தீபத்தில் அர்ச்சனை செய்து.. அன்னையின் சன்னதியை 108 முறை வலம் வந்தால் திருமணம் விரைவிலேயே கைகூடி வரும் என்பது இத்தலத்தின் சிறப்பாகும்.

ஆலயத்தை மேற்குப் பிரகாரத்தின் வழியே வலம் வரும் போது தலவிருட்சமான வில்வமரத்தையும் ஸ்ரீ ஆண்டாள் நாச்சியாரின் சன்னதியையும் தரிசிக்கலாம். வடக்குப் பிரகாரத்தில் நாகர் சன்னதி அமைந்திருக்கின்றது. வரிசையாக ஏழு நாகர்கள் அமைந்திருக்க... இதில் நடுவே அமைந்தருளும் நாகரின்

திருமுகத்தில் ஸ்ரீ கிருஷ்ணபகவான் காளிங்கனின் மேல் நர்த்தனம் புரியும் திருவடியில் அமைந்தருள்வதால்... செவ்வாய் தோஷம் உள்ளவர்கள் ஒன்பது வாரம் வெள்ளிக்கிழமைகளில் ஸ்ரீ நாகர் சன்னதியில் எலுமிச்சை பழத்தில் விளக்கேற்றி வணங்கினால் செவ்வாய் தோஷம் விலகும் என்பது ஐதீகம்.

மூலவர் பிரகாரத்தின் முன் மண்டபத்தில் பேயாழ்வார், பெரியாழ்வார், திருமங்கையாழ்வார், குலசேகராழ்வார், நம்மாழ்வார், இராமானுஜர், விஸ்வக்சேனர், தும்பிக்கையாழ்வார் அமைந்தருள்கின்றார்கள். மகாமண்டபத்தின் தென்புறத்தில் ஸ்ரீ விகனஸர் அருள்புரிகின்றார். மூலவர் கருவறையினுள்ளே ஆவுடையாரின் மீது நின்ற திருவடியில் சிவபெருமானும், திருமாலும் இணைந்த திருவடிவாய் ஸ்ரீ பிரசன்ன வெங்கடேசப் பெருமாள் அருள்பாலிக்கின்றார்.

ஸ்ரீதேவி பூதேவி சமேதராய் உற்சவர் ஸ்ரீ பிரசன்ன சுவாமிகளும், நவநீத கிருஷ்ணரும், சக்கரத்தாழ்வாரும் திருவருள் புரிகின்றார்கள்.

சிவவிஷ்ணு ரூபமான ஸ்ரீ பிரசன்ன வெங்கடேசப்பெருமாளைத் தரிசிப்பது நமது வாழ்வில் எண்ணற்ற நன்மைகளைக் கொண்டு வரும் என்பது ஐதீகம்.

திருமணத் தடைகள் விலக்கி, ஐஸ்வர்யமும், ஆனந்தமும், பேராற்றலும், பதவி உயர்வும், ஆரோக்கியமான வாழ்வும் தந்தருளும் ஸ்ரீ பிரசன்ன பெருமாளைத் தரிசிப்போம், வாழ்வில் ஏற்றம் பல பெறுவோம்.

ஸ்ரீரங்கநாதப் பெருமாள் திருக்கோயில்

ஸ்ரீ பிரசன்ன வெங்கடேசப் பெருமாளின் திருவருள் சன்னதிக்கு வடக்கே அமைந்திருக்கும் திருத்தலம் இது.

அத்தியில் மூலதாய்
உத்தமத் தோத்தாத்ரியன்
எத்திசைத் திருமாலப்பர்
இத்திரைத் திருப்பாற கடலமுதான்"

என அகஸ்தியர் போற்றி மகிழ்ந்த இத்தலம் ஒரு பாபவிமோசன தலமாகும்.

ஸ்ரீ பிரசன்ன வெங்கடேசப் பெருமாளின் சன்னதியையொட்டி அமைந்திருக்கும் இத்தலமும் ஆயிரம் ஆண்டுகளைக் கடந்த பழமையோடு வீற்றிருக்கின்றது.

கிழக்கு நோக்கிய இச்சன்னதி உள் சுற்று பிராகாரத்துடன் தெய்விகமாக வீற்றிருக்கின்றது.

உள் சுற்று பிரகாரத்தில் அமைந்தருளும் ஸ்ரீ அனுமர் ஓர் அனுகிரக மூர்த்தியாக விளங்குகின்றார். ஸ்ரீ அனுமருக்கு பதினொரு பூசணிக்காய் மாலை சாற்றி வணங்கினால் ம்ருத்யு தோஷங்கள் விலகிடும் என்கிறது தலபுராணம்.

சிறிய உள்சுற்று பிரகாரம் கொண்ட இத்தலத்தை ஏழு முறை வலம் வந்து ஸ்ரீ ரங்கநாதரைத் தரிசித்தால் நமது பாவங்களும், வினைகளும் விலகி ஓடிடும் என்பது ஐதீகம். கருவறை மண்டபத்தில் எம்பெருமானுக்கு வலப்புறத்தில் கிழக்குத் திருமுகமாக ஸ்ரீ ரங்கநாயகி தாயார் அருள்பாலிக்கின்றார்.

மூலவர் ஸ்ரீ ரங்கநாதர் பிரமாண்ட திருவடிவில் சயனத் திருக்கோலத்தில் நல்லருள் புரிகின்றார். சுயம்பு மூர்த்தியான இப் புனிதரை வணங்கினால் நமது பாவங்கள் விலகும். ஆயுள் பலமாகும். ஆரோக்கியம் கிட்டும் என்பது ஐதீகம். அதுமட்டுமல்ல... கேட்டதைத் தந்தருளும் வரப்பிரசாதியாக ஸ்ரீ ரங்கநாதர் அருள் பாலிப்பதால் இவர் முன் வேண்டுதல் வைத்தால் நமது வேண்டுதல்கள் அத்தனையும் பலிதமாகும் என்பது ஐதீகம்.

திருப்பாற்கடல் செல்வோம். திருமணவரம் பெறுவோம்.

முகவரி:

அருள்மிகு பிரசன்ன வெங்கடேசப்பெருமாள் திருக்கோயில்,
திருப்பாற்கடல்,
காவேரிப்பாக்கம்,
வேலூர் மாவட்டம்,
தமிழ்நாடு, இந்தியா.
போன் : 04177254929.

திருச்செந்தூர் திருப்புகழ் மிக மிக சக்தி வாய்ந்தது. இதில் ``விறல் மாரனைந்து" எனும் திருப்புகழைத் தினமும் 6 தடவை பாராயணம் செய்து வந்தால் உடனே தடைகள் விலகி திருமணம் நடைபெறும்.

திருமுருக கிருபானந்த வாரியார் அறிவுறுத்தலின் பேரில் ஏராளமானவர்கள் தினமும் திருச்செந்தூர் திருப்புகழைப் பாராயணம் செய்து நல்ல வரன் பெற்று கல்யாணம் செய்துள்ளனர். சிறப்புமிகு அந்தத் திருப்புகழ் இதோ:

விறல் மாரனைந்து மலர்வாளி சிந்த
மிகவானி லிருந்து வெயில் காய
மிதவாடை வந்து தழல்போல வொன்ற
வினைமாதர் தந்தம் வசை கூற
குறவாணர் குன்றி லுறைபேதை கொண்ட
கொடி தான துன்ப மயில்தீர
குளிர்மாலை யின்க ணணிமாலை தந்து
குறை தீர வந்து குறுகாயோ
மறிமானு கந்த இறையோன்ம கிழ்ந்து
வழிபாடு தந்த மதியாளா
மலைமாவு சிந்த அலைவேலை அஞ்ச
வடிவேலெ றிந்த அதிதீரா
அறிவால றிந்து னிருதாளி றைஞ்சு
மடியாரி டைஞ்சல் களைவோனே
அழகான செம்பொன் மயில்மேல மர்ந்து
அலைவாயு கந்த பெருமாளே!

குழந்தைப் பாக்கியம் பெற விரும்புபவர்கள் கீழ்க்கண்ட திருச்செந்தூர் திருப்புகழைத் தினமும் பாராயணம் செய்ய வேண்டும். இது சக்தி வாய்ந்தது. நேரம் கிடைக்கும் போதெல்லாம் மனத்தெளிவான தன்னம்பிக்கையுடன் இதைப் பாராயணம் செய்தால் நிச்சயம் முருகன் அருளால் உங்களுக்கு மகப்பேறு உண்டாகும்.

இதோ அந்த திருப்புகழ்... ...

வாரியார் கருங்கன் மடமாதர் மகவாசை தொந்த மதுவாகி இருபோது
நைந்து மெலியாதே இருதாளி னன்பு தருவாயே! பரிபால னஞ்
செய் தருள்வோனே பரமேசு ரன்ற னருள்பாலா அரிகேச வன்றன்
மருகோனே அலைவா யமர்ந்த பெருமாளே !

திருப்போரூர்

16

அருள்மிகு கந்தசாமி திருக்கோயில்

"உள்ளம் உருக வரும் ஒண் போரூர்
உள்ளும் புறமும் ஒளிவீசும் போரூர்
எண்ணுந்தோறும் உள்ளத்தில் இன்புறும் போரூர்
கற்பக நிழற் கொடுத்த அற்புதப் போரூர்
புனை மதில் சூழ் போரூர்
பொங்கி மணக்கும் இன்பப் போரூர்
மட்டழகார் சோலை மலிந்த திருப்போரூர்
நாயேன் இடர் களைந்து நல்லருளூட்டும் போரூர்
தஞ்செனப் பணிவோர்க் கருள்தரும் போரூர்
தலைமைகொள் தவத்தோர் நிலவிய போரூர்
நலமகிழ் தருபுகழ் பெருகிய சமரப்பதி"

எனப் போரூர் புகழைப் பாடிக்கொண்டே போகலாம். அத்தனை சிறப்புக்குரியது திருப்போரூர் கந்தசாமி திருத்தலம்.

ஸ்ரீமுருகப் பெருமான் அசுரர்களை எதிர்த்து மூன்று இடங்களில் போர் புரிந்தார். கடலிலே போர் புரிந்த தலம்

திருச்செந்தூர். நிலத்திலே போர்புரிந்த தலம் திருப்பரங்குன்றம். விண்ணிலே போர்புரிந்த தலம் திருப்போரூர் எனும் இத்தலம். அதேபோன்று மாயை அடங்கிய இடம் திருச்செந்தூர். கன்மம் அடங்கிய இடம் திருப்பரங்குன்றம். ஆணவம் அடங்கிய இடம் திருப்போரூர்.

இத்திருத்தலத்தில் அசுரர்களின் ஆணவத்தை அழித்து ஞானம் தந்தருளினார் முருகப்பெருமான்.

தல புராணம்:

திருமாலுக்கும் இலக்குமிக்கும் கண்ணுவ முனிவரால் நேர்ந்த சாப விமோசனத்திற்காக சிவபெருமான் எழுந்தருளி அவர்களுக்குச் சாப விமோசனம் தந்தருளிய தலம் இது. இங்கு முருகப்பெருமான் அகத்திய முனிவருக்கு உபதேசித்தருளினார். முருகப்பெருமானைப் பிரணவம் பூஜித்து மலையாக இத்திருக்கோவிலின் பின்புறத்தில் எழுந்தருளியுள்ளது. அம்மலைமேல் ஸ்ரீகைலாசநாதர் பாலாம்பிகையுடன் எழுந்தருளி சேவை சாதிக்கின்றார்.

இத்திருப்போரூர் திருத்தலம் சக்திமிகு திருத்தலமாக விளங்குகின்றது. இதற்குக் காரணம் இத்தலத்தின் மூலவப் பெருமான் ஸ்ரீகந்தசாமியின் எழில்மிகு திருவடிவம். முகத் தெளிவில்லாத இம்மூலவர் தானே தோன்றியவர். அதிலும் சித்த புருஷரான ஸ்ரீமத் சிதம்பரம் சுவாமிகளின் திருக்கரங்களில் கிடைக்கப்பெற்றவர். மதுரை மீனாட்சியம்மனின் பரம பக்தரான ஸ்ரீமத் சிதம்பரம் சுவாமிகள் அன்னையை நோக்கி கடும்தவம் புரிந்த போது ஒருநாள் சுவாமிகளின் கனவில் தோன்றி மீனாட்சி அன்னை "நீர் வடக்கே சென்று யுத்தபுரி எனும் இடத்தில் தமது குமாரனின் திருத்தலத்தை பிரதிஷ்டை செய்க" என அசரீரியாக அருளினார்.

அமைவிடம்

போரி, போரிநாதர், திருப்போரூர், யுத்தபுரி, சமரபுரி, சமரப்பதி என பல்வேறு திருப்பெயர்களைக் கொண்ட இத்தலம் காஞ்சிபுரம் மாவட்டத்தில் சென்னை மாநகரில் இருந்து மகாபலிபுரம் செல்லும் வழித்தடத்தில் 42வது கிலோ மீட்டரில் அமைந்துள்ளது.

அன்னையின் வேண்டுதலை நிறைவேற்றும் விதமாக மதுரையிலிருந்து வடக்கு நோக்கி பல ஊர்களைக் கடந்து வந்தார். அப்போது யுத்தபுரி எனும் இவ்விடத்தில் ஒரு பெண் பனை மரத்தினடியில் வள்ளி தெய்வானை சமேதராய் தமது அன்னை மீனாட்சியின் விருப்பப்படி முருகப்பெருமான் சுயம்புவாய் தோன்றி அருள... இதனைக் கண்ட சிதம்பரம் சுவாமிகள் மனமகிழ்ந்து அன்னையின் ஆணைப்படி இத்திருத்தலத்தில் சுயம்பு மூர்த்தியை மூலவராகப் பிரதிஷ்டை செய்து எம்பெருமானை வழிபட்டு வந்தார். 17ம் நூற்றாண்டில் ஸ்ரீமத் சிதம்பரம் சுவாமிகளால் இத்தலம் கட்டப்பட்டிருப்பினும்...அதற்கு முன்பே...இரண்டாம் நரசிம்ம

வர்மன் காலத்திலும், கோப்பர கேசரிவர்மன் காலத்திலும், விக்கிரம சோழன் காலத்திலும் இத்தலம் சிறப்புடன் விளங்கியதாகவும்... இத்தலம் ஆயிரம் ஆண்டுகளுக்கும் முந்தைய திருத்தலம் என்பதையும் இங்குள்ள கல்வெட்டுகள் சான்றுரைக்கின்றன.

தலப்பெருமை:

இத்தலம் ஓம் எனும் பிரணவத்தைப் போன்று அமைந்துள்ளது. ஓம் எனும் எழுத்தின் சுழியாக ராஜகோபுரத்திற்கு முன்பாக வட்ட மண்டபம் அமைந்திருக்கின்றது. தமிழகத்திலேயே வட்ட மண்டபம் அமைந்த முருகப்பெருமானின் திருத்தலம் இது மட்டுமே. உள்வட்டமாக 10 தூண்களும் வெளிவட்டமாக 20 தூண்களும் என முப்பது தூண்களுடன் வட்ட மண்டபம் அமைந்துள்ளது. இது, முப்பத்து முக்கோடி தேவர்களின் வாழ்த்துதலைப் பெற்ற திருத்தலம் என்பதை உணர்த்தும் விதமாக அமைந்துள்ளது.

வட்ட மண்டபத்தின் நடுவே கொடிமரமும், பலி பீடமும், மயில் வாகன மண்டபமும் அமைந்திருக்கின்றது. ராஜகோபுரத்திற்கு வெளியே இம்மண்டபமும் கொடி மரமும் இத்தலத்திற்குப் பெருமை சேர்க்கும் விதத்தில் அமைந்திருக்கின்றன.

செவ்வாய் தோஷம், திருமணத் தடை விலக்கும் திருத்தலம்:

முருகப்பெருமானின் திருவருள் உறையும் இத்தலம் செவ்வாய் தோஷத்தையும், திருமணத் தடைகளையும் விலக்கும் திருத்தலமாக அருள் பாலிக்கின்றது. இத்தலம் மற்ற திருத்தலம் போன்று எம்பெருமானைத் தரிசித்து வேண்டுதல் செய்து பரிகாரம் செய்ய வேண்டிய திருத்தலமல்ல. முருகப்பெருமானைத் தரிசிக்கும்போதே தமது வேண்டுதலுக்கான பரிகாரத்தைச் செய்துவிட வேண்டும். உதாரணத்துக்கு திருமண வரம் வேண்டுபவர்கள், தங்களுக்குத் திருமணம் நடந்தால் திருமஞ்சனம் செய்கிறேன் என வேண்டுதல் செய்து அவ்வேண்டுதல் நிறைவேறியவுடன் திருமஞ்சனம் செய்து பரிகாரத்தை நிறைவேற்றுவதற்குப் பதிலாக, 'எம்பெருமானே... எனக்கு திருமண வரம் தாருங்கள். அதற்கான பரிகாரத்தை

தற்போது செய்து விடுகிறேன்' என நினைத்த பொழுதே அப்பரிகாரத்தைச் செய்து விட வேண்டும்.

உங்கள் சன்னதியை பதினோரு முறை வலம் வந்து நெய்விளக்கு ஏற்றுகிறேன் என்று வேண்டுதல் செய்வதாக இருந்தால்...அப்போதே பதினோரு முறை வலம் வந்து நெய்விளக்கேற்றி முருகப்பெருமானைத் தரிசிக்க வேண்டும்.

உங்கள் மனதில் என்ன எழுகிறதோ...அதை முருகப்பெருமானைத் தரிசிக்கும் நொடிகளிலேயே பரிகாரத்தைச் செய்து விடுங்கள். நீங்கள் வேண்டுதல் செய்ததை நீங்கள் முன்கூட்டியே பரிகாரம் செய்ததை போன்று உடனுக்குடன் உங்கள் வேண்டுதல்களை நிறைவேற்றுவார் எம்பெருமான் ஸ்ரீமுருகப் பெருமான்.

ஆலய அமைப்பு:

கிழக்கு நோக்கிய திருத்தலம். திருத்தலத்தின் துவக்கத்தில் தென்புறத்தில் 'சரவணப் பொய்கை' எனும் பிரமாண்டமான வற்றாத திருக்குளம் அமைந்திருக்கின்றது. கிழக்கு வாயில் ராஜகோபுரம் 7 நிலைகளுடன் வானுயர எழுந்தருளியிருக்கின்றது. சன்னதிக்கு வெளியே 16 கால் மண்டபம் அமைந்திருக்கின்றது. கிழக்கு நுழைவாயிலைக் கடந்து வெளிச்சுற்று பிரகாரத்திற்குள் சென்றால் ராஜகோபுரத்திற்கு நேரே வியப்பூட்டும் வட்ட மண்டபம் அமைந்திருக்கின்றது. வட்ட மண்டபத்தில் நடுவே வானுயர்ந்த கொடி மரமும், பலி பீடமும், மயில் வாகன மண்டபமும் அமைந்திருக்கின்றன.

வெளிப் பிரகாரத்தின் வடக்கே ஸ்ரீமத் சிதம்பர சுவாமிகளின் அரங்கம் அமைந்திருக்கின்றது. திருக்குளம் அமைந்திருக்கின்ற தெற்கு வாயிலின் வழியாகவும் திருத்தலத்திற்குள் வரலாம். தென்புற வாயிலின் வழியாக ஆலயத்திற்குள் வந்தால் முதலில் ஸ்ரீபிள்ளையாரைத் தரிசிக்கலாம். பிள்ளையாருக்கு அருகே இடும்பன், கடம்பன் சன்னதி அமைந்திருக்கின்றது. ராஜகோபுரத்திற்குத் தென்புறத்தில் நுழைவாயிலின் அருகே

இத்திருத்தலத்தை பிரதிஷ்டை செய்த ஸ்ரீமத் சிதம்பரம் சுவாமிகளின் ஆதார பீடம் அமைந்திருக்கின்றது. விபூதியின் மூலமாகவே தீராத வியாதிகளையும் குணப்படுத்திய சித்த புருஷரின் ஆதார பீடத்தைத் தரிசிப்பது நமது வினைகளையும், பிணிகளையும் தீர்த்தருளும் என்பது ஐதீகம்.

நுழைவாயிலில் கோபுரத்தைக் கடந்து உள் சுற்றுப் பிரகாரத்திற்கு வந்தால்...கிழக்குப் பிரகாரத்தின் தென் கிழக்கில் சூரிய பகவானின் திருச்சன்னதி அமைந்திருக்கின்றது. ஸ்ரீ சூரியனின் சன்னதிக்கு எதிரே பல நூற்றாண்டுகளைக் கடந்த பழமையுடனும்...கற்சிற்ப வேலைப்பாடுகளுடன் உற்சவ மண்டபம் பிரமாண்டமாய் வீற்றிருக்கின்றது. சர்வாத்திய மண்டபம் எனும் இம்மண்டபத்தில் கிழக்கு நோக்கி வள்ளி தெய்வானை சமேதராய் உற்சவப்பெருமான் திருவருள் புரிகின்றார்.

இடது மேல் கையில் கிண்டியும், வலது மேல் கையில் அட்சமாலையும், மற்ற இரு கரங்களில் வரத ஹஸ்தமும், வாமன ஹஸ்தமும் கொண்டு தெய்வீக எழில் வடிவாய் ஸ்ரீஉற்சவப் பெருமான் அருள்பாலிக்கின்றார். உற்சவரைத் தரிசித்து விட்டு உள்சுற்று பிரகாரத்தை வலம் வந்தால் தென்மேற்கில் ஸ்ரீசனீஸ்வரரைத் தரிசிக்கலாம். ஸ்ரீ சனீஸ்வரருக்கு வடக்கே பிள்ளையாரும், நவ வீரர்களும், நாகர்களும் அமைந்திருக்கிறார்கள்.

வடமேற்கில் ஸ்ரீவன்மீக நாதரின் திருச்சன்னதி அமைந்திருக் கின்றது. எளிமையான, அமைதியான சூழலில் அமைந்திருக்கும் இத்தலத்தில் ஸ்ரீவன்மீக நாதரும், ஸ்ரீபுண்ணியகரணி தாயாரும் திருவருள் புரிகின்றார்கள். தெற்கில் குரு தட்சிணா மூர்த்தி நலமருளுகின்றார்கள்.

ஸ்ரீவன்மீக நாதரைத் தரிசித்து விட்டு வடக்குப் பிரகாரத்தை வலம் வந்தால் ஸ்ரீகாசி விஸ்வநாதரையும், விசாலாட்சி அன்னையையும் தரிசனம் செய்யலாம். ஸ்ரீ காசி விஸ்வநாதரின் சன்னதிக்கு எதிரே ஆலயத்தின் தல விருட்சமான வன்னி மரம் அமைந்திருக்கின்றது. மூலவர் திருவருள் புரியும் மகாமண்டபத்திற்குத் தென்புற நுழைவாயிலின் வழியே செல்ல வேண்டும். தென்புற

நுழைவாயிலின் முன்பாக கிழக்கு நோக்கி ஸ்ரீவள்ளி தாயார் திருவருள் புரிகின்றார். ஸ்ரீ வள்ளி அன்னையைத் தரிசித்து விட்டு தெய்வானை மண்டபத்திற்கு வந்தால் தெய்வீகமாக பழமையோடு அமைந்திருக்கின்றது அப்புனித மண்டபம். அம்மண்டபத்தின் வடக்கே தெற்கு நோக்கி மூலவத்தாயார் ஸ்ரீதெய்வானை அன்னை திருவருள் புரிகின்றார்.

எம்பெருமானின் கருவறை மண்டபத்திற்குள் சென்றால் தெற்கு நோக்கி ஸ்ரீசண்முகர் சன்னதி அமைந்திருக்கின்றது. சண்முகரின் சன்னதிக்கு மேற்கே...ஸ்ரீசிதம்பரம் சுவாமிகள் அமைத்துள்ள பிரணவ யந்திர ஸ்தாபனம் அருள்பாலிக்கின்றது. இந்த யந்திரத்தில் விநாயகர், முருகர், வள்ளி, தெய்வானை, சிவபெருமான், உமாதேவி, சண்டேசர், அஷ்ட திக்கு பாலகர், பைரவர்.. இவர்களுக்கு உரித்தான எழுத்துக்கள் அமைக்கப்பட்டு அவர்களை எழுந்தருளப் பண்ணியுள்ளார். கூர்மம், அஷ்டகஜம், அஷ்ட நாகம், கணங்கள் ஆகியவை கொண்ட பீடத்தில் இச்சக்கரம் அமைந்துள்ளது.

இச்சக்கரத்திற்குத் தினமும் சிறப்பு பூஜைகள் நடத்தப்படுகின்றன. கந்த சஷ்டி ஆறு நாட்களில் விசேஷ அபிஷேகங்கள், யந்திர மாலா பூஜையும் ஸ்ரீமத் சிதம்பரம் சுவாமிகளின் ஆணைப்படி செய்யப்படுகின்றன. இச் சக்திமிகு எந்திரத்தின் முன்பு வேண்டுதல் செய்து உடனே பிரார்த்தனையை நிறைவேற்றும் பக்தர்களுக்கு திருமணத்தடைகள் விலகி விரைவிலேயே திருமண பாக்கியம் கிடைத்தருளும் என்பது ஐதீகம். அது மட்டுமல்ல நம் எண்ணங்களை உடனே நிறைவேற்றும் சக்திமிகு யந்திரமாக அருள்பாலிக்கின்றது அப்புனித யந்திரம்.

கருவறை சுற்றுப் பிரகாரத்தை வலம் வந்தால் மேற்குப் பிரகாரத்தில் உற்சவ மூர்த்திகளும் பிள்ளையாரும், பாலமுருகரும் திருவருள் புரிகின்றார்கள். வடமேற்கில் சம்ஹார மூர்த்தியான முத்துக்குமார சுவாமியைத் தரிசனம் செய்யலாம். போருக்குப் புறப்படும் நிலையில் தயாராக இறகுகளைச் சிலிர்த்து... முருகப்பெருமானின் உத்தரவை எதிர்பார்த்தபடி மயில் சிலிர்த்து

நிற்க... சூர சம்ஹாரத்திற்குப் புறப்படும் நிலையில் ஸ்ரீமுத்துக்குமார சுவாமி திருவருள் புரிகின்றார். மூலவர் ஸ்ரீகந்தசாமி கலியுலகில் கண்கண்ட தெய்வமாகத் திருவருள் புரிகின்றார்.

சுயம்பு மூர்த்தியான எம்பெருமானுக்குத் திருமஞ்சனம் செய்வதில்லை. புனுகு ஜவ்வாது மட்டுமே சாற்றப்படுகின்றது. ஸ்ரீமத் சிதம்பரம் சுவாமிகளுக்கு சுயம்புவாய் தோன்றியருளிய இம்மூலவரையும் வள்ளி, தெய்வானை தாயார்களையும் தரிசிக்கும் பேறு பெற்றவர்களுக்கு வாழ்வில் எல்லா வளங்களும் வந்து சேரும் என்பது ஐதீகம். மூலவப் பெருமானுக்கு திருமஞ்சனம் இல்லை என்பதால் மூலவருக்கு முன்பாக உள்ள அபிஷேக மூர்த்திக்கு திருமஞ்சனம் செய்யப்படுகின்றது. கோவில் நந்தவனத்தில் பூக்கும் வாசனையற்ற மலர்கள் மட்டுமே மூலவருக்குச் சாற்றப்படுகின்றன. கலியுகக் கடவுள் கந்தசாமியை மனம் உருகத் தொழுதால் நலம்பல பெறலாம் என்பது கண்கூடாக நிகழும் நிஜம்.

ஓம் சரவணபவயே நமஹ!

முகவரி

அருள்மிகு கந்தசாமி திருக்கோயில்
திருப்போரூர் - 603110
காஞ்சிபுரம் மாவட்டம்,
தொலைப்பேசி: 044-274446226

திருமங்கலக்குடி

17

அருள்மிகு மங்களாம்பிகை

உடனுறை அருள்மிகு பிராணநாத சுவாமி திருக்கோயில்

மூலவர்: பிராணநாதேசுவரர்

தாயார்: மங்களாம்பிகை

தலம்: மங்கலக்குடி

விநாயகர்: மங்கள விநாயகர்

விமானம்: மங்கள விமானம்

தீர்த்தம்: மங்கள தீர்த்தம்

தலவிருட்சம்: கோங்கு, இலவு

திருஞான சம்பந்தர், திருநாவுக்கரசரால், பாடல் பெற்ற இத்தலம் காவிரி வடகரையிலுள்ள சிவஸ்தலங்களில் 38 வது தலமாகும். காளி,

பிரம்மன், விஷ்ணு, அகத்தியர், சூரியன், அம்பாள் ஆகாசவாணி, பூமிதேவி முதலானோர்களால் பூஜிக்கப்பட்ட திருத்தலம் இது.

11 ஆம் நூற்றாண்டில் குலோத்துங்கச் சோழனால் திருப்பணி செய்யப்பட்டுள்ள இத்திருத்தலம் திருவாவடுதுறை ஆதீனத்திற்கு உட்பட்ட திருத்தலமாகும்.

தலச் சிறப்பு

ஆயிரம் ஆண்டுகள் பழமையான இத்திருத்தலத்தில் பிராணனைத் தந்த அருள்மிகு பிராணநாத சுவாமி மூலவராகவும், அருள்மிகு மாங்கல்யம் கொடுத்த மங்களாம்பிகை மூலவத் தாயாராகவும் அருள்பாலிப்பது.. இத்தலத்தின் சிறப்பு எனலாம்.

நவகிரக திருத்தலங்களில் முக்கியமான தலமாகிய

அமைவிடம்

கும்பகோணத்திலிருந்து மயிலாடுதுறை வழித்தடத்தில் 13 கிலோமீட்டர் தொலைவிலும் ஆடுதுறையிலிருந்து இரண்டரை கிலோ மீட்டர் தொலைவிலும் திருமங்கலக்குடி எனும் சிற்றூரில் இத்திருக்கோயில் அமைந்திருக்கிறது.

சூரியனார் கோவிலைத் தரிசிக்க வருபவர்கள் சிவசூரிய பெருமானைத் தரிசிப்பதற்கு முன்பாக சூரியனார் கோவிலின் எதிரே.. சற்று தொலைவில் அமைந்துள்ள திருமங்கலக்குடி ஸ்ரீ பிராண நாத சுவாமிகளையும், ஸ்ரீ மங்களாம்பிகைத் தாயாரையும் தரிசித்த பிறகே சூரியனார் கோவிலுக்குச் செல்ல வேண்டும் என்பது ஐதீகமாகும்.

திருமணத் தடையினால்.. திருமணம் தள்ளிப் போகின்றவர்கள் இத்தலத்திற்கு வந்து மூலவத் தாயாரின் திருக்கரத்திலிருக்கும் மஞ்சள் கயிறை வாங்கிச் சென்று பூஜையறையில் வைத்து வணங்கினால் ஆச்சரியமூட்டும் விதத்தில் சில மாதங்களிலேயே திருமணம் கைகூடி வரும். இது கண்முன் நிகழும் நிஜமாகும்.

திருணமானவர்கள் தீர்க்க சுமங்கலி பாக்கியம் பெற வேண்டுமானால் மூலவத் தாயாரின் திருக்கரத்திலிருக்கும் மஞ்சள் கயிறை வாங்கி தங்கள் திருமாங்கல்யத்துடன் சேர்ந்து அணிந்துகொண்டால்.. தீர்க்க சுமங்கலி பிராப்தி கிடைத்தருளும் என்பது ஐதீகம்.

அதுமட்டுமல்லாமல்.. குழந்தை பாக்கியம் வேண்டுபவர்களும், தீர்க்காயுளும், குறைவிலாச் செல்வமும், ஆரோக்கியமும் வேண்டுபவர்களும் இத்தலத்திற்கு வந்து அன்னையின் முன்பு தங்கள் வேண்டுதலைச் சொன்னால் தடைகளை விலக்கி..

மங்களகரமான வாழ்வைத் தந்திடுவார் ஸ்ரீமங்களாம்பிகைத் தாயார்.

கெட்டிமேளம் கொட்ட வேண்டுமானால் எப்படி பிரார்த்தனை செய்ய வேண்டும்?

திருமணத் தடையினால் வருந்துபவர்களுக்கு இனி.. கவலை வேண்டாம். உங்கள் வாழ்வில் மங்களம் சேர்ப்பாள்.. அன்னை மங்களாம்பிகை. இத்தலத்திற்கு ஐந்து வெள்ளிக்கிழமைகள் வந்திருந்து மங்களாம்பிகைத் தாயின் முன்னால் உங்கள், பெயர், ராசி, நட்சத்திரம் சொல்லி சங்கல்பம் செய்துகொண்டு அர்ச்சனை செய்யுங்கள்.

"தாயே.. எனக்கேற்ற இணை அமைந்தால்.. என் வாழ்வில் உள்ள தடைகள் அகன்று மாங்கல்யம் கிடைத்தருளினால்.. தாயே உமக்கு நான் திருமாங்கல்யம் சாற்றுகிறேன்.. தாயே உமக்குப் புடவையும், ஈசனுக்கு வஸ்திரமும் சாற்றுகிறேன்" என மனதார வேண்டிக்கொள்ளுங்கள்.

இதுமட்டுமின்றி, ‘‘எனது வேண்டுதல் நிறைவேறினால்.. ஐந்து சுமங்கலிப் பெண்களுக்கு ஜாக்கெட் துணி, மஞ்சள், குங்குமம், பூ, வெற்றிலை, பாக்கு, சீப்பு, கண்ணாடி வளையல், மாங்கல்யக் கயிறு தட்சணையாகத் தருகிறேன்’’ எனவும், ‘‘எம்பெருமான் பிராணநாதருக்கு நல்லெண்ணெய், பொடி, திரவிய பொடி, மஞ்சள் பொடி, பஞ்சாமிர்தம், தேன், பால், தயிர், பழவகைகள், இளநீர், சந்தனம், விபூதி என பன்னிரு பொருட்களால் திருமஞ்சனம் செய்கிறேன்" எனவும் வேண்டுதல் செய்யுங்கள்.

அன்னை.. உங்கள் மீது கருணை கொண்டு.. இத்தனை நாட்களாக, இத்தனை வருடங்களாக உங்களை வேதனைபடுத்திய திருமணத்தடையை, மாங்கல்ய தோஷத்தை ராகு, கேது, சனி முதலிய கிரக தோஷத்தை விலக்கி.. உங்களுக்கு மாங்கல்ய பாக்கியத்தை விரைவிலேயே தந்தருள்வார் அருள்மிகு மங்களாம்பிகைத் தாயார்.

தலவரலாறு

பிராணனைக் காத்த பிராணநாதர்

ஒரு காலத்தில் காலமாமுனிவர் விதியின் பயனால் தனக்கு தொழுநோய் வரப்போகிறது என்பதை முன்னமே அறிந்து நவகிரகங்களை நோக்கித் தவம் இருந்தார். நவகிரகங்கள் அவர் முன்தோன்றி.. "காலமாமுனிவரே.. உங்கள் தவம் குறித்து அறிகின்றோம்.. உங்களுக்கு விதியின் பயனால் தொழுநோய் வரப்போவதைத் தடுக்கவோ, குறைக்கவோ எங்களுக்கு அதிகாரம் இல்லை" என்று கூற.. இதனால் கோபமுற்ற காலமாமுனிவர்.. "எனக்கு வரவிருக்கும் தொழுநோய் உங்களுக்கும் வரக்கடவது" என சாபம் கொடுத்தார்.

சாபத்தின் விளைவாக தொழுநோயால் பீடிக்கப்பட்ட நவக்கிரக மூர்த்திகள் ஈசனை வேண்டி பிரார்த்தனை செய்தனர். அப்போது, வானத்தில் அசரீரி தோன்றி "நீங்கள் காவிரியின் வடகரையில் அமைந்துள்ள " மங்கள க்ஷேத்திரம்" எனும் இடத்தை அடைந்து.. அதனருகில் இருக்கும் வெள்ளெருக்கன் வனத்தில் தங்கி ஸ்ரீபிராணநாதரைத் தொழுது, தவம் இருந்து கார்த்திகை முதல் ஞாயிறு தொடங்கி 11 ஞாயிறுகள்.. உச்சிக்கால வேளையில் பிராணநாதருக்கு வெள்ளருக்கன் இலையில் அன்னம் வைத்து நிவேதனம் செய்து, அத்தலத்திலேயே உட்கார்ந்து சாப்பிட்டால் உங்கள் நோய் குணமாகும்" என அசரீரி சொல்ல.. நவகிரக மூர்த்திகள் அவ்வாறே இங்கு வந்து தங்கி.. பிராணநாதரைத் தொழுது.. தங்கள் சாபம் விலகப்பெற்று.. நோய் நீங்கி நலமடைந்தார்கள்.. அப்போது பிராணநாதர் அவர்கள் முன்தோன்றி "நவகிரக நாயகர்களே.. நீங்கள் தவமிருந்த இந்த இடத்திலேயே தங்கி பக்தர்களுக்கு அனுக்கிரகம் செய்க" என உத்தரவிட்டார். அவ்வாறே நவக்கிரக மூர்த்திகள்.. இத்தலத்தில் தங்கி.. தங்களைப் போன்று தோஷங்களால் பாதிக்கப்பட்டு இங்கே வருபவர்களின் தோஷங்களை விலக்கி.. பிணி, வறுமை, தடைகளை விலக்கி நல்லருள் புரிகின்றார்கள்.

நவகிரக மூர்த்திகளின் சாபத்தை நீக்கிய பிராணநாத பெருமானும் தன்னை நாடி வரும் பக்தர்களின் துயர்களை

விலக்கி நல்வாழ்வினை தந்தருளும் நற்தெய்வமாக இங்கே திருவருள் புரிகின்றனர்.

மாங்கல்யம் கொடுத்த மங்களாம்பிகை

முதலாம் குலோத்துங்கனின் மந்திரி அனலவாணர் என்பவர் வரிப்பணத்தைக் கொண்டு இக்கோவிலைப் புனரமைத்தார். அதைக் கேள்வியுற்று கோபமடைந்த மன்னன்.. மந்திரியின் தலையை வெட்டும்படி உத்தரவிட்டான். இதனால் அதிர்வடைந்த மந்திரியின் மனைவி மங்களாம்பிகை தாயாரிடம் வந்து தனது மாங்கல்யத்தைக் காத்தருளும்படி வேண்டுதல் செய்தாள். அப்போது.. மந்திரியின் தலையைத் துண்டிக்க முயன்ற காவலாளிகளிடம் "எனது தலையை சிரச்சேதம் செய்த பின்பு எனது உடலை திருமங்கலக்குடியில் அடக்கம் செய்துவிடுங்கள்'' எனக் கண்ணீருடன் மந்திரி கேட்டுக்கொண்டார். அதன்படி சிரச்சேதம் செய்த உடலை பல்லக்கில் வைத்து எடுத்து வந்தனர். திருமங்கலக்குடியை பல்லக்கு நெருங்கியதும்.. மந்திரியின் வெட்டுப்பட்ட தலை சட்டென்று ஒட்டிக்கொள்ள.. மந்திரி உயிர்பெற்று.. தூங்கி எழுந்தவர் போன்று பல்லக்கிலிருந்து குதித்து இச்சன்னதிக்கு வந்தார். பிராணனைத் தந்த பிராணநாதரே.. உங்கள் பாதங்களில் அடியேன் சரணம் எனவும், எனது மனைவிக்கு மாங்கல்யம் தந்த மங்களாம்பிகை தாயே உமது பாதங்களில் அடியேன் சரணம்" என இருவர் பாதங்களில் விழுந்து கண்ணீர் மல்கத் தொழுதார். அப்போது மங்களாம்பிகை அன்னை அவர்கள் முன்பாகத் தோன்றி, மந்திரியின் மனைவியிடம் "நீர் இழந்த மாங்கல்யத்தை யாம் மீண்டும் தந்ததால்.. இனி உமக்கு அமங்கல்ய தோஷம் கிடையாது. சுமங்கலியாகவே என்னை வந்து அடைவாயாக" என அருளினார்.

அன்னை அருளினால், மனம் குளிர்ந்த மந்திரியின் மனைவி "தாயே, என்னைப் போன்றே காவிரியில் நீராடி ஐந்து வெள்ளிக்கிழமைகள் விரதமிருந்து தங்களைத் தரிசிக்கும் பெண்களுக்கு.. மாங்கல்ய தோஷம் விலக்கி விவாஹ பிராப்தியும், தீர்க்க சுமங்கலி பிராப்தியும் தந்தருள வேண்டும்'' என வேண்டுதல் செய்ய..

அம்பாள் மணக்கோலத்தில் காட்சி தந்து.. "அவ்விதமே ஆகட்டும்" என அருள் பாலித்தார். அன்று முதல் இன்றுவரை.. பெண்களின் துயர்களைப் போக்கும் விதமாக.. விவாஹ பிராப்தியும், தீர்க்க சுமங்கலி பிராப்தியும் தந்தருளுகிறார் என்கிறது தலபுராணம்.

ஆலய அமைப்பு

கிழக்கு நோக்கிய ராஜகோபுரம் 5 நிலைகளுடனும் 7 கலசங்களுடனும் வானுயர எழுந்தருளி இருக்கின்றது.

ராஜகோபுரத்திற்கு முன்பாக.. தென்புறத்தில் மங்கள தீர்த்தம் பழமையின் அடையாளத்தோடு பிரம்மாண்டமாக அமைந்திருக்கின்றது.

ராஜகோபுரத்தைக் கடந்து உள்ளே சென்றால்.. கிழக்கு வெளிப்பிரகாரம் தெய்வீகமாகக் காட்சியளிக்கின்றது.

மூலவர் பிரகாரத்தின் வாயிலுக்கு முன்பாக மகாமண்டபமும், அம்மண்டபத்தில் கொடி மரமும், பலிபீடமும் அமைந்திருக்கின்றன. பலிபீடத்திற்கு முன்பாக நந்தி பகவான் நல்லருள் புரிகின்றார்.

கிழக்குப் பிரகாரத்தின் வடகிழக்கில் ஸ்ரீ அகஸ்தீஸ்வரர் சன்னதி அமைந்திருக்கின்றது.

தெற்கு, மேற்கு, வடக்கு வெளிப்பிரகாரத்தைச் சுற்றிவரும்போது, மங்கள விமானமும், தாயார் விமானமும் நமது விழிகளுக்குள் வந்து மனதை நிறைக்கின்றன.

கருவறை பிரகார நுழைவாயிலுக்கு முன்பாக தெற்கு நோக்கி மங்களாம்பிகைத் தாயாரின் திருச்சன்னதி அமைந்திருக்கின்றது.

இச்சன்னதியினுள்ளே.. மங்களத் திருமுகத்துடன்.. புன்னகை ததும்பும் கருணை விழிகளோடு அன்னை நமக்கு நல்லருள் புரிகின்றார்.

கருவறை உள்சுற்று பிரகாரம் ஆயிரம் ஆண்டுகளின் பழமையை நினைவூட்டும் விதமாக அமைந்திருக்கின்றது.

தென்புறமாக நாம் ஆலயத்தை வலம் வந்தால், தென்முகக்கடவுள் குரு தட்சிணாமூர்த்தியும், ஸ்ரீலிங்கோத்பவரும், நமக்குத் தரிசனம் தருகின்றார்கள்.

தெற்கே.. ஸ்ரீமகாதேவலிங்கம், ஸ்ரீசிவலிங்கம், ஸ்ரீருத்ரலிங்கம், ஸ்ரீசங்கரலிங்கம், ஸ்ரீநீலலோஹித லிங்கம், ஸ்ரீஈசாலிங்கம், ஸ்ரீவிஜயலிங்கம், ஸ்ரீபீமலிங்கம், ஸ்ரீதேவதேவலிங்கம், ஸ்ரீபவோத்யலிங்கம், ஸ்ரீகபாலீச லிங்கம் எனப் பதினோரு லிங்க மூர்த்திகளின் தரிசனம் நம் மனதிற்குள் ஆனந்தத்தைக் கொண்டு வருகின்றன.

மேற்குப் பிரகாரத்தில் ஸ்ரீமங்கள விநாயகர் சன்னதியும், ஸ்ரீமெய்கண்டார், ஸ்ரீசுந்தரர், அப்பர், சம்பந்தரின் சன்னதியும், வள்ளி தெய்வானை சமேத முருகரின் சன்னதியும் ஸ்ரீகஜலட்சுமி அன்னையின் சன்னதியும் அமைந்திருக்கின்றன.

வடக்குப் பிரகாரத்தில் ஸ்ரீபிரம்ம தேவரும், ஸ்ரீவிஷ்ணு துர்கையும், ஸ்ரீகாவிரியன்னையும் திருக்காட்சி புரிவதைத் தரிசிக்கும்போது மனதில் உற்சாகம் பிறக்கின்றது.

கருவறை முன் மண்டபத்தில் ஸ்ரீ நடராஜரும், சிவகாமி அன்னையும் நமக்கு நல்லாசி வழங்குகின்றார்கள்.

கிழக்கு நோக்கிய கருவறையில்.. சுயம்பு லிங்க மூர்த்தியாக அருள்மிகு பிராணநாத சுவாமிகள் திருவருள் புரிகின்றார்கள்.

பொதுவாக கோவில்களில் சிவலிங்க அமைப்பு.. ஆவுடையாரைவிட சற்று உயரம் குறைந்ததாகத்தான் பாணம் இருக்கும். ஆனால், இத்திருச்சன்னிதியில் பாணம் ஆவுடையாரைவிட உயர்ந்ததாக இருக்கின்றது. அகத்தியர் இத்தலத்திற்கு வந்தபோது அவருக்கு சுவாமி உயர்ந்தவராகக் காட்சி தந்தமையால்.. இவ்வடிவில் எம் பெருமான் காட்சி தருவதாக ஐதீகம்.

எம்பெருமான் முன் கரம் கூப்பி நம் வேண்டுதல்களை வைத்தால் அத்தனையும் பலிதமாகும் என்பது.. ஆயிரம் ஆண்டுகளையும் கடந்து வரும் நம்பிக்கையாகும்.

பரிகாரம்

இத்தலத்தில் அருள்பாலிக்கும் மரகதத்திருமேனியான்.. ஸ்ரீவிடகரை உச்சகாலத்தில் அபிஷேகம் செய்து வணங்கினால், திருமணப் பாக்கியம் கிடைத்தருளும், புத்திரதோஷம் விலகி.. குழந்தைபேறு கிடைத்திடும். சகலதோஷ நிவர்த்தி கிடைக்கப்பெறும் என்பது ஐதீகமாகும்.

கோயில் திறந்திருக்கும் நேரம்

காலை 6.30 மணி முதல் 12.30 மணி வரை

மாலை 4 மணி முதல் 8.30 மணி வரை

முகவரி

அருள்மிகு பிராணநாதேசுவரர் திருக்கோயில்

திருமங்கலக்குடி

தஞ்சை மாவட்டம்

குருக்கள்: ஜெகதீச சிவாச்சாரியார்

போன்: 04352470480

18

அருள்மிகு உத்வாகநாத சுவாமி திருக்கோயில்

ஒரு மனிதனின் வாழ்வில் இன்றியமையாத நிகழ்வு திருமணம். காலத்தே பயிர்செய்.. சமயத்திலே திருமணம் செய்.. இந்த வார்த்தைகள் நமது கலாச்சாரத்தில் வழிவழியாகத் தொடர்ந்து வருபவை.

காலத்தே பயிர் செய்யலாம்.. சமயத்திலே எப்படி திருமணம் செய்வது?

அதற்கு நேரமும், காலமும் கூடிவர வேண்டாமா? எவ்வளவு தான் நாம் முயற்சி செஞ்சு.. எத்தனையோ ஜாதகம் பார்த்து.. சலிக்கும் அளவிற்கு வரன் தேடியும் அமைய மாட்டேங்குதே? இந்தச் சலிப்பு உங்களுக்கு வருமானால்.. முதலில் நீங்கள் செய்ய வேண்டியது.. இந்த இனிய பக்கங்களைப் படிப்பதுதான்..

''திருமண பந்தம் இறைவன் தந்த வரம்" இந்த வரிகளில் உங்களுக்கு நம்பிக்கை இருக்கிறதா?

திருமண வரம் அருளும் இப்புனிதத் திருத்தலமான திருமணஞ் சேரி அருள்மிகு உத்வாகநாதர் சுவாமி திருக்கோவிலின் வரலாற்றை அறியுங்கள். நேரம் கிடைக்கும் போது ஒருமுறை.. நேரில் சென்று கல்யாண சுந்தரேசுவரரைத் தரிசியுங்கள்.. நிச்சயம் உங்கள் வாழ்வில் நல்லதே நடக்கும். கெட்டிமேள சத்தம் கேட்கும்.

இனி.. திருமணஞ்சேரி பயணிப்போம் வாருங்கள்..

ஊர் பெயர்: திருமணஞ்சேரி

இறைவனின் திருப்பெயர்: உத்வாகநாத சுவாமி எனும் அருள் வள்ளநாத சுவாமி

உற்சவர்: சுந்தரேஸ்வர்

இறைவியின் திருப்பெயர்: கோகிலாம்பாள் எனும் யாழினும் மென்மொழியாள்

தீர்த்தம்: சப்த சாகர தீர்த்தம் (இறைவனின் திருமணத்திற்காக மாலைகளாக உருமாறி வந்த சப்த மாதாக்கள் தான் இத்திருக்குளமாக அமைந்திருக்கிறார்கள்)

நவகிரக விசேஷம்: ராகு புத்திர பாக்கியம் ராகு கிரக தோஷம் நிவர்த்தியாகும் இடம்

சிறப்பு:

திருமணப் பிரார்த்தனைத் தலம்

மன்மதன் பேறுபெற்ற இடம்

ஆமைக்கு ஈசன் மனித உருவம் அளித்த தலம்

திருவிழா:

சித்திரை மாதம் பூச நட்சத்திரத்தில் ஈசனின் திருமண உற்சவம் .. மூன்று நாட்கள்

அருகில் உள்ள திருத்தலங்கள்:

கும்பகோணம், மாயவரம், திருவழுவூர், திருவிடைமருதூர் திருத்தலங்கள்

திருத்தலச் சிறப்பு

வளம் கொழிக்கும் தஞ்சைத் தரணியில், மாயவரத்தை அடுத்த குத்தாலம் நகரின் வடக்கே 6வது கிலோ மீட்டரில் அமைந்திருக்கின்றது திருமணஞ்சேரி.

இவ்வூரில் சுற்றிலும் அகழி போன்ற திருக்குளத்தின் நடுவே கிழக்கு நோக்கி வீற்றிருக்கிறது இத்திருத்தலம்.

நற்றவ பேறு பெற்ற நாயன்மார் பலரும் போற்றிப் பாடியுள்ள அருள்வள்ளநாதர் திருக்கோவில் காவிரி வடகரையில் அமைந்துள்ள 63 திருத்தலங்களில் 25 வது திருத்தலம் எனும் சிறப்புக்குரியது.

ஈசன்.. கல்யாண சுந்தரமூர்த்தி திருவுளம் கொண்டு கோகிலாம்பாள் அம்பிகையைக் கரம் பிடித்தமையால் இத்தலம் திருமணஞ்சேரி எனும் பெயர் பெற்றதாக வரலாறு சான்றுரைக்கிறது.

எம்பெருமானின் திருக்கல்யாண வைபத்திற்காக

மாலைகளாக வந்த சப்த மாதாக்களே திருக்கோவிலைச் சுற்றிலும் அகழி போன்ற திருக்குளமாக வீற்றிருக்கிறார்கள்.

அமைவிடம்

மாயவரத்திலிருந்து 15 வது கிலோ மீட்டரிலும், குத்தாலத்திலிருந்து 6வது கிலோ மீட்டரிலும் அமைந்திருக்கிறது.

அப்பர் பெருமானாலும், திருஞான சம்பந்தராலும் போற்றிப் புகழ்ந்து பாடல் பெற்ற தலம் இது.

அறியாமை மேலீட்டால், மன்மதன் சர்வேசுரன் மீது தனது கணைகளைத் தொடுக்க.. அதனால் அவரது நெற்றிக்கண் தீக்கு இலக்காயினான். தனது தவறுணர்ந்த மன்மதன் மனம் வருந்தி, திருந்தி ஈசனைத் துதிக்க.. எம்பெருமான் மனமிரங்கி மன்மதன் திரும்பவும் தமது ஒளியினைப் பெறும் விதமாக வரமருளினார்.. மன்மதன் மனமகிழ்ந்தான் என்கிறது தலவரலாறு.

அதுமட்டுமல்ல.. இரு பெண்கள் தங்கள் இருவருக்கும் பிறக்கும் குழந்தைகளுக்குத் திருமணம் செய்விப்பதாக வாக்களித்துக் கொண்டனர். அவ்விருவரில்.. ஒரு பெண்ணுக்கு தமது வயிற்றில் கருவாக உருவாகியிருப்பது ஆமை என உணர்ந்து அதிர்ந்தாள். ஆமையாகப் பிறந்த அக்குழந்தையை ஈசன் முன்பு போட்டு கண்ணீர் விட்டுக் கதறினாள்.

அப்பெண்களின் வாக்கையும்.. ஆமையைப் பெற்ற பெண்ணின் கண்ணீரையும் கண்டு மனமிறங்கிய ஈசன்.. ஆமை உருவில் பிறந்த குழந்தையை அழகிய ஆண் குழந்தையாக மாற்றியருளினார். மற்றொரு பெண்ணுக்குப் பிறந்த பெண் குழந்தையும், ஈசனின் அருளால் ஆண் உருப்பெற்ற குழந்தையும் இனிதே வளர்ந்து

திருமணம் முடிந்து வளமோடு வாழ்ந்தார்கள் என்கிறது தல புராணம்.

திருமணம் கைகூடாமல் தடைபட்டு நிற்பவர்கள் இத்தலத்து ஈசன் கல்யாண சுந்தரப்பெருமானுக்கு மாலைச் சாற்றி அர்ச்சனையும் செய்து வழிபட்டால், வெகுவிரைவிலேயே திருமணம் கைகூடும் என்பது கண்முன் நிகழும் நிஜமாக இருக்கிறது.

ராகு தோஷ நிவர்த்திக்கும் இது சிறந்த தலமாக விளங்குகின்றது. ராகு தோஷத்தினால் குழந்தை பாக்கியம் கிடைக்காமல் வருத்தப்படும் தம்பதியர் இத்தலத்திற்கு வந்து சப்தசாகரத் தீர்த்தத்தில் நீராடி.. இத்தலத்தினுள் அருள்பாலிக்கும் ராகு பகவானுக்கு பால் அபிஷேகம் செய்து பால் பொங்கல் நிவேதனம் செய்து அங்கேயே அமர்ந்து சாப்பிட்டால் ராகு தோஷம் நீங்கப்பெற்று, புத்திரப்பேறு கிடைத்தருளும் என்பது அனுபவமான உண்மையாகும்.

தலவரலாறு

அன்னை உமையவள் கயிலையில் ஒருநாள் ஈசனை வணங்கி தான் மற்றொரு முறை தங்களை மணந்து இன்புற வேண்டுமென வரம் கேட்டாள். அன்னையின் ஆசைப்படி.. "வரும் பிர்மகற்பத்தில் நின்னை மீண்டும் மணம் புரிந்தருள்வேன்" என வரமருளினார் ஈசன்.

ஆனால், அன்னையின் விருப்பம் ஈடேற.. வெகு காலம் ஆக.. இதனால் வருத்தமுற்ற அன்னை ஈசனிடம் அலட்சியமாக நடந்திட முயன்றார். இதனால் கோபமுற்ற ஈசன் உமாதேவியைப் பூவுலகில் பசுவாகி வாழும்படி பணித்தார்.

பசு உருவடைந்த அன்னை தனது செயல் நினைத்து வருந்தி எம்பெருமானிடம் சாப விமோசனம் கேட்டு வேண்டுதல் செய்ய.. எம்பெருமான் கோபம் தணிந்து அருளினார். அதன்படி.. திருமகளும், கலைமகளும், இந்திராணியும், அமர மாதரும்.. பசு உருவில் உமாதேவி அன்னையரோடு பூவுலகில் அசுக்காடு, அரசங்காடு ஆகிய இடங்களில் உலவி வந்தனர். திருமால்

பசு மேய்ப்பவராக உருவெடுத்து அப்பசுக்களைப் பராமரித்து வந்தார்.

அம்பிகை பொழிந்த பாலால் திருமேனி குளிரப்பெற்றும், குளம்பின் ஸ்பரிசத் தழும்பு பெற்றும் மகிழ்ந்த சிவபெருமான் உளம் கனிந்து அம்பிகை விரும்பியவாறு திருமணம் செய்ய திருவுளங்கொண்டு.. பரத மகரிஷி நடத்திய யாக வேள்விக்குண்டத்தில் தோன்றி உமையம்மையை இத்திருத்தலத்தில் திருமணம் புரிந்து அருளினார் என்பது தலவரலாறு.

என்ன செய்ய வேண்டும்?

நீண்ட நாட்களாகத் திருமணத் தடையால்.. திருமணம் தள்ளிப்போகிறதா? உடனே புறப்படுங்கள் திருமணஞ்சேரிக்கு.

கும்பகோணம், மாயவரத்தில் தங்கும் விடுதிகள் நிறைய இருக்கின்றன. குத்தாலத்திலும் இருக்கின்றன.

இரவு தங்கிவிட்டு.. அதிகாலையில் திருமணஞ்சேரி வந்துவிடுங்கள். கிழக்கு நோக்கிய ஆயிரம் ஆண்டுகளின் பழமையோடு கிழக்கு நிலை ராஜகோபுரத்தைத் தரிசித்த நொடியில் நம்முள் பரவசம் நிறையும்.

அங்குள்ள அகழி போன்ற சப்தசாகரத் திருக்குளத்தில் நீராடிவிட்டு, கோவிலுக்குள் வாருங்கள். நுழைவாயிலின் இடப்புறத்தில் செயல் அலுவலரின் அலுவலகம் இருக்கிறது. அங்குள்ள செயல் அலுவலரிடம் பேசுங்கள். அவர் உங்களுக்கு மனமகிழ்வோடு உதவி புரிவார்.

எம்பெருமான் உத்வாகநாதர் கிழக்கு திருமுகமாக அமைந்திருக்கும் கருவறையில் வீற்றிருக்கிறார்.. அவரை மனமுருக வணங்கிவிட்டு அதே கருவறை மண்டபத்தில் தெற்குத் திருமுகமாக அருள்பாலிக்கும் அன்னை கோகிலாம்பாளிடம் நம் வேண்டுதல்களைச் சொல்லியிட்டு.. தென்புறத்தில் இருக்கும் உற்சவப்பெருமாள் கல்யாண சுந்தரேசுவரின் திருமுகத்தைத் தரிசித்தபடி அம்மண்டபத்தில் அமருங்கள்.

நாம் வந்திருக்கும் நோக்கம் அறிந்து.. ஆண், பெண் என திருமண வேண்டுதலுக்காக வந்திருப்பவர்களை குருக்கள் தனித்தனியே அமர்விப்பார்.

தினந்தோறும் நூற்றுக்கணக்கானோர் திருமண வேண்டுதலுக்காக அம் மண்டபத்தில் கூடுவதைப் பார்க்க உங்களுக்கே வியப்பாக இருக்கும். அதே சமயம், திருமணமானவர்கள் தங்கள் கைக்குழந்தையுடன் வந்திருப்பதைப் பார்க்க நெகிழ்வாக இருக்கும்.

இறைவன் அருள்மிகு கல்யாண சுந்தரேசுவரரின் திருமுகத்தைத் தரிசித்தபடி நமது வேண்டுதல்களை அவர் முன் சமர்ப்பிக்க வேண்டும்.

குருக்கள்.. நமது வேண்டுதல்களை இறைவனிடம் சங்கல்பம் செய்யும் விதமாக மலர் மாலையை நமக்கு அணிவிப்பார்.

அம்மாலையை அணிந்தபடியே. அன்னையின் திருக்கரம் பற்றி மங்கள நாயகராக.. மணமகனாக திருக்காட்சிபுரியும் கல்யாணசுந்தரேசுவரிடம் நாம் விரும்பும் மணமகன் எந்தவிதமான குணாதிசயங்களோடு இருக்க வேண்டும் எனும் நமது விருப்பத்தைச் சொல்லி உடனே உங்கள் திருவருளால் எனது திருமணம் நிறைவேற வேண்டும் என வேண்டுதல் செய்ய வேண்டும்.

இறைவனிடம் உங்கள் ஒவ்வொருவரின் பெயர், ராசி, நட்சத்திரம் சொல்லி சங்கல்பம் செய்யப்பட்டு, குருக்கள்.. உங்களிடம் வந்து.. குங்குமப் பிரசாதம் அடங்கிய பையைத் தருவார்.. உங்கள் கழுத்தில் போடப்பட்ட மாலையை நீங்கள் வீட்டுக்கு எடுத்துச் சென்று பத்திரமாக வைக்க வேண்டும்.

தினமும் பூஜையறையில் கல்யாண சுந்தரேசுவரரை ஐந்து நிமிடமாவது மனமுருகத் தொழ வேண்டும்.

ஈசனின் அருளால் குறைந்தபட்சம் தொண்ணூறு நாட்களுக்குள்ளும், அதிகபட்சமாக பத்து மாதத்திற்குள்ளும் ஆச்சர்யமூட்டும் வகையில் திருமணம் கைகூடும் என்பது கண்முன் நிகழும் நிஜமாகும்.

திருமணம் இனிதே நடந்த பிறகு.. மணமகன், மணமகளுடனும், மணமகள், மணமகனுடனும் சென்று.. அப்பிரார்த்தனை மாலையைத் திருமணஞ்சேரி திருத்தலத்திலேயே திரும்பச் செலுத்த வேண்டும்.

என்னங்க.. ரொம்ப சிம்பிளான ஐதீகமும்.. ஆச்சரியமும் நிறைந்த பரிகாரத்தலம் திருமணஞ்சேரி.. திருத்தலம்னு உணர்றீங்களா? உடனே புறப்படுங்க திருமணஞ்சேரிக்கு.

முகவரி

அருள்மிகு உத்வேகநாத சுவாமி திருக்கோயில்
திருமணஞ்சேரி - 609 801
(வழி) குத்தாலம்
மயிலாடுதுறை வட்டம்
நாகை மாவட்டம்
தமிழ்நாடு, இந்தியா.
தொலைப்பேசி: 04364 -235002

திருமருகல்

19

திருமருகல் அருள்மிகு

ஸ்ரீஇரத்தின கிரீஸ்வர சுவாமி திருக்கோயில்

சிறப்பு:

திருமணத்தடை நீக்கும் திருத்தலம். கடன் நிவர்த்தித் தலம். திருநள்ளாறு தலத்தைப் போன்று சனீஸ்வர பகவான் சுவாமிக்கு முன்பாக.. தனிச் சன்னதி கொண்டு அருள்பாலிக்கும் தலம். சுரம் தீர்த்த விநாயகப் பெருமாளின் திருவருள் நிறைந்த தலம். திருஞான சம்பந்தராலும், திருநாவுக்கரசராலும் சுந்தரராலும் பாடல்பெற்ற தலம். தலவிருட்சம் வாழைமரம் அமையப்பெற்ற திருத்தலம். அனுக்கிரஹ விருட்சம் வன்னிமரம் அமையப் பெற்ற திருத்தலம். திருவாவடுதுறை ஆதினத்திற்குச் சொந்தமான திருத்தலம்.

புராண வரலாறு

நைமி சாரணிய வனத்தில் ஒருநாள் சனகாதி முனிவர்கள், வியாச முனிவர் சீடரான சூத முனிவரை நோக்கி முனிவர்களுக்கெல்லாம் சிறந்தவரே எங்களுக்கு மன அமைதி வேண்டும். அந்த அமைதியையும், நிம்மதியையும் தந்தருளும் தலம் ஒன்றின் பெருமையை, சிவபெருமானுடைய கதையை விளக்கிப் புண்ணியம் கொள்ளச் செய்யுங்கள் என வேண்டுதல் செய்தார்கள். சூது முனிவர்.. அவர்களுக்குப் பதில் அளித்தார். உலகில் பதினெட்டு புண்ணிய தலங்களில் மூன்று தலங்கள் முதன்மையாக விளங்குகின்றன. அவை சிதம்பரம் திருவெண்காடு, திருமருகல் என்பதாகும். இதில், மருகல் தலத்தை மருவ வேண்டும் என்று வீட்டை விட்டுப் புறப்பட்டு ஓரடி வைத்தாலே பாவங்கள் மறையும், பசுபோதம் ஒழியும். பதிபோகம் மிகும். வில்வத்தால் விண்ணவர் பெருமானை அர்ச்சித்ததால் தொடத்தகாதவைகளைத் தொட்ட பாவங்கள் தொலையும், உண்ணத்தகாதவைகளை உண்ட பாவங்கள் ஓடும். செய்யத் தகாதன செய்த பாவங்கள் சென்றொழியும். செல்வம் வளரும். மரண பயம் விலகும், ஆயுள் பெருகும். ஆரோக்கியமும் நிம்மதியும் அமைதியும் கிடைத்திடும் என்று சொல்ல.. சனகாதி முனிவர்கள் இத்தலத்திற்கு வந்து எம்பெருமானைத் தொழுது மனம் முழுவதும் மகிழ்வும், அமைதியும் கிடைக்கப்பெற்றார்கள்.. என்கிறது தலபுராணம்.

தல மகிமை

பிரம்மதேவன் படைப்புத் தொழிலில் தனிப் பெருமை விரும்பினார். அதற்காக அன்ன வாகனத்திலிருந்து கலைமகளோடு கயிலையை அடைந்தார். கயிலை கணதூதர்களின் காவலையுடையது. நந்தியம்பகவான் கீழை வாயிலைக் காவல் செய்கிறார். பெருமான் சேவை விருப்பப்பட்டாலும் கிடைக்கக் கூடியதல்ல.. கணநாதர் இறைத்திருமுன் அறிவித்து உத்தரவு பெற்று உள்ளேவிட.. பிரம்மதேவர் அடியற்ற மரம் போல் எம்பெருமானின் பாதங்களில் வீழ்ந்து வணங்கி..யாம் படைப்புச் சிறப்பைப் படைக்க விரும்புகிறேன். அதற்காக தவமியற்றுவதற்காக.. தேவரீர் தாங்கள் தகுந்த இடத்தைச் சொல்ல வேண்டும் என்று வேண்டுதல் செய்ய.. எம்பெருமான் பிரம்மதேவருக்கு இரத்தினகிரி எனும் திருமருகல் சென்று தவமியற்றுமாறு அருளினார். அதன்படி பிரம்மதேவர் இத்தலத்தில் எம்பெருமான் ஸ்ரீஇரத்தினகிரீஸ்வரை வணங்கித் தவமிருந்து தமது படைப்புத் தொழிலில் தனிப்பெருமை பெற்று மகிழ்ந்தார் என்கிறது தலபுராணம்.

தல அற்புதம்

பெருகெலாம் தவம் பேதமை தீரலாம்
திருகலாகிய சிந்தை திருத்தலாம்
பருகலாம் பரமாயதோர் ஆனந்தம்
மருகலான்அடி வாழ்த்தி வணங்கவே

அப்பர் சுவாமிகளின் இந்தப் பாடல் ஒன்றே இத்தலத்தின் பெருமையை விளக்கப் போதியதாகும்.

இத்தலத்தின் எல்லையில் பாம்பு முதலிய விஷஜந்துகள் தீண்டி.. யாரும் இறப்பதில்லை என்பது இத்தலத்தின் அற்புதமாகும்.

சுரந்தீர்த்த விநாயகருக்கு நேர்த்திக்கடன் செய்தால், சுரநோய் ஆச்சரியமூட்டும் வகையில் நீங்குகிறது.

இலக்குமி தீர்த்தத்தில் வரலஷ்மி நோன்பு நாளில் நீராடி.. நோன்பிருந்து.. மறுநாளும் இத்தீர்த்தத்தில் நீராடி ஸ்ரீஇரத்தினகிரீஸ்வரரைத் தரிசித்தால் கடன் தொல்லைகளும்,

வறுமையும் நீங்கி.. செல்வமும், வளமான வாழ்வும் கிடைத்திடும்.. இது இத்தலத்தின் அற்புதமாகும்.

ஆலய அமைப்பு

கிழக்கு நோக்கிய ராஜகோபுரம் 5 நிலைகளுடன் 7 கலசங்களுடன் எழுந்தருளியுள்ளது. ராஜகோபுரத்திற்கு நேர் எதிரே இலக்குமி திருக்குளம் பழமையின் எழிலோடு அமைந்திருக்கின்றது. திருக்குளத்தின் நடுவே நந்தி மண்டபமும் குளக்கரையின் தென்மேற்கில் ஸ்ரீமுத்து விநாயகர் சன்னதியும் அமைந்திருக்கின்றன. தெற்கு வாயில் கோபுரம், கிழக்கு வாயில் கோபுரம் என ராஜகோபுரங்கள் அமைந்திருப்பது இத்தலத்தின் சிறப்பாகும். கிழக்கு உள்சுற்றுப் பிரகாரத்தில், கொடிமரமும் பலிபீடமும் நந்தி தேவரும் அமைந்தருள்கின்றார்கள்.

கிழக்குப் பிரகாரத்தின் வடபுறத்தில் ஆலய அலுவலகமும், தென்புறத்தில் அனுகிரஹ விருட்சமான வன்னிமரமும் அமைந்திருக்கின்றன. இறையருளின் சாட்சியாக விளங்கும் இம்மரம் பூக்காது, காய்க்காது என்பது இத்தலத்தின் சிறப்பாகும்.

தலவிருட்சத்தின் அருகே செட்டிப்பெண், செட்டிமாப்பிள்ளை திருமண மண்டபம் அமைந்திருக்கின்றன.

எம்பெருமான் ஈசனின் மீது அளவில்லா பக்தி கொண்ட செட்டிப்பெண்,

அமைவிடம்

மாயவரம் காரைக்குடி இரயில் பாதையில் இருக்கும் நன்னிலம் இரயில் நிலையத்திலிருந்து கிழக்காக 10வது கி.மீட்டரில் அமைந்துள்ளது திருமருகல்.

நன்னிலம் நாகப்பட்டினம் வழித்தடத்தில் 13வது கிலோ மீட்டரில் அமைந்துள்ளது.

கோவில் திறந்திருக்கும் நேரம்

காலை 6 மணி முதல் 12 மணிவரை மாலை 4 மணி முதல் 9 மணி வரை

தான் விரும்பிய மாப்பிள்ளையான செட்டிப் பிள்ளையோடு திருமணம் முடிப்பதாக இத்தலத்தில் வந்து தங்கினார். இரவு தூங்கும்போது மாப்பிள்ளையை நாகம் தீண்டியதால், அவர் இறந்து போக.. செட்டிப்பெண் காலையில் எழுந்ததும் இவர் எனது கணவர் இவரைத்தான் திருமணம் செய்வேன்.. ஈசனே நீ இவரை உயிர்ப்பித்துத் தரும்வரை இங்கேயே தான் இருப்பேன்.. என கண்ணீரோடு தவமியற்ற.. விஷயமறிந்த திருஞானசம்பந்தர்.. அப்பெண்ணின் கவலையைப் போக்கும் விதமாக.. எம்பெருமானை நோக்கி திருமருகல் திருப்பதிகம் பாட அம்மாப்பிள்ளை உயிர்த்தெழுந்தான். அப்பெண்ணும், அவனுக்கும் இறைவன் முன்பாக இனிதே திருமணம் நடந்தேறிய அற்புதம் நிகழ்ந்தது இத்தலத்தின் தலம்.

அன்று முதல் இத்தலத்தைச் சுற்றிலுமுள்ள இடங்களில் இன்று வரை நாகம் தீண்டுவதில்லை என்பது இறையருளின் நிஜமாகும். மலைக்கோவில் எனும் யானை ஏறாக்கோவிலாக அமைந்தருளும் இத்தலத்தின் மகாமண்டபத்தில் தெற்கு நோக்கி அருள்மிகு வண்டவார் குழலி அன்னையின் திருச்சன்னதி அமைந்திருக்கின்றது.

ஈசனின் சன்னதிக்கான நுழைவாயிலின் வலப்புறத்தில் திருநள்ளாறு திருத்தலத்தைப் போன்று சனீஸ்வர பகவான் தனிச் சன்னதி கொண்டு திருவருள் புரிகின்றார்.

கருவறை உள்சுற்று மண்டபத்தைத் தரிசிக்கச் சென்றார்.. மகா மண்டபத்தில் ஸ்ரீ பைரவரையும், ஸ்ரீசூரிய பகவானையும், நாகரையும்.. செட்டிப்பெண் செட்டிப்பிள்ளை, திருஞானசம்பந்தரையும் தரிசனம் செய்யலாம். தென்மேற்கில் ஸ்ரீநடராஜரும், சிவகாமி அன்னையும் திருவருள் புரிகின்றார். ஸ்ரீநடராஜருக்கு இடப்புறத்தில் வள்ளி, தெய்வானை சமேத சுப்ரமணியர் அருள்பாலிக்கின்றார்.

கருவறை சுற்றுப்பிரகாரத்தின் தென் பகுதியில் 63 நாயன்மார்களும், நால்வர் பெருமான்களும், பிரதான விநாயகரும், குருதட்சிணாமூர்த்தியும், பராசுரர் பூஜித்த விசுவநாதரும், வள்ளி தெய்வானை சமேத சுப்ரமணியரும் திருவருள் புரிகின்றார்கள்.

மேற்குப் பிரகாரத்தில் வலம் வரும்போது,

ஸ்ரீஅண்ணாமலையாரைத் தரிசிக்கலாம். வடக்குப் பிரகாரத்தில் ஸ்ரீமகாலட்சுமி அன்னையும், பிரம்மதேவரும், துர்கா தேவியும் சண்டிகேஸ்வரரும் நலமருளுகின்றனர்.

இப்பிரகாரத்தில் தலவிருட்சமான வாழை மரங்கள் அமைந்திருக்கின்றன. மூலவர் பிரகாரத்தில்.. எம்பெருமான் ஸ்ரீஇரத்தினகிரீஸ்வரர் எனும் மாணிக்கவண்ணர் எழில்மிகு திருவடிவில் சக்தி ஸ்வரூபமாக அருள்பாலிக்கின்றார்.

திருமணத் தடைகளையும், கடன் பிரச்னைகளையும், வறுமையையும் விரட்டி.. நல்வாழ்வளிக்கும் இப்புனிதரிடம்.. வீடு கட்ட ஆரம்பித்தவர்கள் எந்த இடையூறும் இல்லாமல் விரைவில் வீடு கட்டி முடித்திட அருள்புரியும்படி வேண்டுதல் செய்கிறார்கள்.

மூலவர் சன்னதிக்குத் தெற்கே அருள்மிகு சோமாஸ்கந்தரின் சன்னதி அமைந்திருக்கின்றது.

மூலவருக்கு இடதுபுறத்திலும், சோமாஸ்கந்தருக்கு வலப்புறத்திலுமாக சனீஸ்வர பகவான் அமைந்திருப்பது.. தோஷ நிவர்த்தித் தலம் எனும் சிறப்புக்குரியது.

திருமண வரம் வேண்டுவோர் செய்ய வேண்டியது

இது திருமணத் திருத்தலம் என்பதால் வரலட்சுமி விரத நாட்களில் இத்தலத்திற்கு வந்து லட்சுமி தீர்த்தம் எனும் திருக்குளத்தில் நீராடி எம்பெருமானைத் தரிசித்து.. தங்கள் பெயரில் அர்ச்சனை செய்தால்.. விரைவிலேயே திருமணம் கைகூடும் என்பது ஐதீகமாகும்.

இதுமட்டுமின்றி திருஞான சம்பந்தர் அருளிய பதிகத்தைத் தினமும் இருமுறை நீராடி நெற்றியில் திருநீறு பூசி.. பக்தியுடன் பாடினால் திருமணம் இனிதே கைகூடி வரும் என்பது ஆன்றோர்களின் நம்பிக்கை.

திருஞானசம்பந்தர் அருளிய திருமருகல் பதிகம்

(விரைவில் திருமணம் நடைபெற ஓத வேண்டிய பதிகம்)

சடையாய் எனுமால் சரண் நீ எனுமால்
விடையாய் எனுமால் வெருவா விழுமால்
மடை ஆர் குவளை மலரும் மருகல்
உடையாய் தகுமோ இவள் உள் மெலிவே 1

சிந்தாய் எனுமால் சிவனே எனுமால்
முந்தாய் எனுமால் முதல்வா எனுமால்
கொந்து ஆர்குவளை குலவும் மருகல்
ஏந்தாய் தகுமோ இவள் ஏசறவே 2

அறையார் கழலும் அழல்வாய் அரவும்
பிறையார் சடையும் உடையாய் பெரிய
மறையார் மருகன் மகிழ்வாய் இவளை
இறையார் வளைகொண்டு எழில் வல்வினையே 3

ஒலிநீர் சடையில் கரந்தாய் உலகம்
பலி நீ திரிவாய் பழியில் புகழாய்
மலி நீர் மருகன் மகிழ்வாய் இவளை
மெலி நீர்மையள் ஆக்கவும் வேண்டினையே 4

துணி நீலவண்ணம் முகில் தோன்றியன்ன
மணி நீலகண்டம் உடையாய் மருகல்
கணி நீலவண்டு ஆள் குழலாய் இவள்தான்
அணி நீல ஒண்கண் அயர்வு ஆக்கினையே 5

பலரும் பரவப் படுவாய் சடைமேல்
மலரும் பிறை யொன்றுடையாய் மருகல்
புலருந் தனையுந் துயிலாள் புடைபோந்
தலரும் படுமோ அடியா ளிவளே 6

வழுவாள் பெருமான் கழல் வாழ்கவெனா
வெழுவா ணினைவா ளிரவும் பகலும்
மழுவா ளுடையாய் மருகற் பெருமான்

தொழுவா ளிவளைத் துயராக் கினையே 7

இலங்கைக் கிறைவன் விலங்க லெடுப்பத்
துலங்கவ் விரலூன் றலுந்தோன் றலனாய்
வலங்கொள் மதிள் சூழ் மருகற் பெருமான்
அலங்கல் இவளை அலராக் கினையே 8

எரியார் சடையும் மடியும் இருவர்
தெரியாத தொர் தீத்திரளா யவனே
மரியார் பிரியா மருகற் பெருமான்
அரியா ளிவளை அயர்வாக் கினையே 9

அறிவில் சமணும் மலர்சாக் கியரும்
நெறியல் லனசெய் தனர்நின் றுழல்வார்
மறியேந் துகையாய் மருகற் பெருமான்
நெறியார் குழலி நிறை நீக்கினையே. 10

வயஞானம் வல்லார் மருகற் பெருமான்
உயர் ஞானமுணர்ந் தடியுள் குதலால்
இயன் ஞான சம்பந்தன் பாடல் வல்லார்
வியன் ஞாலமெல்லாம் விளங்கும் புகழே. 11

முகவரி

அருள்மிகு இரத்தினகிரீஸ்வரர் திருத்தலம்
திருமருகல், நன்னிலம் வட்டம்
நாகை மாவட்டம் Pin 609 709
தமிழ்நாடு, இந்தியா
PH: **04366 270823**

திருமழப்பாடி

'நந்தி கல்யாணம் பார்த்தால் முந்தி கல்யாணம்' எனும் சொல் வழக்கின்படி திருமண வரம் அருளும் புனிதத் திருத்தலம்.

மூலவர் அருள்மிகு வைத்தியநாத சுவாமி

அம்மன் அருள்மிகு சுந்தராம்பிகை

தலவிருட்சம் பனைமரம்

தீர்த்தம் கொள்ளிடம்

20

"பொன்னார் மேனியனே புலித்தோலை
அரைக்கசைத்து மின்னார் செஞ்சடைமேல்
மிளிர் கொன்றை அணிந்தவனே மன்னே

அருள்மிகு
வைத்தியநாதர் திருக்கோயில்

மாமணியே மழபாடியுள் மாணிக்கமே அன்னே உன்னையல்லால்
இனியாரை நினைக்கேனே''

என சுந்தரர் பெருமானாலும், அப்பராலும் திருஞான சம்பந்தராலும் பாடல்பெற்ற திருத்தலம் இது.

சிறப்பு

தேவாரப்பாடல் பெற்ற காவிரி வடகரைத் தலங்களில் இது 54வது தலம்.

இத்தலத்தில் நீராடி அருள்மிகு வைத்தியநாத சுவாமிக்கு அபிஷேகம் செய்தால் தீராத பிணிகள் யாவும் தீர்ந்து ஆரோக்கியமான வாழ்வு கிடைத்திடும் என்பது ஐதீகம்.

கடுமையான காய்ச்சலால் பாதிக்கப்பபட்டவர்கள் இத்தலத்திலுள்ள ஜுரஹரருக்கு புழுங்கல் அரிசியில் ரசம் சாதம் வைத்து நைவேத்தியம் செய்து வணங்கினால் எத்தகைய காய்ச்சலும் குணமாகிவிடும் என்பது பெரியோர்களின் நம்பிக்கை.

திருமணத்தடை, தோஷமுள்ளவர்கள் நந்தியம் பெருமானின் திருக்கல்யாணத்தைத் தரிசித்தால் எல்லாத் தடைகளும் தவிடுபொடியாகும், இனிதே இல்லற வாழ்வு அமையப்பெறும் என்பது ஐதீகமாகும்.

தலவரலாறு

திருவையாறில் வசித்த சிலாதமுனிவர்.. குழந்தை பாக்கியம் வேண்டி, சிவபெருமானை நோக்கி தவம் இருந்தார். அப்போது அசரீரி தோன்றி ''உமது பக்திக்கு மெச்சினோம். நீர் புத்திரகாமேஷ்டி யாகம் செய்தால் உமக்கு குழந்தை பாக்கியம் கிடைக்கும். அந்தப் பாக்கியமானது நீர் நிலத்தை உழும்போது பூமியிலிருந்து ஒரு பெட்டி கிடைக்கும். அதனுள் இருக்கும் குழந்தையானது உம்மைப் பார்த்து புன்னகைக்கும், நீர் அந்தக் குழந்தையை எடுத்து வளர்த்து வாருங்கள். ஆனால் அந்தக் குழந்தை 16 வருடங்கள்தான் உயிர்வாழும்'' என அசரீரி சொல்ல அதன்படியே அவர் நிலத்தை உழுகின்றபோது ஒரு

பெட்டி கிடைத்தது. அப்பெட்டியில் மூன்று கண்கள், நான்கு தோள்களுடன், சந்திரனை அணிந்த முடியுடன் ஒரு குழந்தை இருப்பதைக் கண்ட முனிவர் வியப்பில் கண்களை இமைத்தார். சட்டென்று என்ன செய்வதெனப் புரியாமல் பெட்டியை மூடியவர் மீண்டும் திறக்க இப்போது பெட்டியில் அழகிய குழந்தை இருப்பதைக் கண்டு மகிழ்வுற்றார். அக்குழந்தையை எடுத்து வாரியணைத்துக் கொஞ்சினார். அதற்கு ஜபேசர் என்று பெயரிட்டு அன்புடன் வளர்க்க ஆரம்பித்தார். அக்குழந்தைக்கு 14 வயது ஆனதும் இன்னும் 2 ஆண்டுகள் தான் குழந்தை உயிரோடு தன்னோடு இருக்கப் போகின்றது என்பதை நினைத்த முனிவர் வேதனையில் கண்கலங்கினார்.

இதனை அறிந்த ஜபேசர் திருவையாற்றிலுள்ள அயனகிரி தீர்த்தக்குளத்தில் ஒற்றைக்காலில் நின்று கடும் தவம் புரிந்தார். அப்போது நீரிலிருந்த நீர்வாழ் உயிரினங்கள் ஜபேசரை கொஞ்சம் கொஞ்சமாகத் தின்றன, இருப்பினும் தன் நிலையை உணராமல் ஜபேசர் கடும் தவம் இருந்தார். இவரது தவத்தைக் கண்டு மனமிறங்கிய ஈசன் ஜபேசரைக் குணப்படுத்தி அவருக்குப் பூரண ஆயுளைத் தந்தருளினார்.

வாலிபனான ஜபேசர் சுயசாம்பிகை எனும் பெண்ணை இத்திருமழபாடியில் திருமணம் முடித்து இனிதே வாழ்ந்தார்.

அதன்பிறகு மீண்டும் சிவபெருமானை நோக்கி கடுந்தவம் புரிய எம்பெருமான் ஜபேசரின் முன் தோன்றி சிவகணங்களின் தலைமைப் பதவியையும் கயிலாயத்தின் முதல்வாயில் காவல் உரிமையையும் நந்திதேவர் எனும் திருப்பெயரையும் தந்தருளினார்.

மூலவர் அருள்மிகு வைத்தியநாத சுவாமி

இத்திருத்தலத்தில் அருள்பாலிக்கும் மூலவர் அருள்மிகு வைத்தியநாத சுவாமி திருமழபாடி மகாதேவர், திருமழபாடி உடையநாயனார், திருமழபாடி உடைய தம்பிரான், பொன்னார்மேனியார், வயிரத்தூணர் எனப் பல்வேறு திருப்பெயர்களில் விளங்கியதாக இங்குள்ள கல்வெட்டுகள்

தெரிவிக்கின்றன. சம்பந்தர் தம்முடைய தேவாரப்பாடலில் இத்தல இறைவனைப் பிறவிப்பிணி உடற்பிணிகள் ஆகியவற்றைத் தீர்த்தருளும் மாமருந்து எனப் பாடியுள்ளார். தம்மை வணங்குபவர்களின் உடல், கர்மவினைப் பிணிகளைத் தீர்க்கும் வைத்தியன் எனும் பொருளிலேயே இவருக்கு வைத்தியநாதன் எனும் திருப்பெயர் உண்டானது.

இதன் பொருளிலேயே மூலவர் சன்னதியுடன் தனியாக அருள்மிகு வைத்தியநாதர் ஈஸ்வரம் எனும் திருப்பெயரில் ஒரு சன்னதி முதலாம் ராஜேந்திரன் காலத்தில் கட்டப்பட்டது. பிறகு இச்சன்னதி மூன்றாம் இராஜ ராஜன் காலத்தில் கற்கோவிலாக அமைக்கப்பட்டது. இச்சன்னதியின் திருப்பெயரிலேயே இச்சன்னதி தற்போது வைத்தியநாத சுவாமி திருக்கோவில் என அழைக்கப்படுகிறது.

அமைவிடம்

திருச்சியிலிருந்து இலால்குடி திருமானூர் வழித்தடத்தில் 45கிலோ மீட்டர் தொலைவிலும், திருவையாற்றுக்கு மேற்கே 4கிலோ மீட்டர் தொலைவிலும் கொள்ளிடம் ஆற்றங்கரையில் திருமழப்பாடி எனும் சிற்றூரில் ஆயிரம் ஆண்டுகளை கடந்த பழமையோடு அமைந்திருக்கின்றது.

கோவிலின் வரலாறு

கி.பி 6ஆம் நூற்றாண்டில் பல்லவர் ஆட்சி காலத்திலேயே இங்கு கோவில் இருந்ததை மூவர் பாடல்கள் உணர்த்துகின்றன. செங்கல்லால் ஆன அக்கோவில், முதல் ஆதித்தசோழன் காலத்தில் கி.பி 894ல் கற்கோவிலாகக் கட்டப்பட்டது. காலப்போக்கில் இக்கோவிலும் பழுதடைந்து போகவே அதைப் பிரித்து புதுப்பித்துக் கட்டும்படி இராஜராஜன் ஆணையிட கி.பி.1013ல் ஆரம்பித்த கட்டிடப்பணி கி.பி.1026ல் முடிவடைந்தது. தற்போதுள்ள

கருவறை அர்த்தமண்டபம், இரண்டு அடுக்குகள் கொண்ட திருச்சுற்று, நடைமாளிகை, மதில், கோபுரவாசல் ஆகியவை முதல் இராஜேந்திர சோழன் காலத்தில் கட்டப்பட்டவையாகும். இரண்டாம் திருச்சுற்று கோபுரம், மடைப்பள்ளி உள்ளிட்ட கட்டிடப்பகுதிகள் மூன்றாம் போசள மன்னர் வீர நரசிம்மரின் படைத்தளபதி வல்லப தண்ட நாயக்கர் என்பவர் இக்கோவில் விமானத்தை கி.பி.1236ல் புதுப்பித்துக் கட்டியதுடன் அலுவலக மண்டபத்தையும் கட்டியுள்ளார்.

அருள்மிகு சுந்தராம்பாள் அம்மன் சன்னதி மூன்றாம் குலோத்துங்கன் காலத்திலும், நடராஜர் சன்னதி, நிருத்தமண்டபம், பாலாம்பிகை சன்னதி ஆகியவை மூன்றாம் ராஜராஜன் காலத்திலும் கட்டப்பட்டன. இராஜகோபுரம், மூன்றாம் திருச்சுற்று மதில் ஆகியவை பாண்டியர் காலத்திலும் கட்டப்பட்டுள்ளன. மண்டபம் கி.பி.1490ல் கோனேரிராயன் எனும் விஜயநகர சிற்றரசரால் கட்டப்பட்டது என்பதனை இங்குள்ள 160க்கும் மேற்பட்ட கல்வெட்டுகள் தெரிவிக்கின்றன.

தமிழ், வடமொழி, தெலுங்கு ஆகிய மொழிகளில் எழுதப்பட்டுள்ள இக்கல்வெட்டுகள் கி.பி.9ஆம் நூற்றாண்டு முதல் 18ம் நூற்றாண்டு வரையிலான காலகட்டங்களைச் சார்ந்தவை என அறிய முடிகிறது.

இதுமட்டுமல்ல இத்திருக்கோவிலில் உள்ள அஸ்திர தேவர், பொன்னார் மேனியார், சேத்திரபாலர், தேவார மூவர்கள், பிரம்மா, விஷ்ணு, திருச்சிற்றம்பலமுடையார் (நடராஜர்), பிச்சாடனர், சிவகாமி அம்மை, விநாயகர், இராஜராஜனின் மனைவி ஆகியோரின் செப்புத்திருமேனிகள் செய்து வைக்கப்பெற்று வழிபாடுகள் நடந்து வந்ததை கல்வெட்டுகள் உறுதிப்படுத்துகின்றன.

நந்தி கல்யாணம் முந்தி கல்யாணம்

இத்திருத்தலத்தில் அருள்பாலிக்கும் சக்திமிகு நந்திதேவரின் திருக்கல்யாண வைபவத்தைத் தரிசிக்கும் கல்யாணமாகாத இளைஞர்களுக்கும், பெண்களுக்கும் திருமணத்தடை விலகி ஓடும், தோஷங்கள் அகன்றிடும்.

நந்தி தேவரின் திருமணத்தைத் தரிசித்த சில மாதங்களிலேயே அவர்களுக்குத் திருமண பாக்கியம் கிடைத்திடும் என்பது இன்றும் நம் கண்முன் நிகழும் நிஜமாக இருக்கிறது. நீண்ட நாள் திருமண பாக்கியம் கிடைத்திடாமல் வருத்தப்படுபவர்கள் இப்போதே தயாராகுங்கள் நந்தித்தேவரின் திருக்கல்யாணத்தைத் தரிசிக்க. நந்தி தேவரின் திருமணம் பிரதி வருடம் பங்குனி மாதம் புனர்பூச நட்சத்திரத்தில் மிக விமர்சையாகக் கொண்டாடப்படுகிறது.

நந்திதேவர் சுயசாம்பிகை தேவியைத் தனது மனைவியாகக் கரம் பிடிக்கும் இப்புனிதத் திருநாளில் திருமழபாடிக்குச் சென்று அவ்வைபவத்தைத் தரிசித்து மகிழலாம். அன்று திருவையாற்றிலிருந்து சுவாமி ஐயாரப்பர், மாப்பிள்ளை நந்திதேவர், மணப்பெண் சுயசாம்பிகை தேவி ஆகியோர் திருமழபாடிக்கு வருவதைக் காண கண்கோடி வேண்டும் அத்தனை எழிலோடு இறையருளின் நிஜத்தோடு மணமகனும், மணமகளும் நம் விழிகளிலும் இதயத்திலும் ஆனந்தத்தை நிறைக்கின்றார்கள்.

மாப்பிள்ளை நந்திதேவர் குதிரை வாகனத்தில் அழகிய தலைப்பாகை அணிந்து வெள்ளிச் செங்கோலுடன் எழுந்தருளுகின்றனர். திருமழபாடி இறைவன் இறைவியுடன் கண்ணாடிப் பல்லக்கில் எழுந்தருளி மாப்பிள்ளை வீட்டாரைக் கொள்ளிடம் ஆற்றில் எதிர்கொண்டு அழைக்கும் அத்திருக்காட்சி கோலாகலத்துடனும், பரவசத்துடனும் நடந்தேறுவதைத் தரிசித்தாலே மனதில் மகிழ்ச்சி பொங்கும்.

மாலையில் கிழக்குக் கோபுரம் அருகே திருமண வைபவம் இனிதே நடந்தேறுவதைத் தரிசித்த நமக்கு பிறவிப்பயன் அடைந்த ஆனந்தம் கிடைத்திடும். மணமேடையில் நந்திதேவர் புது மாப்பிள்ளையாக எழுந்தருளிப் பெருமிதத்துடன் காட்சி தருகின்றார். மணப்பெண் சுயசாம்பிகை சீர்வரிசைகளுடன் அழைத்து வரப்படுகின்றார். இருவருக்கும் சிறப்பான அபிஷேகம் செய்யப்பட்டு புத்தாடை அணிவிக்கப்படுகின்றன.

திருமஞ்சன தரிசனம் நம் வாழ்வில் வினைகளை அகற்றி நல்லன தந்திடும் நலம் அருளிடும் என்பது ஐதீகமாகும். புதுமணத்தம்பதிகள் தெய்வீக எழில்வடிவமாய் திருக்காட்சி

புரிய குருக்கள் திருமாங்கல்யத்தை எடுத்துத் தர நாத்தனார் எனப்படும் பெண் தாலியை சுயசாம்பிகை தேவியின் கழுத்தில் அணிவிக்கும் அப்புனிதத் திருக்காட்சியைத் தரிசிக்கும் அத்தனை இதயங்களிலும் மகிழ்வும், உற்சாகமும், ஆனந்தமும் நிறைவதை உணரமுடியும்.

திருமங்கலநாணை அன்னை தனது திருக்கழுத்தில் அணிந்தபடி புன்னகை திருமுகமாய் அருள்புரிய, நந்திதேவர் மணமகனான பெருமிதத்தில் ஆனந்தமாய் அருள்வழங்க, தீபாராதனை நம் கண்களையும், இதயத்தையும் சந்தோஷமாய் நிறைக்கின்றது. திருமண வைபவம் முடிந்து நந்திதேவரும் சுயசாம்பிகை தேவியும் தம்பதி சமேதராய் வீதிவலம்வர மக்கள் தங்கள் இல்லத் திருமணம் போன்றே வீட்டை அலங்கரித்து மகிழ்ச்சியுடன் வரவேற்பதைக் காண நம்முள் ஆச்சரியம் நிறையும்.

‘நந்தி கல்யாணம் பார்த்தால் முந்தி கல்யாணம்’ எனும் வாக்கின்படி நந்திதேவரின் இப்புனித திருக்கல்யாணத்தைத் தரிசித்தாலே நலமும், வளமும் நம் இல்லங்களில் நிறையும் என்பது ஐதீகம். திருமழப்பாடி சென்று அருள்மிகு வைத்தியநாதப் பெருமானையும், திருக்கல்யாண நந்திதேவரையும் தரிசிப்போம், நம் வாழ்வில் நல்லன கிடைக்கப்பெறுவோம்.

முகவரி

செயல்அலுவலர்

அருள்மிகு வைத்தியநாதசுவாமி திருக்கோயில்

திருமழப்பாடி, லால்குடி வட்டம்.

அரியலூர் மாவட்டம்

தமிழ்நாடு, இந்தியா

பின்கோடு 621851

தொலைபேசி எண் 04329292890

9197862 05278.

அருள்மிகு ஜெகந்நாதப் பெருமாள் திருக்கோயில்

திருமாலின் பெயர்: அருள்மிகு ஜெகந்நாதப் பெருமாள் ருக்மணி சத்யபாமா சமேதராக வீற்றிருந்த திருக்கோலத்துடன் கிழக்குத் திருமுகமாக அருள்பாலிக்கின்றார்.

ஸ்தலாதிபதி: ''ஸ்ரீ பக்தி ஸாரர்'' என வழங்கும்

அருள்மிகு திருமழிசைப் பிரான் ஸ்தல இலக்கியம்: 1. திருச்சந்த விருத்தம்: 120 பாசுரங்கள் 2. நான்கு திருவந்தாதி: 96 பாசுரங்கள்

தாயாரின் திருப்பெயர்: அருள்மிகு திருமங்கைவல்லித் தாயார்.

பெருமாள் விமானம்: ஜெகதானந்த விமானம்

தீர்த்தம்: பிருகு புஷ்கரணி

தல விருட்சம்: பாரிஜாத விருட்சம்

ஆகமம்: ஸ்ரீவைகாநஸம்

பன்மடங்கு பலன் தரும் திருத்தலம்

இறையருளாளர் திருமழிசை ஆழ்வாரின் அவதாரத் திருத்தலமான இத்தலத்தைப் பற்றி வாசித்தாலே நமக்கு எண்ணற்ற நன்மைகள் கிடைத்தருளும் என்பது ஐதீகம்.

"உலகு மழிசையு முள்ளுணர்ந்து தம்மில்
புலவர் புகழ்க் கோலால் தூக்க உலகு தன்னை
வைத்தெடுத்த பக்கத்தும் மாநீர் மழிசையே
வைத்தெடுத்த பக்கம் வலிது"

திருக்கச்சி நம்பிகள்

இப்பூவுலகில் பற்பல புண்ணியத் தலங்கள் இருப்பினும்.. இத்திருமழிசை திருத்தலத்திற்கு ஈடாக மாட்டா என்கிறது இப்பாடல்.

திருமழிசை ஒன்றினை மட்டும் தரிசித்தால் கிட்டும் பலன்.. ஏனைய தலங்களைத் தரிசித்தால் கிடைக்கக் கூடிய பலன்களைவிடவும் பன்மடங்கு மேம்பட்டது என்கிறார் திருக்கச்சி நம்பிகள்.

இப்புனிதத் தலத்திற்கு வந்து.. எம்பெருமான் ஜெகந்நாதரையும், திருமங்கை வல்லித் தாயாரையும், திருமழிசைப் பிரானையும் தரிசித்தால் மனம் முழுவதும் மகிழ்ச்சி நிறையும்.. இல்லம்தோறும் மங்களம் குடிபுகும்.. திருமணத்தடைகள் விலகி.. மனதுக்கேற்ற மாங்கல்யம் அமைந்திடும் என்பது ஐதீகமாகும்.

திருமணப் பிரார்த்தனை செய்யும் முறை

இத்திருத்தலத்திற்கு வந்து பிரார்த்தனை செய்தால் திருமணத்

தடைகள் விலகிடும் என்பது ஐதீகமாகும். திருமண வரம் வேண்டி தமிழகம், இந்தியா மட்டுமின்றி கனடா, சிங்கப்பூர், மலேசியா போன்ற நாடுகளிலிருந்தும் எண்ணற்ற பக்தர்கள் இத்தலத்திற்கு வருகை தந்து, பிரார்த்தனை செய்து திருமணப் பாக்கியம் பெறுகின்றனர்.

அமைவிடம்

திருமழிசை எனும் இப்புனித திருத்தலம்.. சென்னை பெங்களூரு தேசிய நெடுஞ்சாலையில் பூவிருந்தவல்லிக்கு மேற்கே வது கிலோ மீட்டரில் சென்னை திருப்பதி பேருந்து சாலையில், திருமழிசை நகரின் தெற்கே அருள்மிகு ஒத்தாண்டீஸ்வரர் சன்னதிக்கு நேர் எதிரே அமைந்திருக்கின்றது.

சரி..? திருமணப் பிரார்த்தனையை எப்படிச் செய்வது?

அது மிக எளியதான விஷயமாகும்.

ஒவ்வொரு மாதமும்.. மக நட்சத்திர தினத்தன்று இச்சன்னதியில் மிகச் சிறப்பான பூஜைகளும், அபிஷேகங்களும் நடைபெறுகின்றது. தைமாத மக நட்சத்திரம் திருமங்கை ஆழ்வாரின் அவதார நட்சத்திரம் என்பதால்.. அன்றைய தினம் மிகப்பெரிய அளவில் திருவிழா கொண்டாடப்படுகிறது.

திருமண வரம் வேண்டும் அன்பர்கள்.. மக நட்சத்திர தினத்தன்று அதிகாலையே இச்சன்னதிக்கு வர வேண்டும். கோவிலின் முகப்பிலேயே பூஜை பொருட்கள்.. அர்ச்சனைக்கான தேங்காய், பழம், பூ போன்றவை கிடைப்பதால், அவற்றை வாங்கிக்கொண்டு.. முதலில் மூலவப் பெருமான் ஸ்ரீஜெகந்நாதருக்கும், அடுத்து மூலவத்தாயார் திருமங்கை வல்லி அன்னைக்கும், அடுத்து,

ஸ்தலாதிபதி ஸ்ரீ திருமழிசை ஆழ்வாருக்கும்.. உங்கள் பெயர், ராசி, நட்சத்திரம் சொல்லி சங்கல்பம் செய்து கொண்டு அர்ச்சனை செய்ய வேண்டும். அப்போது, "எம்பெருமானே.. எனது திருமணம் இனிதே நடந்தேறினால், என் துணைவியோடு உங்கள் சன்னதிக்கு வந்து.. 'திருமஞ்சனம்' செய்கின்றேன் என்று பிரார்த்தனை செய்தால் போதும். கருணா மூர்த்தியின் கருணையினால் உங்கள் வேண்டுதல் பலிதமாகும். உங்கள் மனதிற்கேற்ற துணை சில மாதங்களிலேயே உங்களுக்குக் கூடிவரும். இது இத்தலத்தின் மகிமையாகும். சிறப்பாகும்.

திருமழிசையாழ்வாரின் அற்புதங்கள்

இளவயதில் திருமழிசையாழ்வார் திருவாளன் பங்கயச்செல்வி எனும் வேளாளர் தம்பதியரால் வளர்க்கப்பட்டார். பிறிதொரு வேளாளர் குலத் தம்பதியருக்குத் தாம் உண்டு சேஷித்த பாலின் மூலம் இளமையாக்க, அவர்கள் ஒரு குழந்தையைப் பெற்றனர். அக்குழந்தைக்குக் கணிகண்ணன் எனப் பெயரிட்டு தமது சீடராக்கிக்கொண்டார்.

ஆழ்வார் காஞ்சி மாநகரில் எழுந்தருளியிருந்த போது இவருக்குத் திருவலகிட்டுத் தொண்டு செய்து வந்தாள் ஒரு மூதாட்டி. அம்மூதாட்டி ஆழ்வாரின் மீது மிகுந்த பக்தி கொண்டவர். ஆழ்வார் அம்மூதாட்டிக்கு யௌவனம் அளித்தார். அதனை அறிந்த அந்நகர அரசன் பல்லவராயன் தமக்கும் யௌவனம் எனும் இளமையை அளிக்குமாறும், தம்மை குறித்துப் பாடுமாறும் வேண்ட.. ஆழ்வார் "உம்மைப் புகழ்ந்து பாட மாட்டேன்" என மன்னனிடம் மறுக்க.. கோபம் கொண்ட அம்மன்னன்.. ஆழ்வாரை அந்நகரிலிருந்து வெளியேறும்படி உத்தரவிட்டான். ஆழ்வார் காஞ் சியிலிருந்து வெளியில் வர.. ஆழ்வாருடன் திருமாலும் செல்ல.. நகரமே இருள் சூழ்ந்து நரகம் போலானது. தமது தவறை உணர்ந்த பல்லவராஜன் ஆழ்வாரிடம் வந்து, தம்மை மன்னிக்கும்படி வேண்டினான். ஆழ்வார் திருமாலிடம், "எம்பெருமானே.. நீர் பைந்நாகப்பாய் படுத்துக்கொள்ளுங்கள்" என்று வேண்ட திருமால் மீண்டும் அவ்வாறே முன்போல் சயனித்திருந்தார்.

ஆழ்வார் திருக்குடந்தை எம்பெருமானைச் சேவிக்க.. அதுபோது மகிழ்ந்த எம்பெருமான் தமது அர்ச்சாவதார சமாதியைக் கடந்து எழுந்திருந்து பேச முயல.. ஆழ்வார் "வாழிகேசனே" என்று மங்களாசாசனம் செய்தருளினார்.

திருமழிசைப்பிரான் யோகத்தில் இருந்தபோது ஆகாய மார்க்கமாக பரமசிவன் பார்வதி தேவியோடு ரிஷப வாகனத்தில் செல்ல.. அப்போது தேவியின் பரிந்துரையால் சிவபெருமான் இவ்விஷ்ணு பக்தரோடு வாதாட.. அது விவாதமாக முடியவும், இறுதியில் அவர் ஆழ்வாரின் பக்தியை மெச்சி.."பக்திஸாரர்" எனும் விருதளித்து அருளினார்.

திருமழிசைப்பிரான் சாக்கியம், சமணம், சைவம் முதலிய சமயங்களிலே ஈடுபட தமது அஷ்டாங்க யோகத்திற்குக் காரணமான ஜகத்தாரண வஸ்து இன்னது என்றறிய முயன்றார். சைவ சமயத்தில் இருந்தபோது "சிவவாக்கியர்" எனும் பெயருடன் விளங்கிய இவர்.."சிவவாக்கியர் திருஆயிரம்" எனும் நூலை இயற்றினார். கடைசியில் பேயாழ்வாரால் வைணவ சமயத்திற்கு வந்து "திருச்சந்த விருத்தம்", "நான்முகன் திருவந்தாதி" எனும் இரு பிரபந்தங்களை இயற்றியருளினார்.

திருச்சந்த விருத்தம்

அத்தனாகி அன்னையாகி ஆளும் எம்பிரானுமாய்
இத்தொவ்வாத பல்பிறப்பொழிந்து நம்மை ஆட்கொள்வான்
முத்தனார் முகுந்தனார் புகுந்து நம்முள் மேவினார் எத்தினால்
இடர்க்கடல் கிடத்தி ஏழை நெஞ்சமே

திருமழிசைப்பிரான்

தலப்பெருமை

அத்ரி, பிருகு, வசிஷ்டர், பார்கவர் முதலிய பிரம்ம ரிஷிகள், பிரம்மதேவரைத் தரிசித்து.. பூலோகத்தில் நாங்கள் தவமியற்றவதற்கான புனிதத் தலம் எதுவென அருளுமாறு வேண்டினர்.

மூவுலகும் படைத்த நான்முகன் தேவசிற்பியான சதுர்முகனிடம் துலாக்கோல் கொண்டு வரும்படிச் சொன்னார். "அத்துலாக்கோலின் ஒரு பக்கத் தட்டில் திருமழிசை தலத்தினையும், மற்றொரு தட்டில் ஐம்பது யோசனை பரப்பளவுள்ள ஏனைய மண்ணுலகு முழுமையையும் வைத்து முனிபுங்கவர்கள் பார்க்கும் வகையில் காட்டுவாயாக" என்று கூறினார்.

தேவசிற்பி நான்முகனின் ஆணைப்படி செய்ய.. ஒரு பக்க துலாக்கோலிலிருந்த திருமழிசை.. மற்றதைவிட கனமாகத் தாழ்ந்து நின்றது.

ஒரு சிற்றூர் உலகினைவிட உயர்ந்ததாகி கண்ணெதிரே தெரிய முனிபுங்கவர்கள் பிரம்மதேவருக்கு முன் கரம் கூப்பினர்.

''மகிமையின் சாரம் செறியும் தலமே திருமழிசை.. அதன் பெருமை அகிலத்தினும் பெரியது. உங்களது தவத்திற்கு உற்ற.. உரிய தலம் திருமழிசையே.. அது சிறந்த வளங்களைக் கொண்ட தலம். அங்கே தவங்களியற்றி தனிப்பெரும் பலன்களைப் பெறுவீர்களாக" என்று நான்முகன் நல்லாசியும் நல்கினார்.

முனிவர்கள் மகீசாரசேத்திரமான திருமழிசையை அமைந்தனர், அங்கு அருந்தவம் இயற்றினர். பெறற்கரிய பெரும் பேறும் பெற்று உயர்கதி எய்தினர்.. என்கிறது ஸ்தல புராணம்.

ஆலயத்தின் அமைப்பு

கிழக்கு நோக்கிய ராஜகோபுரம் ஐந்து நிலைகளுடன் ஏழு கலசங்களுடன் வானுயர எழுந்தருளி இருக்கின்றது. ராஜகோபுரத்திற்கு நேர் எதிரே பிருகு புஷ்கரணி பிரம்மாண்டமாய் அமைந்திருக்கின்றது.

கிழக்கு நுழைவு கோபுரத்தைக் கடந்து உள்ளே வந்தால் முதல் சுற்றுப்பிரகாரம் பழமையின் புனிதத்தோடு அமைந்திருக்கின்றது.

ராஜகோபுரத்திற்கு உட்புறமாக.. நேர் எதிரே துஜஸ்தம்பம் எனும் கொடி மரமும், பலிபீடமும் அமைந்திருக்கின்றன.

வடகிழக்கில் அருள்மிகு மணவாள மாமுனிகளின் திருச்சன்னதி அமைந்திருக்கின்றது. தெற்குப் பிரகாரத்தில்.. தாயாரின் சன்னதிக்கு நேர் எதிரே நான்கு கால் மண்டபம் அமைந்திருக்கின்றது.

தும்பிக்கை ஆழ்வார்

விக்னேஷ்வரப் பெருமான்.. தடை தகர்க்கும் தெய்வம்.. கணபதி தெற்கு நோக்கி தெய்வீகமாக அமர்ந்திருக்கின்றார்.

இத்திருமூர்த்தியின் வயிற்றின் நடுப்பகுதியில் இராகுவும், கேதுவும் இணைந்துள்ள சர்ப்பம் காணப்படுகிறது.. எனவே இவரை வணங்கினால் நாகதோஷங்களிலிருந்து விடுபடலாம் என்பது ஐதீகமாகும்.

எடுத்த காரியங்களை வெற்றியாக்கும்.. இவ்வெற்றி விநாயகரைத் தரிசிப்பது மிகவும் புண்ணியமாகும்.

பிரகார ஜெகந்நாதர்

விநாயகருக்கு அருகில் ஸ்ரீபிரகார ஜெகந்நாதர் அருள்பாலிக்கின்றார். மூலவரின் திருவடிவில் அதே தெய்வீகத்தன்மையோடு அருள்பாலிக்கும் இத்திருநாயகரை.. தரிசித்தால் மூலவர் ஸ்ரீஜெகந்நாதரைத் தரிசித்த பலனைப் பெறலாம் என்பது ஐதீகம்.

தென்மேற்கில் தாயாரின் சன்னதி அமைந்திருக்கின்றது.

ஸ்ரீதிருமங்கை வல்லித் தாயார்

சக்திமிகு இத்தாயார் பக்தர்கள் வேண்டிடும் அஷ்ட ஐஸ்வர்யத்தையும் திருமணப் பாக்கியத்தையும், சந்தான விருத்தியையும், புத்திர பாக்கியத்தையும் வழங்குபவராக திருவருள் புரிகின்றார்.

மேற்குப் பிரகாரத்தின் வடதிசையில் மேற்கு நோக்கி லட்சுமி நரசிம்மரின் திருச்சன்னதி அமைந்திருக்கின்றது.

வடமேற்கில் வைகுண்ட வாசலும்.. ஆண்டாள் நாச்சியாரின் திருச்சன்னதியும் அமைந்திருக்கின்றது.

வடக்குப் பிரகாரத்தில் ஸ்தல விருட்சமான பாரிஜாதம் அமைந்திருக்கின்றது.

தெற்கு நோக்கிய வாயிலின் வழியே முதல் பிரகாரம் எனும் உள்சுற்று பிரகாரத்திற்குச் சென்றால் வாயிலுக்கு நேர் எதிரே.. திருமழிசையாழ்வார் திருக்காட்சி புரிகின்றார்.

தெற்கு திருமுகமாக.. தெய்வ அருளின் வடிவமாக.. திருமழிசைப்பிரான் ஸ்தலாதிபதியாக சேவை சாதிக்கின்றார். கிழக்குத் திருமுகமாக.. ருக்மணி சத்யபாமா சமேதராக அமர்ந்த திருவடியில் அருள்மிகு ஜெகந்நாதப் பெருமாள் திருவருள் புரிகின்றார். எம்பெருமானை ஒருமுறை தரிசித்தாலே போதும் வாழ்வில் எல்லா வளங்களும் வந்து சேரும் என்பது ஐதீகம்.

முக்கிய திருவிழாக்கள்

இங்கு ஒவ்வொரு வருடமும் ஆனி மாதம் ஸ்ரீஜெகந்நாதப் பெருமானுக்கு பிரம்மோத்ஸவமும், ஐப்பசி மாதத்தில் ஸ்ரீமணவாள மாமுனிகள் உத்ஸவமும், தை மாதத்தில் மக நட்சத்திரத்தில் ஸ்ரீதிருமழிசைப்பிரானின் திருஅவதார மகோத்ஸவமும், மாசி மாதத்தில் 3 நாட்கள் தெப்போத்ஸவமும் சிறப்பாகக் கொண்டாடப்படுகிறது.

முகவரி

அருள்மிகு ஜெகந்நாதப் பெருமாள் மற்றும்
அருள்மிகு திருமழிசை ஆழ்வார் திருக்கோயில்
திருமழிசை - 602 107
தமிழ்நாடு, இந்தியா
போன்: 914426810542

திருவாலி

மூலவர்: லட்சுமி நரசிம்மப் பெருமாள்

உற்சவர்: திருவாலி நகராளன்

தாயார்: அம்ருத கடவல்லி எனும் பூரணவல்லி தாயார்

தலப்பெயர்: திருவாலி, பில்வாரண்ய க்ஷேத்திரம், லட்சுமிபுரம், ஆலிங்கனபுரம், ஆலிநகர்

திருக்கோலம்: லட்சுமி அன்னையுடன் வீற்றிருந்த திருக்கோலத்தில் மூலவர் பெருமானும், நின்ற திருக்கோலத்தில் உபய நாச்சியாருடன் கிழக்கு நோக்கி உற்சவரும் அருள்பாலிக்கின்றார்கள்.

தாயார், பெருமானுடைய மடியில் வலது பக்கத்தில் வீற்றிருந்த திருக்கோலத்தில் அருள்பாலிக்கின்றார். அன்னையின் திருக்கரங்கள் பக்தர்களுக்கு அருள்பாலிக்கும்

அஞ்சலி ஹஸ்தமாக விளங்குகின்றது. இது வேறு எந்தத் தலங்களிலும் காண முடியாத சிறப்பு.

தலச்சிறப்பு:

108 திவ்யதேசங்களில் 18வது திவ்யதேசம் எனும் சிறப்புக்குரிய திருத்தலம்

இத்தலம் தாயாரின் அவதாரத் திருத்தலமாகும்.

திருமண வரம் அருளும் திருத்தலம் எனும் சிறப்புக்குரிய திருத்தலம்.

திருமால் தாயாரின் வேண்டுதலை ஏற்று இத்தலத்தில்

மணமுடித்தார்.

அதனாலேயே பங்குனி மாதத்தில் உத்திரத்திற்கு முதல்நாள் திருக்கல்யாண உற்சவம் நடைபெறுகின்றது.

அமைவிடம்

சீர்காழியிலிருந்து திருவெண்காடு பூம்புகார் வழித்தடத்தில் அமைந்துள்ளது.

நூற்றெட்டு திவ்ய தேசங்களில் தென் திசைக்குத் திலகமாக விளங்குபவை திருநாங்கூர் திருப்பதிகளாகும். அவற்றில் மிகப் பழமையானது திருவாலி திருப்பதியாகும். இதற்குக் காரணம் இத்தலம் காலத்தால் முற்பட்ட குலசேகராழ்வாரால் முதன் முதலில் பாடப்பெற்றதே.

இத்திருத்தலம் 'ஆலிநாடு' என்றும், அந்த நாட்டுக்குத் தலைநகராக விளங்கியதால் 'ஆலிநகர்' என்று குலசேகராழ்வாரால் போற்றப்பட்டுள்ளது.

திருமங்கையாழ்வார் அவதரித்த திருத்தலம் இது.

இத்திருவாலி நகரை ஆட்சி செய்த திருமங்கை மன்னன், தம்மைப் பற்றிக் கூறும்போது, ஆலிநாடன், ஆலிமன், திருவாலி நாடன், வயலாலி வளநாடன், செழுநிராலி வளநாடன், கோல நீளாலிநாடன் எனத் தெரிவிக்கின்றார்.

இத்தலத்தில் மூலவராக அருள்பாலிக்கும் எம்பெருமான்.. தமது பக்தன் பிரகலாதன் நாராயணரின் நாமத்தைச் சொல்லியவுடன் ப்ரத்யட்சமான ஸ்ரீலட்சுமி நரசிம்மப்பெருமான்.. இவர் முன் நம் வேண்டுதல்களைச் சொல்லி கரம் தொழுதால்.. நம்

வினைகளையும், பிணிகளையும் தீர்த்து வைக்கும் ஆபத்பாந்தவராக அருள்பாலிக்கின்றார்.

தலவரலாறு

இத்தலத்தில் தவம் செய்த பூரண மகரிஷியின் மகளாக அன்னை திருமகள் அவதரித்தருளினார். திருமகள் வளர்ந்து திருமண வயதை அடைந்ததும், எம்பெருமான் ஸ்ரீநாராயணர் அன்னையின் விருப்பப்படி மாப்பிள்ளை வடிவில் எழுந்தருளி முப்பத்து முக்கோடி தேவர்களும், ரிஷிகளும் வாழ்த்த திருமகளைக் கரம் பிடித்தார். அன்னையோடு இந்நகரில் வலம் வரும்போது, கள்வனாக இருந்த திருமங்கையாழ்வார் பெருமாளையும், தாயாரையும் வழிப்பறி செய்ய முற்பட்டார். தமது பக்தன் சந்தர்ப்ப சூழலால் திருடனாக உள்ளான் என்பதை அறிந்த ஸ்ரீபெருமான்.. திருமங்கையாழ்வாருக்கு திருமந்திரத்தை உபதேசம் செய்து, திருமந்திரத்தால் தெரிவிக்கப்படும் திவ்யதேசங்களையும் காட்டிக் கொடுத்து திருமங்கையாழ்வாரை ஆட்கொண்டார் என்கிறது தலபுராணம்.

இவ்வைபத்தைக் கொண்டாடும் விதமாக வருடந்தோறும் பங்குனி உத்திரத்திற்கு முதல்நாள் மாலை பெருமாள் தாயார் திருமண உற்சவமும், இரவு வேடுபறியும் நடத்தி, திருமந்திர உபதேச விழா சிறப்பாக நடத்தப்படுகின்றது.

திருத்தல அமைப்பு

அழகிய கிராமத்தின் நடுவே இத்திருத்தலம் அமைந்திருகின்றது. திருத்தலத்தின் முன்புற சன்னதித் தெருவின் துவக்கத்தில் பக்த அனுமரின் திருச்சன்னதி அமைந்திருக்கின்றது.

அனுமரைத் தரிசித்துவிட்டு.. கிழக்கு நோக்கி வீற்றிருக்கும் திருவாலி திருத்தலத்தை அடைந்ததும்.. ஆயிரம் ஆண்டுகளைக் கடந்த பழமையோடு இப்புனிதத் திருத்தலம் நம்மை ஆச்சரியமூட்டுகிறது.

மிக நீண்ட அழகிய கிழக்கு வெளிப்பிரகாரத்தில் நான்கு கால் மண்டபமும் பலிபீடமும், கொடி மரமும், கருடாழ்வார் சன்னதியும் அமைந்திருக்கின்றது. வடபுறத்தில் தெற்கு நோக்கி மணவாள மாமுனிகளின் தனிச் சன்னதி அமைந்திருக்கின்றது.

தென்புறத்தில் ஆலயத்தின் திருக்குளம் புனிதத்தோடு அமைந்திருக்கின்றது.

நுழைவாயில் மண்டபத்தைக் கடந்து உள்ளே சென்றால், கருவறை மகாமண்டப நுழைவாயிலின் தென்புறத்தில் ஸ்ரீவரதராஜப்பெருமாள் திருவருள் புரிகின்றார். உள்சுற்று பிரகாரத்தினை வலம் வந்து.. கருவறை மகாமண்டபத்திற்குள் சென்றால், தெய்வீக மணம் கமழும் அப்புனித மண்டபம் நம்முள் உற்சாகத்தையும் மனமகிழ்வையும் கொண்டுவரும் விதத்தில் பழமை மாறாமல் அமைந்திருக்கின்றது.

மகா மண்டபத்தில் வடதிசையில் ஆழ்வார்கள், பூர்ணரிஷி, பிரகலாதன், நம்மாழ்வார், ராமானுஜர் நலமருளுகின்றார்கள்.

கருவறையினுள்ளே.. உற்சவர் திருவாலி நகராளர் ஸ்ரீதேவி பூதேவி சமேதராய் நின்ற திருவடிவில் அருள்பாலிக்கின்றார். உற்சவருடன் செல்வரும், அனுமரும் சந்தானகிருஷ்ணரும் திருவருள் புரிகின்றார்கள்.

மூலவர் ஸ்ரீலட்சுமி நரசிம்மப்பெருமான் தாயாரை மடியில் அமர்த்தி கல்யாணத் திருக்கோலத்தில் திருவருள் புரிகின்றார்.

எம்பெருமானையும், இத்தலத்தையும் தரிசிப்பவர்களுக்கு 108 திவ்ய தேசங்களைத் தரிசித்த பலன் கிடைத்திடும் என்பது திருமங்கையாழ்வாரின் அருள்வாக்கு.

எம்பெருமான் தாயாரை மணமுடித்த திருத்தலம் என்பதாலும், அன்னையோடு மணமகனாக, ஸ்ரீலட்சுமி நரசிம்மப் பெருமானாக திருவருள் புரிவதாலும் எம்பெருமான் தரிசிப்பவர்களின் திருமணத்தடைகளும் தோஷங்களும் விலகி..திருமணம் கைகூடும் என்பது ஐதீகமாகும்.

திருமணப் பரிகாரம்

திருமணத் தடைகளினாலும், தோஷங்களினாலும் திருமணம் தள்ளிப்போகின்றவர்கள் இத்தலத்திற்கு வந்து எம்பெருமானுக்கு நிலமாலை சாற்றி.. சர்க்கரைப் பொங்கல் நிவேதனம் செய்து பெயர், ராசி, நட்சத்திரம் சொல்லி சங்கல்பம் செய்து சிறப்பு அர்ச்சனை செய்தால், தடைப்பட்ட திருமணம் விரைவிலேயே கைகூடி வரும். ஆச்சர்யமூட்டும் வகையில் குடும்பத்தில் மங்களம் குடி புகும் என்பது ஆன்றோர்களின் அருள்வாக்காகும்.

அருகிலுள்ள ஸ்ரீநரசிம்மர் திருத்தலங்கள்

குறையலூர் ஸ்ரீஉக்கிர நரசிம்மர்

மங்கைமடம் ஸ்ரீவீர நரசிம்மர்

திருநகரி ஸ்ரீயோக நரசிம்மர்

திருநகரி ஸ்ரீஇரணிய ஸம்ஹார நரசிம்மர்

முகவரி

வி. பத்மநாப பட்டாச்சாரியார்
ஸ்ரீ லெட்சுமி நரசிம்மசுவாமி திருக்கோயில்
திருவாலி - 609109
சீர்காழி வட்டம்
தமிழ்நாடு, இந்தியா
செல்: 94433 72567

திருவிடந்தை

23

அருள்மிகு
நித்ய கல்யாணப் பெருமாள் திருக்கோயில்

மூலவர்: அருள்மிகு ஆதிவராஹப் பெருமாள் எனும் அருள்மிகு நித்ய கல்யாணப் பெருமாள்

தாயார்: அருள்மிகு கோமளவல்லி நாச்சியார் எனும் அருள்மிகு அகிலவல்லித் தாயார்

விமானங்கள்: கல்யாண விமானம் மற்றும் யக்ஞ விமானம்

புஷ்கரணி: வராஹ புஷ்கரணி

சிறப்பு: 108 திவ்ய தேசங்களில் ஒரு சிறப்புமிகு திருத்தலம் இது

திருமங்கை ஆழ்வாரால் மங்களா சாசனம் அருளப்பெற்ற தலம்.

திருமலைக்குச் சென்று வந்த புண்ணியத்தைத் தந்தருளும் திருத்தலம்.

மத்தியத் தொல்பொருள் துறையினரால் பராமரிக்கப்படும் திருத்தலம்.

தல வரலாறு

இத்தலத்தின் வரலாறு ஸூதர் எனும் முனிவரால் புலஸ்தியரால் வியாசருக்கும், கபிலருக்கும், சூதருக்கும், விஸ்வாமித்திரருக்கும், கௌசிகருக்கும், காலவருக்கும் சொல்லப்பட்டதாம். அத்தல வரலாற்றையே இப்போது நீங்கள் வாசிக்கப் போகிறீர்கள்.

ஜம்பூத்வீபத்தில் உள்ள சரஸ்வதி நதிக்கரையில் 'குனி' எனும் ஒரு ரிஷி வசித்து வந்தார். அவருக்கு சுச்ருஷை செய்கின்ற ஒரு கன்னிகை தோன்றினாள். இவர்கள் இவ்வாறு இருக்கின்ற வேளையில் ரிஷி ஒரு நாள் சொர்க்கலோகம் அடைந்தார். இதனால், அக்கன்னிகை கடுந்தவத்தினில் ஈடுபட்டாள்.

அவளது தவத்திற்கு மனமிரங்கிய பிரம்மதேவர் "பெண்ணே நீ இன்னும் கல்யாணம் செய்து கொள்ளாமலேயே கன்னியாக வாழ்கின்றாய். இதனால் உனக்கு சுவர்க்கம் கிடைக்காது" என அசரீரியாய் சொல்ல, இதனால், அக்கன்னிகை அங்குள்ள ரிஷிகளிடம் சென்று தம்மை மணக்கும்படி கேட்க.. எல்லா ரிஷிகளும் மறுக்க. காலவ ரிஷி என்பவர் அக்கன்னிகை மீது கருணை கொண்டு திருமணம் செய்தார்.

இவருக்கு 360 கன்னிகள் உண்டாக.. இதன் பயனாக அந்தக் கன்னிகை சொர்க்கலோகம் அடைந்தாள். ஆனால், காலவரிஷி அந்த 360 கன்னிகையரையும் வளர்க்க மிகவும் கஷ்டப்பட்டார். அப்போது சரஸ்வதி நதியில் நீராட வந்த பிராமணப் பெரியவர்கள்.. காலவரிஷியின் கஷ்டத்தை அறிந்து வாகமவீபுரி எனும் இடத்திற்கு இக்குழந்தைகளை அழைத்துச் சென்றால், நலமுடனும், சுபிட்சத்துடனும் வாழலாம் எனச் சொல்ல.. அதை ஏற்று காலவ ரிஷியானவர் தமது 360 குழந்தைகளுடனும் திருவிடந்தை எனும் இத்தலத்திற்கு வந்து வசிக்க ஆரம்பித்தார். குழந்தைகள் வளர்ந்து கன்னியராக வளர அவர்களுக்குத் தக்க வரன் கிடைக்க வேண்டுமே என கவலையில் ஆழ்ந்த காலவ ரிஷி எம்பெருமான் ஸ்ரீமந் நாராயணரை நோக்கி வேண்டுதல் செய்ய எம் பெருமான் ஸ்ரீ நாராயணர் பிரம்மச்சாரியாக வேடம் பூண்டு.. காலவ ரிஷிகளின் முன் தோன்ற.. பிரம்மச்சாரியின் உருவிலிருக்கும் எம்பெருமானின் முகப்பொலிவையும், கருணை விழிகளையும் கண்டு ஆச்சரியப்பட்ட காலவ ரிஷிகள்.. அவரிடம் "தமது 360 கன்னியரையும் நீர் ஒருவரே திருமணம் செய்துகொள்ள முடியுமா?" என்று கேட்க.. அவரின்

அமைவிடம்

சென்னையிலிருந்து மாமல்லபுரம் செல்லும் வழித்தடத்தில்.. 42 வது கிலோ மீட்டரில் கோவளம் நகருக்கு அடுத்து திருவிடந்தை எனும் சிற்றூரின் முகத்தில் கிழக்கு நோக்கி அமைந்திருக்கின்றது.

சென்னையிலிருந்து பேருந்தில் செல்ல விரும்புபவர்கள் சென்னை பாரிமுனையிலிருந்து 19G, PP19, 49A, 19 எண்ணுள்ள மாநகர பேருந்துகளில் இத்தலத்திற்கு செல்லலாம்.

வேண்டுதலை நிறைவேற்றும் விதமாக.. தினம் ஒரு கன்னிகையாக 360 நாட்களும் ஒவ்வொரு கன்னிகையாகத் திருமணம் செய்தவர்.. 360வது நாளன்று அந்த 360 கன்னிகையரையும் ஒன்றாகச் சேர்த்து அணைத்து ஒரு கன்னியாக மாற்றி தமது இடது பாகத்தில் வைத்துக்கொண்டு வராக ரூபியாக.. காலவ ரிஷிக்கு திருக்காட்சி தந்தருளினார்.

இன்றும்.. அத்திருவடிவில்.. ஸ்ரீவராஹ மூர்த்தியாக.. நித்ய கல்யாணப்பெருமாளாக எம்பெருமான் நாராயணர் திருவருள் புரிகின்றார்.

360 கன்னியரும் ஒன்று சேர்ந்த திருவடிவில் அன்னை ஸ்ரீ கோமளவல்லி நாச்சியார் அகிலவல்லித் தாயாராகத் திருவருள் புரிகின்றார்.

அன்னையை இடப்பக்கத்தில் எம்பெருமான் அணைத்திருப்பதால், திருஇடவெந்தை எனும் திருப்பெயர் உண்டாகி.. இதுவே மருவி.. திருவிடந்தையானதாகத் தலபுராணம் தெரிவிக்கின்றது.

கோவில் அமைப்பு

கிழக்கு நோக்கிய அழகிய தொன்மையான.. இத்தலத்திற்கு முன்பாக திருக்குளமும், ஸ்ரீராமர் திருச்சன்னதியும், ஸ்ரீஅனுமர் திருச்சன்னதியும் அமைந்திருக்கின்றன.

நுழைவாயில் கோபுரத்தையடுத்து, உள்ளே சென்றால், அழகிய.. பெரிய சுற்றுவெளிப் பிரகாரம் நம்மை இனிதே வரவேற்கின்றது. நுழைவாயிலின் நேர் எதிரே..ஸ்தூபம் தெய்வீகமாக எழுந்தருளியிருக்கின்றது.

ஸ்தூபத்தை வணங்கிவிட்டு நகர்ந்தால், முதலில் ஸ்ரீ உற்சவப் பெருமானின் தரிசனம் நம் மனதை நிறைக்கின்றது. ஸ்ரீதேவி, பூதேவி சமேதராய் ஸ்ரீஉற்சவ நித்ய கல்யாணப் பெருமாள் நமக்கு நல்லருள் புரிகின்றார்.

பிரகாரத்தைச் சுற்றி வந்தால், அன்னை ஸ்ரீகோமள

வல்லித்தாயார், கருணைத்தாயாராக நமக்கு நல்லருள் புரிகின்றார். அன்னையை வணங்கிவிட்டு சற்று நகர்ந்தால் மடப்பள்ளியைக் காண முடிகிறது.

எம்பெருமானின் திருவருள் உரையும் விமானத்தைத் தரிசிக்கும்போது, திருப்பதி திருமலை ஸ்ரீவெங்கடவரின் விமானத்தைத் தரிசிப்பது போன்ற உணர்வு ஏற்படுகின்றது.

மூலவர் ஸ்ரீவராஹப் பெருமாள்.. 360 கன்னிகைகளைத் தினம் ஒருவராகத் திருமணம் செய்தமையால் நித்ய கல்யாணப் பெருமாளாகத் திருவருள் புரிகின்றார். அன்னையை இடப்புறத்தில் அமர்த்தி ஸ்ரீவராஹ மூர்த்தியாக, நல்லருள் புரியும் எம்பெருமானையும்.. தாயாரையும் தரிசித்தால் திருமணத் தடைகளும், தோஷங்களும் விலகி ஓடிடும். திருமணப் பாக்கியம் விரைவில் கைகூடும் என்பது பல நூற்றாண்டுகளாகத் தொடர்ந்து வரும் நம்பிக்கையாகும்.

தலப் பெருமை

மாமல்லபுரத்தினை ஆண்டு வந்த ஹரிசேகர சக்கரவர்த்தி எனும் மன்னன் தினந்தோறும் உச்சி வேளையில் திருவிடந்தை வந்து எம்பெருமானைத் தரிசித்த பிறகு தம்மூர் வந்து திருவாராதனை செய்த பின்பே உணவு உண்டு வரலானான். இதனையே தமது அன்றாடப் பழக்கமாகக் கொண்டிருந்தான். இம்மன்னனின் தூய்மையான பக்திக்கு மனமிரங்கிய எம்பெருமான் தாம் ஒரு கிழவராகவும், அன்னையை.. ஒரு சிறுபெண்ணாகவும் உருமாற்றி.. அம்மன்னனுக்கு முன்பாகத் தோன்றினார். அப்போது திருவிடந்தையிலுள்ள எம்பெருமானைத் தரிசிக்க வந்து கொண்டிருந்த மன்னன்.. எம்பெருமானைத் தரிசிக்கும் பரபரப்பில் இருக்க.. எம்பெருமான் கிழவர் உருவில்.. மன்னனைத் தடுத்து.. "தமக்குப் பசிக்கிறது உணவு தந்திட வேண்டும் " என்று கேட்க.. அதற்கு மன்னன், "நான் திருவிடந்தை சென்று எம்பெருமானைத் தரிசித்துவிட்டு.. நீங்கள் பசியாற உணவளிக்கிறேன்" என்று சொல்ல.. கிழவர் உருவில் இருந்த எம்பெருமான், "தாங்கள்

இப்போதே எனக்குத் தந்தருள வேண்டும்" என்று பிடிவாதமாகக் கேட்க ஒரு நொடி யோசித்த மன்னன்.. "உங்களையே எனது புனிதக் கடவுள் ஸ்ரீவராஹப் பெருமாளாக நினைத்து உங்களுக்கு நான் உணவளிக்கிறேன்" என ஸ்ரீநித்ய கல்யாணப் பெருமாளாக அவரை உருவகப்படுத்திக் கொண்டு.. உணவளிக்க.. அவரது பக்திக்கு மனமிரங்கிய எம்பெருமான்.. ஸ்ரீவராஹப் பெருமாளாக.. அன்னையுடன் திருக்காட்சியருளினார். அம்மன்னன் கிடைத்தறியா பேறு பெற்ற மகிழ்வில் இத்தலத்திற்கு கட்டிடப் பணிகள் செய்து சிறப்பித்துள்ளதிற்கு ஆதாரமாக இத்தலத்தினுள்ள கல்வெட்டுகள் விளங்குகின்றன.

திருமணப் பரிகாரம்

திருமணத் தடையினாலும், தோஷங்களினாலும் கவலைப்படுபவர்கள்.. இனி கவலையை விடுங்கள்.. உங்கள் இல்லங்களில் மங்களம் நிறைய வரமருளும் ஸ்ரீவராஹ மூர்த்தி நல்லருள் புரிவார். இத்தலத்தில் திருமணப் பரிகாரம் உலகம் முழுவதும் பிரசித்திப் பெற்றதாகும்.

இதற்கான பரிகாரம் மிகவும் எளிமையானது.. ஆனால்.. அதன் பலன் மிக மிக சக்தி வாய்ந்தது.

இதற்கு நீங்கள் செய்ய வேண்டியது.. எம் பெருமானுக்கு ஆரத்தி செய்வதற்காக தேங்காய், பூ, பழம் போன்ற பூஜைப் பொருட்களோடு இரண்டு மல்லிகை மலர் மாலைகளை வாங்க வேண்டும். இத்தலத்தினை பக்தியோடு சுற்றி வந்து ஸ்ரீநித்ய கல்யாணப் பெருமானுக்கு உங்கள், பெயர், ராசி, நட்சத்திரம் சொல்லி சங்கல்பம் செய்து கொண்டு எம்பெருமானுக்கு அர்ச்சனை செய்ய வேண்டும். அப்போது நீங்கள் கொண்டு வந்த ஒரு மாலையை எம் பெருமானுக்குச் சாற்ற வேண்டும். மற்றொரு மாலையை எம்பெருமானின் காலடியில் வைத்து ஸ்ரீநித்ய கல்யாணப் பெருமானின் திருவருளோடு.. பாட்டாச்சாரியார் அம்மாலையை உங்கள் கழுத்தில் அணிவிப்பார். அம்மாலையை அணிந்தபடியே, திருத்தலத்தின் பிரகாரத்தினை அடிமேல்

அடி வைத்து சுற்றி வந்து.. எம்பெருமானைச் சேவித்துவிட்டு அம்மாலையை எடுத்துக்கொண்டு வீட்டுக்குச் செல்ல வேண்டும். வீட்டில் அம்மாலையை பூஜையறையில் வைத்து வணங்கி வர.. சில மாதங்களிலேயே கெட்டிமேளம் கொட்டும்.. கல்யாணம் கைகூடும் என்பது பல்லாயிரம் பேர்களின் அனுபவ வாக்காகும்.

ஸ்ரீ பெருமாளின் திருவருளோடு திருமணம் கை கூடியவர்கள் மீண்டும் தமது துணைவருடனோ, துணைவியுடனோ இத்தலத்திற்கு வந்து, இத்தலத்திலிருந்து கொண்டு சென்ற பிரார்த்தனை மாலையைத் திரும்பச் சாற்றிவிட்டு.. எம்பெருமானுக்கு நைவேத்தியம் செய்து, வடைமாலையை சாற்றியும், துளசி மாலையைப் போட்டும், ஸ்ரீநித்ய கல்யாணப் பெருமானுக்கும், தாயாருக்கும் தமது நன்றியைத் தெரிவிக்க வேண்டும். இதுதான் இத்தலத்தின் பரிகாரமாகும்.

"நித்யம் திருமணம் புரிந்த எம்பிரான்
நித்ய கல்யாண பெருமாள் ஆனார்.
நித்தமும் அவர்புகழ் பாடியே நாமும்
நிச்சய தாம்பூலம் அடைவோம்"

முகவரி

அருள்மிகு நித்ய கல்யாணப்பெருமாள் திருக்கோயில்
திருவிடந்தை - 603112
செங்கை மாவட்டம்
தமிழ்நாடு, இந்தியா.

திருவீழிமிழலை

அருள்மிகு
வீழிநாதர் திருக்கோயில்

24

திருமணம் என்பது இறைவன் அருளும் வரம். பூர்வ ஜென்ம பந்தத்தின் அடையாளம். புனித உறவின் துவக்கத்திற்கான இனிய ஒப்பந்தம் என்பதை நாம் உணர வேண்டும் என்றால்.. நிச்சயம் திருவீழிமிழலை அருள்மிகு வீழிநாத சுவாமிகளின் திருத்தலத்தைத் தரிசிக்க வேண்டும்.

திருமண உறவு இறைவனால் அமைவது.. என்பது நாம் எம்பெருமான் கருவறையைத் தரிசிக்கும் நொடிகளில் உளப்பூர்வமாக அறிந்திட முடியும்.

கருவறையினுள் மகா மண்டபத்தில் பந்தக்காலும், கருவறையினுள் அரசாணிக்காலும், மாப்பிள்ளை சுவாமியாக உற்சவப்பெருமானும் அமைந்தருளும் திருவடிவைத் தரிசித்தாலே

போதும். திருமணத் தடைகளும், தோஷங்களும் விலகி ஓடிவிடும். நம் வாழ்விலும் திருமணம் எனும் இனிய வைபவம் நடந்திடும், மாப்பிள்ளை எனும், மணமகள் எனும் தகுதிக்கு உரிய நாள் வந்திடும் என்பதை இத்தலத்தைத் தரிசிக்கும் அத்தனை இளைஞர்களையும், இளைஞிகளையும் உணர வைக்கும் புனித தரிசனம்தான் திருவீழிமிழலை திருத்தல தரிசனம்.

திருக்கயிலாய பரம்பரை திருவாவடுதுறை ஆதீனத்திற்குச் சொந்தமான திருவீழிமிழலை, அழகியமாமுலையம்மன் உடனாய அருள்மிகு வீழிநாத சுவாமிகளின் திருக்கோயில் சோழவள நாட்டில் காவிரி தென்கரையில் அமைந்துள்ள.. தேவாரப் பாடல் பெற்ற 61வது திருத்தலமாக விளங்குகின்றது.

திருஞான சம்பந்தர், திருநாவுக்கரசர், சுந்தரரால் பாடல் பெற்ற இத்திருத்தலம் பூஜைலாசம், கல்யாணபுரம், பஞ்சாக்கரபுரம், தட்சிணகாசி, ஷண்மங்கள ஸ்தலம், சுவேதகானனம், ஆகாச நகரம், பனசாரணியம், நேத்தரார்ப்பணப்புரம், தேஜிஜீவனம் எனும் பத்து திருப்பெயர்களையுடைய திருத்தலமாகும்.

புராணச் சிறப்பு

திருக்கயிலாயத்தில் சிவபெருமானைத் தரிசித்து வழிபட்ட திருமால்.. தம்முடைய சக்கரம் மிகவும் வலிமை குன்றியிருப்பதாகவும்.. முன்பு கலந்தரனை வதைத்தருளிய சக்கரத்தை தமக்கு அநுக்கிரக்க வேண்டும் எனக் கேட்க.. சிவபெருமான் திருமாலின் மீது கருணை கூர்ந்து நீர் காவேரிக்குத் தெற்கேயுள்ள தேஜிவனம் எனும் பெயருடைய தலத்தை அடைந்து எம்மை பூஜிப்பாயாக, அப்போது உமது சக்கரம் வலிமையோடு கிடைக்கப் பெறும் என்று அருளினார்.

திருமால் இத்தலத்திற்கு வந்து, சிவபெருமானை வணங்கினார். தாமரைத் தடாகம் இயற்றக் கருதினார். உடனே காவிரி நதியை அழைத்தார். காவிரி நதியானது திருவலஞ்சுழிக்கு மேற்கே பிரிந்து அரிசொலாறு (அரிசில்) எனும் பெயரோடு இத்திருவீழிமிழலையை வந்தடைந்தது. பின்பு வடக்கு நோக்கி சுவாமி சன்னதியில்

சஷீர நதி (முட்டையாறு) யோடு சங்கமமாகிக் கிழக்கே சென்று கடலில் கலந்தது.

திருமால்.. ஓர் தடாகம் (பத்மதீர்த்தம்) உருவாக்கிச் செந்தாமரைகளை உண்டாக்கினார். பதினாறு சிங்கங்கள் தாங்குகின்ற விண்ணிழி விமானத்தைக் கொண்டு வந்து.. சிவபெருமானை அதில் எழுந்தருளிவித்தார். தினந்தோறும் தீர்த்த புஷ்கரணியிலும், அரிசில் நதியிலும் நீராடி விபூதி, உத்திராட்சம் தரித்து விதிப்படி ஆயிரம் தாமரை மலர்களால் அர்ச்சனை செய்து வழிபட்டார். ஒருநாள் சிவபெருமானின் அருளால் ஒரு பூ குறைந்து, மறுமுறையும் எண்ணிப் பார்த்தார். ஒரு பூ குறைந்திருப்பது உறுதியாக, இது ஈசனின் திருவருள் என அறிந்துகொண்ட திருமால்.. ஒரு தாமரை மலருக்குப் பதிலாக தமது வலதுக் கண்ணைப் பறித்துத் திருவடியில் சாத்தினார். அப்போது, சிவபெருமான் அன்புக் கெளியராய்த் திருமால் முன்பு தோன்றினார்.

சலந்தரனை வதைத்த சக்கரப்படையை அநுக்கிரகம் செய்தார். இதனால், மனம் மகிழ்ந்த திருமால் இத்தலத்தில் தமது பெயரால் விஷ்ணு தீர்த்தத்தை உருவாக்கிவிட்டு தன்னுலகிற்குச் சென்றார்

என்கிறது தலபுராணம்.

இது மட்டுமல்ல.. பிரம்ம தேவரும்.. தமது சாபம் நீங்க.. இத்தலத்திற்கு வந்து, சிவபெருமானை வணங்கி பிரம்ம தீர்த்தத்தை உருவாக்கினார் என்கிறது தலபுராணம்.

அமைவிடம்

இந்திருத்தலம் திருவாரூர் மாவட்டம் குடவாசல் வட்டத்தில்.. மயிலாடுதுறையிலிருந்து திருவாரூர் செல்லும் இரயில் மார்க்கத்தில் பூந்தோட்டம் ரயில் நிலையத்திலிருந்து 10 கி.மீ. தொலைவில் அமைந்துள்ளது.

ஸ்ரீகாத்யாயனி அம்பிகையின் திருமணம்

முனிவர்களிற் சிறந்தவராகிய காத்தியாயன முனிவர் இத்தலத்திற்கு வந்து தீர்த்த புஷ்கரணியில் நீராடி, ஸ்ரீஅழகியமாமுலை அம்மையாரையும், ஸ்ரீவீழிநாதரையும் வழிபட்டு பன்கைசாலையில் தம் பத்தினியோடு அருந்தவம் புரிந்தார். தமக்குக் குழந்தை வரம் வேண்டும் என இறைவனிடம் வேண்டுதல் செய்தார்.

அப்போது அம்பிகைத் தாயார்.. இடக்கரத்தில் அன்னப்பாத்திரமும் வலக்கரத்தில் அன்னம் படைக்கும் அகப்பையோடும் அன்னபூரணியாகத் திருக்காட்சி தந்து, அருந்தவ முனிவரே.. உமது விருப்பம் என்ன? என்று கேட்க.. அதற்கு முனிவர், தாயே, நீ எமது மகளாக அவதரித்தருள வேண்டும் என்று வேண்டுதல் செய்தார். அன்னை அவ்வரத்தை முனிவருக்கு தந்தருளினார்.

அம்பிகை.. பரமனிடம் அனுமதி பெற்று இத்திருவீழிமிழலை தீர்த்த புஷ்கரணியில் நீலோற்பவ மலரில் அழகிய பெண்குழந்தையாக

அவதரித்தருள.. அதனை முனிவரின் பத்தினியான சுமங்கலை கண்டெடுத்து காத்யாயனி எனப் பெயரிட்டு மிக மகிழ்வோடு வளர்த்து வந்தார்.

காத்யாயனிக்கு உரிய மணப்பருவம் வருவதை அறிந்து முனிவர் பரமனைக் குறித்து அருந்தவம் புரிந்தார். முனிவரின் தவத்திற்கு மனமிறங்கிய ஈசன் அவர் முன் தோன்றினார். முனிவர் சிவபெருமானின் திருவடிகளில் வீழ்ந்து வணங்கி எம் பெருமானே நீர்.. காத்யாயனியை தேவரீர் மணக்கோலத்தோடு வருகை புரிந்து திருமணம் கொண்டருள வேண்டும் எனப் பிரார்த்தித்தார். பரமன் திருவுளம் மகிழ்ந்து சித்திரை மாதத்தில் மக நட்சத்திரத்தில் திருமணம் முடிப்போம் என திருவருள் புரிந்தார். அதன்படி.. சித்திரை மக நட்சத்திரத்தில் திருமால், பரமன், நந்தி முதலிய கணங்கள் புடை சூழ சர்வாலங்கார ரூபராய்த் தென் திசைநாடி.. காத்யாயன முனிவருக்குத் திருக்காட்சித் தர.. அகமகிழ்ந்த முனிவர்.. திருமணத்திற்கு ஆவன செய்ய.. ஸ்ரீகைலாசநாதர் சிவபெருமானுக்கும் காத்யாயனி அன்னைக்கும்.. இத்தலத்தில் முக்கோடி முப்பது தேவர்களும், ரிஷிகளும், முனிவர்களும் புடைசூழ.. கோலாகலமாக திருமண வைபவம் நிகழ்ந்தது.

திருமணத்திற்கு முன்பு.. காத்தியாயன முனிவருக்கு மணமகனாக வந்திருப்பவர் பரந்தாமனா என சந்தேகம் எழ.. அவரது மனதை அறிந்த சிவபெருமான்.. தமது திருவடிவில் திருக்காட்சி தர.. அகமகிழ்ந்த முனிவர்.. ஈசனின் பாதங்களில் வீழ்ந்து தொழுது.. இத்திருமணக் கோலத்திலேயே இத்தலத்தில் திருவருள் புரிந்திட வேண்டும் என வேண்டுதல் செய்தார். எம்பெருமான்.. அன்று முதல் கல்யாண திருவடிவில் மாப்பிள்ளை சுவாமியாக திருவருள் புரிகின்றார்.

திருமணம் கைகூடிடும் திருத்தலம்

உமையம்மை ஈசனைத் திருமணம் புரிந்திட தவமிருந்து தமது எண்ணம் ஈடேறப்பெற்ற தலம் என்பதால் திருமணம் ஆகாத திருமணத் தடையுள்ள ஆண்களும், பெண்களும் இத்தலத்திற்கு

வந்து, கல்யாண சுந்தரேஸ்வரருக்கு மாலை அணிவித்து.. தங்கள் பெயர், ராசி, நட்சத்திரம் சொல்லி, சங்கல்பம் செய்து.. ஸ்ரீவீழிநாதருக்கும், ஸ்ரீஅம்பாளுக்கும் அர்ச்சனை செய்து வழிபட வேண்டும். பின்பு, ஒரு மண்டலம் (48 நாட்கள்) காலையில் எழுந்து நீராடி,

தேவேந் திராணி நமஸ்துப்யம்
தேவேந்திரப் பிரியபாமினி
விவாக பாக்யம் ஆரோக்கியம்
புத்ரலாபம் சதேஹிமே
பதிம் தேஹிசுதம் தேஹி
சௌபாக்யம் தேஹமேசுபெ

சௌமாங்கல்யம் சுபம் ஞானம்
தேஹிமே சிவ சுந்தரி
காத்யாயினி மகாமாயே
மகா யோக நிதீஸ்வரி
நந்த கோப சுதம் தேவம்
பதிம்மே குருதே நமஹ

இந்த சுலோகத்தைப் பக்தியோடு அருள்மிகு கல்யாண சுந்தரேசுவரரை நினைத்து தொழுது வந்தால், திருமணம் விரைவில் கைகூடும் என்பது அனுபவமிக்க ஆன்றோர்களின் அருள்வாக்காகும்.

திருக்கோயில் அமைப்பு

திருக்கோயில் கிழக்கு நோக்கி அமைந்துள்ளது. ராஜகோபுரம் 5 நிலைகளுடனும் 7 கலசங்களுடனும் எழுந்தருளியிருக்கின்றது. ராஜகோபுரத்திற்கு நேர் எதிரே விஷ்ணு தீர்த்தம் பிரம்மாண்டமாய் அமைந்திருக்கின்றது.

இராஜகோபுர நுழைவாயிலைக் கடந்தவுடன்.. இத்தலத்திற்குப் பெருமை கூட்டும் வௌவால் நந்தி மண்டபம் எனப்படும் திருக்கல்யாண மண்டபம் அமைந்துள்ளது.

இரண்டாம் கோபுரத்தைக் கடந்தவுடன் வெளித்திருச் சுற்றில் கிழக்கே திருஞான சம்பந்தருக்கு இறைவன் படிக்காசு அளித்த பலி பீடத்தையும் விநாயகப் பெருமானையும் தரிசிக்கலாம்.

சுந்தரருக்கு திருவாபரணம் அருளிய பலிபீடம் தெற்குப் பிரகாரத்திலும், திருநாவுக்கரசருக்குப் படிக்காசு அருளிய பலி பீடமும், படிக்காசு விநாயகர் திருச்சன்னதியும் மேற்கு வெளிச்சுற்றுப் பிரகாரத்தில் அமைந்துள்ளன.

படிக்காசு விநாயகர் சன்னதியில், திருநாவுக்கரசரும், சம்பந்தரும் நாள்தோறும் தமிழிசை பாடிப் படிக்காசு பெற்றமையை நினைவூட்டும் வகையில் ஞானசம்பந்தர், நாவுக்கரசரின் திருவுருவச் சிலைகள் அமைந்துள்ளன.

வடக்குப் பிரகாரத்தின் வழியே நகர்ந்தால், தாயாரின் திருச்சன்னதிக்கான நுழைவாயில் அமைந்துள்ளது. தாயாரின் சன்னதி வெளிச் சுற்று பிரகாரம், கருவறை முன்மண்டபம், கொடி மரம், பலிபீடம் எனத் தெய்வீகமாக அமைந்திருக்கின்றது.

திருக்கோவிலின் உள்சுற்றுக்குள் நுழைகையில், நந்தியெம்பெருமானும், கொடிக் கம்பமும், உற்சவ காலங்களில் இறைவனை அலங்கரிக்கும் மண்டபமும் அமைந்துள்ளன. உள்சுற்றுப் பிரகாரத்தின் தெற்கில், தல விநாயகர் சன்னதியும், ஸ்ரீதட்சிணா மூர்த்தியின் சன்னதியும் அமைந்துள்ளன.

மேற்குப் பிரகாரத்தில் சோமாஸ்கந்தர் உள்ளிட்ட மூர்த்திகள் எழுந்தருளியிருக்கும் மண்டபமும், முருகரின் திருச்சன்னதியும், தல விருட்சமும், தியாகராசர், மகாலட்சுமியும் திருவருள் புரிகிறார்கள்.

வடக்குப் பிரகாரத்தில் சண்டிகேஸ்வரர் சன்னதியும், ஈசான்யத்தில் நடராஜப் பெருமானும் சிவகாமி அன்னையும், எழுந்தருளியுள்ள சபாமண்டபமும் அமைந்திருக்கின்றன. அம்மண்டபத்தில் பைரவரும், சனீஸ்வரரும் திருவருள் புரிகின்றார்கள்.

மாடக்கோயில்

இத்திருத்தலம் மாடக்கோவில் அமைப்பில் காணப்படுகிறது. மூலவரின் சன்னதி மாடக்கோயில் கீழ் சதுர வடிவில் குகை போன்று அமைந்துள்ளது. மாடக்கோவிலின் முகப்பில் பாதாள நந்தி தேவர் கிழக்கு நோக்கி அமைந்திருக்கின்றார்.

மூலவர் சன்னதி

படிகளில் ஏறி திருச்சன்னதிக்குச் செல்லும் முன் நந்தியெம் பெருமானை வழிபட்டு உள்ளே கர்ப்பக்கிரகம். மகாமண்டபம், அர்த்த மண்டபத்தைக் காணலாம்.

விண்ணிழி விமானத்தின் கருவறையில் மூலலிங்கமாகிய அருள்மிகு வீழிநாதர் கிழக்கு நோக்கி திருவருள்புரிகின்றார். சுவாமிக்குப் பின்புறத்தில் ஸ்ரீசிவபெருமான் பார்வதி அன்னையோடு திருமணக்கோலத்தில் திருவருள் புரிகின்றார். வாயிலில் துவாரபாலகர்கள் உள்ளனர். ஈசன் உமையம்மையை மணம் புரிந்த திருத்தலம் என்பதால், கர்ப்பக்கிரகத்தின் வாயிலில் அரசாணிக்கால் எனப்படும் தூணும் வெளியில் உள்ள மகாமண்டபத்தில் பந்தற்கால் எனும் தூணும் அமைந்துள்ளன.

எம்பெருமான் திருவருள் உறையும் கருவறை முப்பது சதுர அடியில் அமைந்துள்ளது. அருள்மிகு வீழிநாதர் இலங்கத்திருவடிவில் சதுர பீடத்தின் மேல், எழுந்தருளியுள்ளார். சுயம்பு மூர்த்தியான இவரைத் தரிசித்தால், தீராப்பிணிகள் யாவும் விலகி ஆனந்தமான வாழ்வும், திருமணப் பாக்யமும் குழந்தைப் பேறும் கிடைத்தருளும் என்பது ஐதீகம்.

மாப்பிள்ளை சாமி

அருள்மிகு வீழிநாதர் கருவறைக்கு முன்புற மகா மண்டபத்தில் தனிச் சிறப்புக்குரிய மாப்பிள்ளை சுவாமி எனப்படும் கல்யாண சுந்தரர் திருவருள் புரிகின்றார்.

எம்பெருமான் உமையம்மையை அணைத்த நிலையில் விடையினருகில் மணவாளராக திருக்காட்சி தருகிறார்.

எம்பெருமானின் பாதத்தில் திருமால் தனது கண்களில் ஒன்றை மலராகப் பறித்துச் சார்த்திய அடையாளமாகக் கண் விளங்குகின்றது.

மாப்பிள்ளை சுவாமிகள் சிவபெருமானின் அஷ்டாஷ்ட சிவமூர்த்திகளில் ஒன்றாகும். மிகப்பெரிய திருவுருவமாக கல்யாண சுந்தரேஸ்வர மாப்பிள்ளையின் திருவடிவில் திருவருள் புரிகின்றார்.

தமிழகத்தில் உள்ள திருத்தலங்களில் இந்தக் கல்யாண சுந்தரேஸ்வரரின் திருவடிவமே மிகப்பெரியதாகும். தலைமுதல் பீடம் வரை 132 செ.மீட்டரும், தலைமுதல் பாதம்வரை 121 செ.மீட்டரும் உயரத்துடன் அமைந்துள்ளது.

தாயாரின் திருவடிவம் தலைமுதல் பீடம்வரை 111 செ.மீட்டரிலும், தலைமுதல் பாதம்வரை 101 செ.மீட்டர் உயரத்திலும் அமைந்துள்ளது.

அருகிலுள்ள நந்திதேவர் தலை முதல் பாதம்வரை 67 செ.மீட்டர் உயரத்துடனும், தலைமுதல் பீடம்வரை 77 செ.மீட்டர் உயரத்திலும் அமைந்துள்ளது.

எம்பெருமானின் இத்திருமேனி சுமார் ஆயிரத்து நூறு ஆண்டுகளுக்கும் முற்பட்டது. 9 ஆம் நூற்றாண்டைச் சார்ந்த திருவடிவம் இன்னும் அதே புதுப்பொலிவுடன் அமைந்திருப்பது இறையருளின் நிஜமாகும்.

காத்யாயனி தாயார்

வடக்குப் பிரகாரத்தில் அமைந்துள்ள வாயில் வழியாகவும், கிழக்கு வாயில் வழியாகவும் அம்மன் சந்நதியை அடையலாம்.

அருள்மிகு சுந்தர மூகாம்பிகை அன்னை அழகுத் திருதெய்வமாக புன்னகை ததும்பும் திருமுகத்தோடு அருள்பாலிக்கின்றார்.

சுந்தரமூகாம்பிகை எனும் காத்யாயனி தாயாரை மனமுருகத் தொழுதால், நாம் வேண்டிய வரத்தைத் தந்தருளும் கருணை

அன்னையாக அருள்பாலிக்கின்றார்.

வௌவால் நந்தி மண்டபம்

கிழக்கு நுழைவாயிலின் துவக்கத்தின் வடபுறத்தில் பிரம்மாண்டமாக அமைந்திருக்கின்றது நந்தி மண்டபம். 17 அடி நீளமும், 75 அடி அகலமும் கொண்ட இம்மண்டபம் நூறு கால் மண்டபம் எனவும் அழைக்கப்படுகிறது. இம்மண்டபத்தின் நடுப்பகுதி வௌவால் நெற்றி அமைப்பில் அமைந்துள்ளதால், இப்பெயர் உண்டானது. இம்மண்டபத்தில் வௌவால்கள் தொற்றாது என்பது இம்மண்டபத்தின் சிறப்பாகும்.

இதன் நடுப்பகுதியில் 25 அடி அகலமும், 85 அடி நீளமும் கொண்டிருக்கின்றது. ஆனால், இடையில் தூண்கள் இல்லாத வளைவு மண்டபமாக சுண்ணாம்புக் காரையால் கட்டப்பட்டுள்ளது. இம்மண்டபத்தில் திருமண வேண்டுதல் நிறைவேறியவர்கள் திருமணம் செய்து கொண்டு மனமகிழ்வோடு செல்கிறார்கள்.

ஞான சம்பந்தரும், அப்பரும் இத்தலத்திற்கு அருகிலிருக்கும் திருமடங்களில் தங்கி இருந்தனர். காலந்தோறும் பரமனைப் பணிந்து பாடியபடி பலநாள் தங்கியிருந்தார்.

சில காலஞ்சென்றதும், அருவிலைக்காலமாகிய பஞ்சகாலம் வந்தது. அப்போது, அப்பரும், சம்பந்தரும், இக்காலத்தால், அடியார்களுக்குக் கவலை வருமோ என்று கருதினர். வீழிமிழலைப் பெருமான் மழுக்கரத்தோடு இவ்விருவரின் கனவில் தோன்றி கால நிலையால் உங்கள் மனதில் வாட்டம் கொள்ளமாட்டீர்கள் ஆயினும் உங்கள் அடியார்களுக்காக தினமும் ஒரு பொற்காசு ஒவ்வொருவருக்கும் தருகின்றோம். அதைக்கொண்டு அமுதூட்டி இன்புறுவீகாளாக. அதன்பிறகு, பஞ்சம் நீங்கியதும் அப்பொற்காசு இலையாக மாறிவிடும் என்று அருளினார்.

கனவிலிருந்து விடுபட்ட இருவரும் ஈசனின் கருணையை வியந்து அதிகாலையில் ஆலயத்திற்குச் சென்று ஞானசம்பந்தர் கிழக்குப் பலிபீடத்தில் ஈசனால் அருளப்பட்ட பொற்காசை எடுத்துக்கொண்டு வலமாக வரும்போது மேற்குப் பீடத்திலும் ஒரு பொற்காசு இருப்பதைக்கண்டு அப்பர் பெருமான் அப்பொற்காசு

எடுத்துக்கொண்டார். இருவரும் அமுதாக்குவாரிடம் அக்காசைக் கொடுத்து, இக்காசைக்கொண்டு வேண்டிய பண்டங்களை வாங்கி அமுதமையுங்கள் என்றார். அவர்களும் ஆவணி வீதியிற்சென்று வேண்டியவற்றை வாங்கி அமுதமைத்தார்கள்.

பல ஆண்டுகள் வறுமை ஒழிந்து மழை பொழிந்து செழிப்பும் வளமும் உண்டாகும் வரை திருவீழிநாதர் தினந்தோறும் அப்பருக்கும், சுந்தரருக்கும் படிக்காசு தந்து அதன் மூலம் அடியவர்களின் பசியாற்றினார். இது இறையருளின் நிஜமான சம்பவமாக.. நிகழ்ந்தது. இன்றும் எம்பெருமானின் முன்பு மனமுருகி நம் குறைகளைச் சொன்னால், ஒரு தாயின் உள்ளன்போடு நம் கவலைகளைப் போக்கி நல்வாழ்வளித்திடுவார் அருள்மிகு வீழிநாதப்பெருமான்.

திருமண ஸ்லோகம்

தேவந்திராணி நமஸ்துப்யம்
தேவந்திரப்ரிய பாமினி
விவாஹ பாய்மாரோக்யம்
புத்ரலாபஞ்ச தேஹிமே
பதிம் தேஹி சுதம்தேஹி

ஸௌமாங்கல்யம் சுகம் ஞானம்
தேஹிமே சிவசுந்தரி
காத்யாயனி மஹாமாயே
மஹாயோகிந் நதீஸ்வரி
நந்தகோப சுதம் தேவம்
பதிம்மே குருதே நமஹ..நமஹ

இந்த ஸ்லோகங்களைத் தினமும் காலை, மாலை இருவேளையும் பாராயணம் செய்து வந்தால், கூடிய விரைவில் திருமணம் நடந்தேறும் என்பது இத்தலத்தின் சிறப்பாகும்.

முகவரி

அருள்மிகு வீழிநாதர் திருக்கோயில்
திருவீழிமிழலை - 609501
குடவாசல் வட்டம்
திருவாரூர் மாவட்டம்
தமிழ்நாடு,
தொலைப்பேசி: 04366-273050 / 9443924825

திருவெள்ளியங்குடி

25

அருள்மிகு
கோலவில்லி ராமர் திருக்கோயில் -வைணவ சுக்ர ஸ்தலம்

"ஒள்ளிய கருமம் செய்வன் என்று உயர்ந்த மாவளிவேள் வியல்புக்கு தெள்ளிய குறள் ஆய்மூவடி கொண்டு திக்கு உற வளர்ந்தவன் கோயில் அள்ளி அம்பொழில் வாய் இருந்து வாழ் குயில்கள் அரி அரி என்று அவை அழைப்ப வெள்ளியார் வணங்க விரைந்து அருள் செய்வான் திரு வெள்ளியங்குடி அதுவே"

மூலவர்: சஷீராப்தி நாதன் (கோலவில்லி ராமர்)

உற்சவர்: ஸ்ரீதேவி பூதேவி சமேதராய் சிருங்கார சுந்தரர்

தாயார்: ஸ்ரீ மரகதவல்லித் தாயார்

மங்களாசாசனம்: திருமங்கையாழ்வாரின் தேனினும் இனிய 10 பாசுரங்கள்

தலவிருட்சம்: செவ்வாழை

ஆகமம்: வைகானஸம்

சம்ப்ரதாயம்: வடகலை

விமானம் புஷ்கலா வர்த்தக விமானம்

தீர்த்தம்: இந்திர தீர்த்தம், பிரம்ம தீர்த்தம், சுக்ரதீர்த்தம், பராசர தீர்த்தம்

சிறப்பு: திருமண வரமருளும் திருத்தலம்

சுக்ர தோஷ பரிகாரத்தலம்

கண்ணொளி தந்தருளும் தெய்வீகத் தலம்

சிறப்பு மூர்த்தி: வாகனங்களை விபத்தின்றி காத்தருளும் கருணை மூர்த்தியாக சங்கு சக்கரத்துடன் எழுகின்ற நிலையில் சதுர்புஜ கருடாழ்வாரின் திவ்ய தரிசனம்

தலவரலாறு:

ஆழ்வார்களால் பாடல் பெற்ற 108 திவ்ய தேசங்களில் விசேஷ பெருமை பெற்ற இத்தலம் நவகிரக மூர்த்திகளில் சுக்ரனுக்கு விசேஷமான தலமாகும்.

சோழநாட்டு நாற்பது திருப்பதிகளில் நடுநாயகமாக விளங்கும் இத்தலத்தில் மயனுக்கும்,

திருமங்கையாழ்வாருக்கும் எம்பெருமான் ராம பிரானாகக் காட்சி தந்தமையால் கோலவல்லி ராமர் என மங்களாசாசனம் செய்யப்பட்டார்.

இந்தத் தலம் நான்கு யுகங்களாக இருந்து வருகின்றது.

இந்தத் தலம் த்ரிவிக்ரம அவதாரத்துடன் தொடர்புடையது. த்ரி விக்ரம அவதாரத்தின் போது, மஹாபலிதானம் வார்க்கக் கூடாது என்ற முடிவுடன் சுக்கிராச்சாரியார் (அசுர குலகுரு) கமண்டலத்தின் துவாரத்தை சிறு வண்டின் உருவில் அடைத்துக்கொண்டுவிட, கமண்டலத்திலிருந்து தண்ணீர் விழாதது கண்டு தர்ப்பையை எடுத்து துவாரத்தைக் கிளர வண்டின் ஒரு கண் ஒளி போய்விட அந்தக் கண் சரியாகி ஒளிபெற.. இத்தலத்தில் ஒரு மண்டலம் 48 நாட்கள் தவமிருந்து.. சுக்கிராச்சாரியார் தமது கண்ணின் ஒளியைத் திரும்பப் பெற்றார்.

அமைவிடம்

கும்பகோணம் அணைகரை மார்க்கத்தில் சோழபுரம் மற்றும் திருப்பனந்தாளிலிருந்து 5 கி.மீ. தொலைவில் உள்ளது. கும்பகோணத்திலிருந்து நகர பேருந்து எண் 2 ல் இத்திருத்தலத்திற்கு செல்லலாம்.

அன்று சுக்கிர பகவானுக்குக் கொடுக்கப்பட்ட ஒளி இன்றும் தூண்டா விளக்காக (நேத்திர தீபம்) இருபத்து நான்கு மணிநேரமும் அணையா விளக்காக ஒளி வீசிக் கொண்டிருக்கின்றது.

தேவ சிற்பியாகிய விஸ்வகர்மாவுக்கும், அசுர சிற்பியாகிய மயனுக்கும் தம் சிற்பக்கலைத் திறமையில் போட்டியும் வீண்விவாதமும் ஏற்பட பிரம்மன் தலையிட்டு, மயனிடம், "விஸ்வகர்மா தம் பூர்வ புண்ணியத்தின் பயனாக ஸ்ரீமன் நாராயணர்

அருள் பெற்று திருப்பாற்கடலில் அழகிய பெரிய கோவிலை எழுப்பி, வைண்டநாதன் மகிழும் வகையில் புகழ் பெற்றான். நீயும் அவ்வாறே பூலோகம் சென்று காவேரி தீரத்தில் சிறந்ததோர் இடத்தைக் கண்டு பிடித்து, எம்பெருமானைப் பிரார்த்தித்து, அநுக்கிரஹம் பெற்று, அவர் மகிழ்ந்து வர்த்திக்கும்படியானதோர் விமானத்துடன் கூடிய ஆலயத்தை எழுப்புவாயானால், நீயும் விஸ்வகர்மாவைப் போல் பேரும், புகழும் அடையலாம்'' என்றார்.

மயன் பிரம்மதேவரின் அருளின்படி.. பூலோகத்தில் வெள்ளியங்குடி எனும் இத்தலத்திற்கு வந்து பகவானைத் துதித்து.. அவரின் பேரருளைப் பெற்று இத்தலத்தின் அழகிய மதில்களையும் சுற்றுப் பிரகாரங்களையும், விமானத்தையும் அமைத்தான் என்கிறது தலபுராணம்.

எனவே, இத்தலத்தை சுக்ரவாரம் எனும் வெள்ளிக்கிழமைகளில் வழிபட்டால், சகல நன்மைகளும் கிடைத்தருளும் என்பது ஐதீகம். அதுமட்டுமல்ல,

இத்தலத்தில் இந்திரனும், மயனும், மார்க்கண்டேரும், பூதேவியும், சுக்ரனும், பிரம்மதேவரும், பராசர முனிவரும் எம்பெருமானைத் திருமணக்கோலத்தில் திருக்காட்சி தந்தருளும்படி பிரார்த்தனை செய்ய.. திருமால் தனது சங்கு சக்கரத்தை பெரிய திருவடி எனும் கருடாழ்வாரிடம் கொடுத்துவிட்டு திருமணக்கோலத்தில் திருக்காட்சி தந்து.. அவர்களுக்கு நல்லருள் புரிந்தார்.

அப்போது தம்மிடம் திருமால் தந்த.. சங்கு சக்கரத்தை அவரிடம் திரும்பக் கொடுப்பதற்காக கருடாழ்வார் எழுகின்ற நிலை எனும் அற்புதமான அழகான நிலையில் சங்கு சக்கரத்துடன் திருக்காட்சி தருகின்றார்.

ஸ்ரீகருட பகவான் எழுகின்ற நிலையில் காட்சி கொடுப்பது உலகிலேயே இந்தத் திருத்தலத்தில் மட்டும்தான். இதனால், இவரைத் தரிசிப்பவர்களுக்கு வாகனத்தில் விபத்தில்லா பயணம் உண்டாகும். திருமணத் தடைகள் அகன்று விவாக பிராப்தம்

கிடைத்தருளும்.

சுக்ரதோஷம் உள்ளவர்களும், குழந்தை பேறு இல்லாதவர்களும் இத்தலத்திற்கு வந்து ஸ்ரீ கருடாழ்வாரையும், ஸ்ரீகோலவில்லி ராமரையும் தரிசித்தால் சுக்ரதோஷம் விலகும். குழந்தைப் பேறு கிடைத்தருளும் என்பது ஐதீகம்.

எழுகின்ற நிலையில் அருள்பாலிக்கும் ஸ்ரீகருடபகவானுக்கு விஷ்ணுபதி புண்ணியகாலத்தில் சிறப்பு பிரார்த்தனை சிறப்பு அபிஷேகம் நடைபெறுகின்றது. விஷ்ணுபதி புண்ணிய காலம் என்பது தேவர்களும், அசுரர்களும் மகிழ்ச்சியுடன் இருக்கும் காலம். எனவே, அந்தக் காலத்தில் நாம் என்ன பிரார்த்தனை செய்து வழிபடுகின்றோமோ அந்தப் பிரார்த்தனைகள் உடனே நிறைவேறிடும்.

(விஷ்ணுபதி புண்ணியகாலம் = வைகாசி முதல் தேதி, ஆவணி முதல் தேதி, கார்த்திகை முதல் தேதி, மாசி முதல் தேதி)

கோயில் அமைப்பு

கிழக்கு நோக்கிய ராஜகோபுரம் மூன்று நிலைகளுடன், ஐந்து கலசங்களுடன் வானுயர எழுந்தருளியிருக்கின்றது.

கோயிலுக்கு நேர் எதிரே ஸ்ரீ பக்த அனுமர் சன்னதியும்.. அனுமர் சன்னிதிக்குப் பின்புறமாக பிரமாண்ட திருக்குளமான சுக்ர தீர்த்தம் அமைந்திருக்கின்றது.

கோபுர வாயிலைக் கடந்து கோவிலுக்குள் சென்றால்.. ஆயிரம் ஆண்டுகளின் பழமையோடு உள்சுற்றுப் பிரகாரம் ஆச்சரியமூட்டுகின்றது.

நுழைவாயிலின் நேர்எதிரே பலிபீடமும் பழமையின் அடையாளத்தோடு கொடி மரமும் எழுந்தருளியிருக்கின்றது.

தென் பிரகாரத்தின் வழியே ஆலயத்தை வலம் வந்தால், தென்மேற்கில் அருள்மிகு மரகதவல்லித் தாயாரின் சன்னதியைத் தரிசிக்கலாம்.

ஐஸ்வர்யம் அருளும் மகாலட்சுமி தேவியான மரகதவல்லித் தாயாரைத் தரிசித்துவிட்டு, மேற்குப் பிரகாரத்தைச் சுற்றி வந்தால் வடமேற்கில் ஆண்டாள் நாச்சியாரின் திருச்சன்னிதியைத் தரிசிக்கலாம்.

மூலவர் பிரகாரத்திற்குள் செல்லும் முன், மகா மண்டபத்தில் பெருமாளை நோக்கி எழும் நிலையில் சங்கு சக்கரத்துடன் தெய்வீகமாகத் திருக்காட்சி தரும் பெரிய திருவடி கருடாழ்வாரைத் தரிசிக்கலாம்.

உலகில் வேறு எங்கும் காணமுடியாத திருவடிவில் அருள் பாலிக்கும் இவரை வணங்கினால் வாகன ஆபத்துக்கள் நம்மை நெருங்காது.

திருமணத்தடை அகன்று.. வாழ்வின் வளம் சேரும் என்பது ஐதீகம்.

மூலவரின் கருவறையின் வாயிலின் இருபுறமும்.. துவாரபாலகர்கள் அமைந்திருக்கின்றார்கள். ஜயன், விஜயன் எனும் இத்துவாரபாலகர்கள் அத்தி மரத்தினால் வடிவமைக்கப்பட்டவர்கள். சுமார் 2000 ஆண்டுகளுக்கும் மேலான பழமையான சிற்பங்கள் இவை.

கருவறை மண்டபத்தைக் கடந்து.. அர்த்த மண்டபத்திற்குச் சென்றால் கருவறையில்.. கருணையே வடிவாக.. ஸ்ரீகோலவில்லி ராமபிரானும், பூமிதேவியும், மார்க்கண்டேயரும் திருவருள் புரிகின்றார்கள். கிழக்குத் திருமுகமாக வர்ணகலாப திருமேனியுடன் புஜங்க சயனத்தில் எம்பெருமான் சேவை புரிகின்றார்.

மூலவருக்கு முன்பாக.. ஸ்ரீதேவி சமேதராய் சிருங்கார சுந்தரர் ராமர் திருக்காட்சி புரிகின்றார்.

கருவறையில் எம்பெருமானுக்கு முன்புறமிருக்கும் அணையா விளக்காகிய நேத்ர தீபத்தில் நல்லெண்ணெய் சேர்த்து எம்பெருமானை வழிபட்டால் காலமெல்லாம் குறையில்லா கண்ணொளி கிடைத்திடும் என்பது இறையருளால் நிஜமாகும்.

திருமணத்தடையும், தோஷமும் உள்ளவர்கள் நேத்ர தீபத்தில் நல்லெண்ணெய் சேர்த்து.. தங்கள் பெயர், ராசி நட்சத்திரம் சொல்லி சங்கல்பம் செய்து.. எம்பெருமானுக்கு அர்ச்சனை செய்தால், விரைவில் திருமணம் கைகூடும் என்பது பெரியோர்களின் நம்பிக்கையாகும்.

கண்ணொளி பெறவும்.. குடும்பத்தில் திருமணம் எனும் விளக்கேற்றவும் பேரருள் புரியும் அருள்மிகு கோலவில்லி ராமரை மனமுருகத் தொழுவோம். நலமும் வளமும் பெற்று மகிழ்வோம்.

திருமணப் பரிகாரம்

மிகவும் எளிமையானது. எம்பெருமான் கருவறையிலிருக்கும் நேத்ர தீபம் இருபத்து நான்கு மணிநேரமும் தொடர்ந்து பல நூற்றாண்டுகளாக எரிந்து வருகின்றது. அப்புனித தீபத்திற்காக நல்லெண்ணெய் வாங்கிச் செல்லுங்கள். அதை தீபத்தில் சேர்த்து .. இறைவன் முன் உங்கள் வேண்டுதல்களைச் சொல்லி ஒரு அர்ச்சனை செய்யுங்கள். உங்கள் வேண்டுதல்கள் ஸ்ரீகோலவில்லி ராமரின் திருவருளால் நிறைவேறும். மங்களம் உண்டாகும்.

முகவரி

S. ராம மூர்த்தி பட்டாச்சாரியார்
அருள்மிகு கோலவில்லி ராமர் திருக்கோயில்
திருவெள்ளியங்குடி
பாலாக்குடி (post) திருமங்கலக்குடி (via)
தஞ்சாவூர் மாவட்டம்.
தொலைப்பேசி : 0435 2943152

திருவேள்விக்குடி

26

அருள்மிகு

கல்யாண சுந்தரேசுவரர் திருக்கோயில்

மூலவர்: கல்யாண சுந்தரேசுவரர் எனும் மணவாளேசுவரர்

தாயார்: பரிமள சுகந்த நாயகி

தீர்த்தம்: மங்கள தீர்த்தம்

தலச் சிறப்பு:

தேவாரப் பாடல் பெற்ற காவிரி வடகரைத் தலங்களில் இது 23 வது தலம்

திருத்துருத்தியாகிய குத்தாலத்தோடு சேர்ந்து பாடல்பெற்ற தலம் இது

திருமணஞ்சேரி திருத்தலத்திற்கு முன்பாக தரிசிக்க வேண்டிய திருத்தலம் இது

தல வரலாறு

திருவேள்விக்குடியின் அருகில் அமைந்துள்ள குத்தாலம் எனும் புனிதப் பூமியில் பரத மகரிஷியின் மகளாக.. பார்வதிதேவி அவதரித்தார். பருவ வயதை அடைந்ததும் ஈசனைத் தமது கணவராகப் பெற வேண்டி.. 16 திங்கட்கிழமைகள் விரதம் இருந்து மண்ணில் சிவலிங்கம் வடித்து.. பக்தியோடு பூஜித்தார்.

அன்னையின் வேண்டுதலையும், பக்தியையும் ஏற்ற ஈசன் 17வது திங்கட்கிழமையன்று மணவாளேசுவரராக அன்னையின் முன் திருக்காட்சி தந்து.. திருமணம் செய்வதாக வாக்களித்தார். அதன்படி அன்னைக்கு கங்கணம் கட்டி.. வேள்விகள் செய்து.. முப்பத்து முக்கோடி தேவர்கள் சூழ மணவாளேசுவரருக்கும்.. பார்வதி தேவிக்கும் பிரம்ம தேவர் திருமணம் நடத்தி வைத்தார்.

இத்திருநாளின் பதிவாகத்தான் இத்திருத்தலம் திருவேள்விக்குடி என புராணகாலம் முதலாக வழங்கப்பட்டு வருகின்றது.

இத்தலத்தில் மணமகளாக.. அருள்பாலிக்கும் பரிமள சுகந்தி நாயகித் தாயாரின் திருமுகத்தை ஒரு நொடி தரிசித்தாலே போதும் திருமணத்தடைகள் விலகி ஓடிடும் என்பது ஐதீகம்.

அன்னையின் புன்னகை தவழும் திருமுகம்.. நம்முள் அளவில்லா ஆனந்தத்தையும், நம்பிக்கையையும் கொண்டு வரும்.

ஈசனை நோக்கி தவமிருந்தபோது துயரத்துடன் இருந்த அன்னை சிவபெருமான் தன்னை மணப்பதாக வாக்களித்தவுடன், ஆனந்தமாக புன்னகை தவழும் திருமுகத்துடன்.. ஒளிபொருந்திய விழிகளோடு அருள்பாலிக்கின்றார். பார்வதி தேவியின் வேண்டுதலை ஏற்று அன்னைக்கு மாங்கல்ய பிராப்தியைத் தந்தருளிய சிவபெருமான்.. திருமணம் நடைபெற வேண்டும் எனும் வேண்டுதலோடு இத்தலத்திற்கு வரும் அன்பர்களின் திருமணத் தடைகளைத் தகர்த்தெறிந்து.. மங்கள வரத்தினைத் தந்தருளுகின்றார்.

திருத்தல மகிமை

அரச குமாரன் ஒருவனுக்கு நிச்சயித்திருந்த பெண்ணின் தாய் தந்தையர் திருமணத்திற்குப் முன் இறந்துவிட்டனர். இதனால், பெண்வீட்டார் அரச குமாரனுக்கு பெண் கொடுக்க மறுத்துவிட்டனர். தனக்குத் திருமணம் நிச்சயித்த பெண்ணை மணந்தே தீருவேன் என முடிவெடுத்த அரச குமாரன் இத்தலத்திற்கு வந்து அருள்மிகு மணவாளேசுவரரையும், அருள்மிகு பரிமள சுகந்த நாயகித் தாயாரையும் மனமுருக வேண்டினான். திருமணம் நிச்சயித்த அப்பெண்ணுடனே தமது திருமணம் நடந்திட வேண்டும் என கண்ணீர் மல்கத் தொழுதான். பக்தனின் வேண்டுதலுக்குச் செவிசாய்த்த ஈசன்.. ஒரு பூதத்தை அனுப்பி அப்பெண்ணை அழைத்துவர.. ராஜகுமாரனின் விருப்பபடி .. அப்பெண்ணுடனேயே அவனது திருமணம் நடந்து இன்பமாக வாழ்ந்தான்.

அதுமட்டுமல்ல.. சிவத்தொண்டரான சுந்தரர் தமது குஷ்டநோய் விலகும்விதமாக.. இத்தலத்திற்கு வந்து ஈசனை நினைத்தபடி அக்னி தீர்த்தத்தில் நீராடி.. எம்பெருமானை வணங்க.. ஆச்சரியமூட்டும் வகையில் அவரது தொழுநோய் பூரணமாகக் குணமாகி நலமடைந்தார்.

சிவபெருமானின் சக்தி நிறைந்த இத்தலத்தில் எம்பெருமான் தன்னில் சரி பாதியை அன்னைக்குத் தந்தருளினார்.

ஈசன் அன்னையை மணமுடித்த திருத்தலம் என்பதால் இத்தலத்தில் ந வ கி ர க ங் க ள் கிடையாது.

திருமணத் தடை விலக பரிகாரம் செய்வது எப்படி?

நீண்ட நாட்களாகத்

அமைவிடம்

மயிலாடுதுறையிலிருந்து கும்பகோணம் செல்லும் வழித்தடத்தில் குத்தாலம் நகரின் வலதுபுறத்தில் ஒன்றரை கிலோ மீட்டர் தொலைவில் பழைய பூம்புகார் சாலையில் திருவேள்விக்குடி எனும் அழகிய சிற்றூரில் அமைந்திருக்கின்றது.

திருமணத்தடையால் வருந்துபவர்களுக்கு இனி கவலை வேண்டாம். கல்யாண சுந்தரேசுவரர் உங்கள் கவலைப் போக்குவார். இதற்கு நீங்கள் செய்யவேண்டியது மிக எளிதானது.

குத்தாலம் அருகே இருக்கும் திருவேள்விக்குடி திருத்தலத்திற்குத் செல்லுங்கள். கோவிலின் எதிரேயிருக்கும் அஞ்சலி யாகத் தீர்த்தம் எனும் திருக்குளத்தில் நீராடிவிட்டு எம்பெருமான் ஸ்ரீமணவாளேசுவரரை மனமுருகத் தொழுதபடி 48 நெய் தீபம் ஏற்றி ஆலயத்தை வலம் வந்து.. எம்பெருமானைத் தரிசித்து உங்கள் பெயர், ராசி, நட்சத்திரம் சொல்லி அர்ச்சனை செய்யுங்கள். உங்கள் திருமணத் தடைகள் யாவும் அகன்று.. இனிதே கெட்டிமேளம் கொட்டிடும் என்பது ஐதீகம்.

இது மட்டுமல்ல.. மாதந்தோறும் பௌர்ணமி தினத்தன்று 'பார்வதி சுயம்வர ஹோமம்' இத்தலத்தில் சிறப்பாக நடக்கின்றது. திருமணத் தடைகளை அகற்றிடும் சிறப்புமிகு யாகத்தில் கலந்துகொள்வது மிகவும் புனிதமான விஷயமாகும்.

இப்புனித யாகத்தில் கலந்துகொள்ள நாம் மருந்து கடைகளில் கிடைக்கும் ஹோமப் பொருட்களை வாங்கிச் செல்ல வேண்டும். நெய், பழவகைகள், நெல்பொறி, ஹோமக்குச்சிகள் போன்ற பொருட்களுடன் பௌர்ணமியன்று நடைபெறும் அப்புனித யாகத்திற்குச் சென்று கலந்துகொள்ள வேண்டும். யாகத்தில்

வைக்கப்படும் கும்ப நீரைக்கொண்டு.. யாகத்தின் முடிவில் சுவாமிக்கு அபிஷேகம் செய்யப்படுகின்றது.

அபிஷேகம் முடிந்ததும்.. ஆண்கள் தங்கள் பெயர், ராசி, நட்சத்திரம் சொல்லி சங்கல்பம் செய்துகொண்டு.. அம்பாளுக்கு அர்ச்சனை செய்ய வேண்டும். பெண்கள் தங்கள், பெயர், ராசி, நட்சத்திரம் சொல்லி சங்கல்பம் செய்துகொண்டு ஸ்ரீமணவாளேசுவருக்கு அர்ச்சனை செய்ய வேண்டும்.

அர்ச்சனை முடிந்ததும் எம்பெருமானின் திருப்பாதத்திலும் அம்பாளின் திருப்பாத்திலும் வைத்த மஞ்சள் கயிறை நமது வலது கையில் கட்டி விடுவார்கள். இது இறைவன் நமக்குத் தரும் அருள்கயிறு. இறைவனின் அருளால் எம்பெருமானின் கருணையினால் இனிதே திருமணம் கைகூடிவரும். இதுவரை இருந்த தடைகள் அகன்று இல்லறம் நல்லறமாகும் என்பது அனுபவ வாக்கு.

பார்வதி சுயம்வர ஹோமத்தில் கலந்துகொள்ள இயலாத வெளிநாட்டு அன்பர்கள் தங்கள் பெயர், ராசி, நட்சத்திரத்தை அனுப்பி உங்கள் பெயரில் அர்ச்சனை செய்யச் சொல்லி பிரசாதங்களை ஆலயத்திலிருந்து பெறலாம்.

முகவரி

செயல் அலுவலர்
அருள்மிகு சுந்தரேசுவரர் திருக்கோயில்
திருவேள்விக்குடி
நாகப்பட்டினம் மாவட்டம்
தமிழ்நாடு இந்தியா
போன் 04364 235462

திருவேற்காடு

27

அருள்மிகு தேவி கருமாரியம்மன் திருக்கோயில்

தமிழகத்திலுள்ள அம்மன் சன்னதிகளில் மிகவும் பிரசித்தி பெற்ற சக்திமிகு திருத்தலம் திருவேற்காடு தேவி கருமாரியம்மன் திருத்தலமாகும். இத்தலத்தில் அருள்பாலிக்கும் அன்னை சுயம்பு ரூபமானவர். பக்தர் ஒருவரின் கனவில் தோன்றிய அன்னை, புற்று இருந்த இடத்தில் தமக்கு ஆலயம் எழுப்பும்படிச் சொல்ல, அதன்படி கோயிலை நிர்மாணம் செய்வதற்காகப் புற்றினைப் பெயர்த்த போது அப்புற்றுக்குள்ளிருந்து ஒளிவடிவாய் பேரருளின் சாட்சியாய் அன்னை சுயம்பு ரூபமாய்த் தோன்றினார். அன்னையின் தரிசனம் கண்டு பேரானந்தமடைந்த பக்தர்கள் இத்திருத்தலத்தை மன நெகிழ்வோடு கட்டினார்கள். தானே சுயம்பு ரூபமாய் ஸ்ரீகருமாரி அன்னை தோன்றியவர் என்பதால் 'கருவில் இல்லாத கருமாரி' எனும் திருப்பெயரோடு அருள்பாலிக்கின்றார்.

தல வரலாறு:

கைலாயத்தில் எம்பெருமான் சிவபிரானுக்கும்

உமையம்மைக்கும் திருமணம் நிகழ்ந்த போது முப்பத்து முக்கோடி தேவர்களும் எம்பெருமானின் திருமண வைபவத்தைக் காண கைலாயத்திற்கு வந்ததால் தென்திசை உயர்ந்தது. எனவே அதனைத் தாழ்த்துவதற்கு அகத்திய மாமுனிவர் தென்திசை நோக்கி இத்தலத்திற்கு வந்தார். இதனால் தென்திசை தாழ்ந்தது. எம்பெருமானின் திருமண வைபவம் இனிதே நடந்திட... அகத்திய மாமுனிவருக்கு ஈசனின் திருமணத்தைக் காண இயலாதது வருத்தம் அளித்தது. அகத்தியரின் வருத்தம் உணர்ந்த பரமன் இத்தலத்தில் உமையன்னையோடு திருமணக் கோலத்தில் எழுந்தருளி திருக்காட்சி தந்தார். எம்பெருமானை மணமகனாகத் தரிசித்து மகிழ்ந்த அகத்திய மாமுனிவர் தமக்கு அருளியது போன்றே இத்தலத்திற்கு வரும் பக்தர்களுக்கும் 'தேவரீர்...திருமணக் கோலத்தில் திருக்காட்சி தந்து பேரருள் புரிய வேண்டும்' என வேண்டுதல் செய்ய, அகத்தியரின் வேண்டுதலுக்குச் செவிசாய்த்த ஈசன், ஸ்ரீஉமையன்னையோடு மணவாளராகத் திருக்காட்சி தந்தருளுகின்றார். எம்பெருமானின் பேரருள் உறையும் இப்புனிதத் திருத்தலம் அன்னை ஸ்ரீதேவி கருமாரியம்மன் சன்னதிக்கு அருகில் அமைந்துள்ளது.

தல அற்புதம்:

அன்னை ஸ்ரீதேவி கருமாரி, இத்தலத்தின் கருவறையில் சுயம்பு வடிவாய் அருள்பாலிக்கின்றார். சாந்த ஸ்வரூபமாக, புன்னகை தவழும் திருமுகத்தோடு திருவருள் புரியும் தாயைத் தரிசித்தாலே போதும். நமது வாழ்வு வளமாகும். தடைகளில்லாத ஆனந்தம் நிறைந்த வாழ்வு நமது வசமாகும் என்பது

ஐதீகமாகும். சுயம்பு ரூபமாய் திருவருள் புரியும் அன்னைக்கு பின்புறத்தில் அக்னி ஜூவாலையுடன் திருக்கரங்களில் கத்தி, கபாலம், டமருகம், சூலம் ஏந்தி தெய்வீக எழில்வடிவாய் ஸ்ரீகருமாரி அன்னையின் விக்ரகம் அமைந்தருள்கின்றது.

அமைவிடம்

இப்புனித திருத்தலம் சென்னைக்கு மேற்கே 18வது கிலோ மீட்டரில் பூவிருந்தவல்லிக்கு முன்பாக வடக்கே அமைந்துள்ளது.

தினந்தோறும் பரம பவித்ரத்துடன், அதிகாலையில் கோ பூஜையும், பிரதோஷ வேளைகளில் குங்கும அர்ச்சனைகளும் அன்னையின் திருவருள் வேண்டி நடத்தப் படுகின்றது.

கருவறையினுள்ளே 'பதி விளக்கு' எனும் அணையா விளக்கு சுடர்விட்டு பிரகாசிக்கின்றது. சக்தியின் ரூபமான இப்புனித விளக்கின் முன்பு விநாயகப் பெருமானும், சூரியரும், சந்திரரும் திருவருள் புரிகின்றார்கள். இத்திருவிளக்கினையும், ஸ்ரீசுயம்பு அன்னையையும் தரிசிக்கும் பேறு பெற்றவர்களுக்கு வாழ்வு ஒளிமயமாகும் என்பது ஐதீகம்.

கோயில் அமைப்பு:

கிழக்கு நோக்கிய ராஜகோபுரம் தெய்வீக எழில் வடிவாய் பிரமாண்டமாய் எழுந்தருளியுள்ளது. ராஜகோபுரத்திற்கு நேர் எதிரே 'திருச்சாம்பல் பொய்கை' எனும் திருக்குளம் அமைந்திருக்கின்றது. கோபுரவாயிலைக் கடந்து உள்ளே வந்தால் வாயிலின் தென்புறத்தில் நவகிரக மூர்த்திகளின் சன்னதியும், வடபுறத்தில் ஸ்ரீநிவாசப் பெருமாளின் சன்னதியும் அமைந்திருக்கின்றன.

சைவம், வைணவத்தின் ஒற்றுமையாக விளங்கும் இத்திருத்தலத்தில் காக்கும் கடவுள் திருமால் ஸ்ரீசீனிவாசப்

பெருமாள் எனும் திருநாமத்தோடு சேவை சாதிக்கின்றார். ஸ்ரீதேவி பூதேவி சமேதராய் உற்சவப் பெருமானும், ஸ்ரீமகாலட்சுமி தாயாரும், ஸ்ரீராமபிரானும் தனிச் சன்னதியோடு அருள் பாலிக்கின்றார்கள். ஸ்ரீராமபிரானுடன் சீதா தேவியும், லட்சுமணரும், அனுமரும் சேவை சாதிக்கின்றார்கள்.

ஸ்ரீசக்கரத்தாழ்வாரும், ஆண்டாள் நாச்சியாரும், ராமானுஜரும் இத்தலத்தில் எழுந்தருளி நம்மை ஆசீர்வதிக்கின்றார்கள். ஸ்ரீநிவாசப் பெருமாளின் திருமுகத்தைத் தரிசித்து விட்டு ஆலயத்திற்குள் வந்தால் கிழக்கு உற்சுற்றுப் பிரகாரத்தில் அரசமரப் பிள்ளையார் தெய்வீகமாகத் திருக்காட்சி தருகின்றார்.

முதன்மைக் கடவுளின் அருளோடு தென் பிரகாரத்தினை வலம் வந்தால் வெளிச்சுற்றுப் பிரகாரம் வருகின்றது. வெளிச்சுற்றுப் பிரகாரத்தில் வசந்த மண்டபம் பிரமாண்டமாய் அமைந்திருக்கின்றது. இத்திருத்தலம் திருமண வரமருளும் திருத்தலம் என்பதால் சுப முகூர்த்த நாட்களில் எண்ணற்ற திருமணங்கள் இனிதே இங்கு நடைபெறுகின்றன. இங்குள்ள திருமண மண்டபத்தில் திருமண வைபவம் நடத்திடுவதற்கு கோயில் நிர்வாகம் மிகக் குறைந்த கட்டணத்தை வசூலிக்கின்றது. குறைந்தபட்சம் 3 ஆயிரம் ரூபாய் வாடகையிலேயே இங்கு திருமணம் நடத்தப்படுவது இத்தலத்தின் சிறப்பாகும்.

தெற்கு வெளிச்சுற்றுப் பிரகாரத்தில் தென்முகக் கடவுள் குரு தட்சிணாமூர்த்தி தனிச்சன்னதி கொண்டு அருள் பாலிக்கின்றார். மேற்கு வெளிச்சுற்றுப் பிரகாரத்தில் அரசமரப் பிள்ளையாரும், அருள்மிகு உச்சிஷ்ட கணபதி சன்னதியும் அருள்மிகு பிரத்யங்கிரா தேவியின் திருச்சன்னதியும் கிழக்கு நோக்கி அமைந்திருக்கின்றன. அருள்மிகு அங்காள பரமேஸ்வரி அன்னையின் சன்னதி வடக்குநோக்கி அமைந்திருக்கின்றது. ஸ்ரீபிரத்யங்கிராதேவியின் சன்னதிக்கு வடக்கே சப்த மாதாக்களின் சன்னதி அமைந்திருக்கின்றது. ஸ்ரீகாயத்ரி, ஸ்ரீமகாலட்சுமி, ஸ்ரீமீனாட்சி, ஸ்ரீகாமாட்சி, ஸ்ரீவிசாலாட்சி, ஸ்ரீராஜ ராஜேஸ்வரி, ஸ்ரீசாவித்ரி அன்னையர் தனிச்சன்னதி கொண்டு திருவருள் புரிகின்றனர்.

வடமேற்கில் கிழக்கு நோக்கி வள்ளி தெய்வானை சமேத சுப்ரமணியர் சன்னதியும், தெற்கு நோக்கி ஸ்ரீகால பைரவர் சன்னதியும் அமைந்திருக்கின்றன. வடக்கு வெளிச்சுற்றுப் பிரகாரத்தில் தெற்கு நோக்கி ஸ்ரீதுர்கையம்மனின் திருச்சன்னதி அமைந்திருக்கின்றது.

உள்சுற்றுப் பிரகாரத்தினை தென்புறமாக வலம்வரும்போது தென்மேற்கில் அருள்மிகு உற்சவத் தாயாரைத் தரிசித்து மகிழலாம். உள்சுற்றுப் பிரகாரத்தின் வடமேற்கில் அருள்மிகு வேற்கன்னி அம்மனின் திருச்சன்னதி அமைந்திருக்கின்றது. அகத்திய மாமுனிவருக்கு திருக்காட்சி தந்தருளிய இப்புனித அன்னையைத் தரிசித்தால் மாங்கல்ய தோஷம் விலகும். தீர்க்காயுளும், ஆரோக்கியமும் கிடைத்தருளும் என்பது ஐதீகம்.

வடக்கு உள்சுற்றுப் பிரகாரத்தில் தெற்கு நோக்கி ஸ்ரீஆறுமுகரின் திருச்சன்னதி அமைந்திருக்கின்றது. வள்ளி, தெய்வானை சமேதராய் ஸ்ரீஆறுமுகர் சாந்த ஸ்வரூபராக திருவருள் புரியும் அழகே தனி. முருகப்பெருமானின் இத்திருமுக தரிசனம் நம்முள் அளவில்லா ஆனந்தம் நிறைத்திடும் என்பது ஐதீகம்.

முருகப்பெருமானின் சன்னதிக்குக் கிழக்கே தவத்திரு இராமதாசரின் திருமுகத்தைத் தரிசனம் செய்யலாம். கிழக்கு உள்சுற்றுப் பிரகாரத்தின் வடதிசையில் தெற்கு நோக்கி அருள்மிகு மரச்சிலை அம்மனின் திருச்சன்னதி அமைந்திருக்கின்றது. நம் எதிரே வீற்றிருப்பது போன்று தத்ரூபமாக அமைந்தருளும் மரச்சிலை அம்மன் மிகவும் சக்தி வாய்ந்தவர். இத்தாயின் திருமுகம் தரிசித்து நாம் என்ன வேண்டுதல் செய்தாலும் கருணைத்தாய் மனமிரங்கி நமது வேண்டுதல்களை நிறைவேற்றி வைக்கிறார். அன்னையிடம் வேண்டுதல் செய்பவர்களின் வீட்டிற்கும், குடும்பத்திற்கும் பாதுகாப்பாக இருக்கும் அன்னையிடம் வேண்டுதல் செய்து அருகிலுள்ள உண்டியலில் பூட்டு வைத்து வழிபடுகின்றார்கள். மூலவத்தாயாரின் சன்னதி கிழக்கு நோக்கி அமைந்திருக்கின்றது. கருவறையினுள்ளே கருணைத்தாய் ஸ்ரீகருமாரி சுயம்பு ரூபமாய் அருள்பாலிக்கின்றார்.

அன்னையின் திருச்சன்னதிக்குள் நாம் நுழைந்த நொடியில்

நம்முள் இருக்கும் தீவினைகளும் பிணிகளும் நம்மை விட்டு அகன்றோடிவிடும் என்பது இத்தலத்தின் அற்புதமாகும். அன்னை ஸ்ரீகருமாரியின் பெயரைச் சொன்னாலே நம் வாழ்வு வளமாகும். ஆயுள் அதிகரிக்கும். செல்வம் நிறைந்திடும். திருமணத்தடை விலகி மங்களகரமான வாழ்வு கிடைத்திடும் என்பது இத்தலத்தின் அற்புதமும், சிறப்புமாகும்.

திருமணப் பரிகாரம்:

நம்மைக் காத்தருளும் அன்னை அருள்மிகு கருமாரித்தாயை உளமாற வணங்கி, தாயின் திருமுகம் தரிசித்து, திருமணத் தடைகளை அகற்றி, மங்களம் அருளும்படி வேண்டுதல் செய்தாலே போதும். தோஷங்களும் தடைகளும் விலகி திருமணம் கைகூடி வரும். இனிதே திருமணம் நடந்தேறியதும் தம்பதி சமேதராய் அன்னையைத் தரிசித்து புதிதாகக் கடையில் ஒரு கிராமில் தங்கத்தில் மாங்கல்யம் வாங்கி வந்து அம்பாளுக்கு மாங்கல்யம் சாற்றி அந்த மாங்கல்யத்தை உண்டியலில் சேர்க்க வேண்டும். இதுவே இத்திருத்தலத்தின் எளிமையான பரிகாரமாக எண்ணற்றோரால் செய்யப்படுகின்றது. அன்னையின் திருச்சன்னதியைத் தரிசித்ததும் அருகிலுள்ள அருள்மிகு பாலாம்பிகை உடனுறை அருள்மிகு வேதபுரீஸ்வரரின் திருச்சன்னதிக்குச் சென்று எம்பெருமானைத் தரிசிக்க வேண்டும். திருமணம் கைகூடியவர்கள் ஸ்ரீவேதபுரீஸ்வரருக்கு திருமஞ்சனம் செய்வது மேலும் சிறப்பூட்டும் என்பது ஐதீகமாகும்.

சென்னைக்கு மிக அருகிலிருக்கும் ஸ்ரீதேவி கருமாரியம்மன் சன்னதியையும் அருள்மிகு வேதபுரீஸ்வரர் சன்னதியையும் தரிசனம் செய்யுங்கள். தடையில்லா வாழ்வினைப் பெற்று மகிழுங்கள்.

முகவரி:

செயல் அலுவலர்,
தேவி கருமாரி அம்மன் திருக்கோயில்,திருவேற்காடு,
சென்னை 600 077
Phone: 044 26800430

படவேடு

அருள்மிகு ரேணுகாம்பாள் திருக்கோயில்

28

"வந்தே ஸ்ரீ ரேணுகாம்தேவீம் குண்டலீபுர வாஸிநீம்

பக்தேஷ்ட்ட கல்பலதிகாம் ஸ்ரீசங்கராச்சாய பூஜிதாம்"

அம்பாள் : ஸ்ரீரேணுகாம்பாள்

ஈசன் : ஸ்ரீசோமநாதீசுவரர்

தாயார் : ஸ்ரீஉமாமகேஸ்வரி தாயார்

தலவிருட்சம் : வில்வம்

பரிகாரம் : திருமணத்தடை, பிணி, வறுமை அகற்றும் புனிதத்தலம்

சரித்திர சிறப்பு

சம்புவராய மன்னர்கள் காலத்தில் 'படவேடு' எனும் இத்தலம் தெய்வீக எழில்மிகு 'படைவீடு' நகரமாக உருவானது. 'படவேடு' நகரைச் சுற்றிலும் அருள்மிகு ராமச்சந்திரசுவாமி திருக்கோவில், அருள்மிகு வரதராஜ பெருமாள் திருக்கோவில், அருள்மிகு லட்சுமி

நரசிம்மர் திருக்கோவில், கோட்டைமலை ஸ்ரீவேணுகோபால சுவாமி திருக்கோவில் என இரு கோட்டைகளும் அகழிகளும் கொண்ட பிரம்மாண்டமான திருக்கோயில்களைச் சம்புவராய மன்னர்கள் புனர்நிர்மாணம் செய்துள்ளனர். அதற்கடுத்து விஜயநகர நாயக்க மன்னர்கள் காலத்திலும் இத்திருத்தலங்கள் சிறப்புடன் விளங்கியதாகக் கல்வெட்டுகள் தெரிவிக்கின்றன.

தலச்சிறப்பு

தொண்டை மண்டலத்திலுள்ள சக்தி தலங்களில் இப்படவேடு திருத்தலம் மிக முக்கியமான தலமாகும். அம்மன் சுயம்புவாய் எழுந்தருளியுள்ளதும் பிரம்மா, விஷ்ணு, சிவன் ஆகிய மும்மூர்த்திகளையும் உடன் கொண்டு பேருருக்கொண்டு 'உலகில் சக்தி'யே எல்லாமென எடுத்துக்காட்டி அருளாட்சி புரிகிறாள்.

சித்தர்களும், ஞானிகளும் தவமிருந்து சித்தி பெற்ற திருத்தலம் இது.

ஆதி சங்கரரால் பிரதிஷ்டை செய்யப்பட்ட பாண லிங்கமும், ஜனாகர்ஷண சக்கரமும் இத்தலத்திற்கு மேலும் சிறப்பூட்டுகின்றன.

பல நூற்றாண்டுகளுக்கு முன்பு இந்நகரில் 1008 சிவாலயங்களும் 108 விஷ்ணு ஆலயங்களும் அமைந்திருந்ததாக கல்வெட்டுகள் தெரிவிக்கின்றன.

தலபுராணம்

அருள்மிகு ரேணுகா தேவி இரைவத மகாராஜனின் மகளாய்ப் பிறந்து ஜமதக்கினி முனிவரை மணம் முடித்து பரசுராமன் உள்ளிட்ட நன்மக்களைப் பெற்றெடுத்தாள். அப்போது, இல்லத்தில்

அமைவிடம்

வேலூர்திருவண்ணாமலை நெடுஞ்சாலையில் வேலூரிலிருந்து 32 வது கிலோ மீட்டரில் அமைந்திருக்கும் 'சந்தவாசல்' எனும் ஊரின் சாலை சந்திப்பிலிருந்து மேற்கே 6 வது கிலோ மீட்டாரிலும்.. ஆரணியிலிருந்து 23 வது கிலோ மீட்டாரிலும் அமைந்திருக்கும் 'படவேடு' நகரின் மையப்பகுதியில் ஸ்ரீரேணுகாம்பாள் திருத்தலம் அமைந்திருக்கின்றது.

மகிழ்வுடன் வாழ்ந்துவரும் சமயத்தில் ஒருநாள்.. கணவர் ஜமதக்கினி முனிவரின் பூஜைக்கு உதவும் விதமாக நீர் கொண்டுவர கமண்டல நதிக்குச் சென்றார். அப்போது வானவீதியில் பேரழகன் கந்தர்வன் பறந்து செல்ல.. அவனது நிழல் நதியில் விழுந்தது. "ஒரு மனிதனால் பறக்கவும் முடியுமோ?'' என வியந்தவாறு அவனது வடிவையும் அழகையும் நிழல் ரூபமாய்க் கண்டு ஆச்சரியப்பட்டாள். இதனால், மண்ணினால் தினமும் செய்யப்படும் மண்குடம்.. அன்று திடீரென நதியின் நீரில் கரைந்து மறைந்தது.. நடந்த சம்பவத்தைத் தனது ஞானக்கண்ணினால் உணர்ந்த ஜமதக்கினி முனிவர் கடுங்கோபம் கொண்டு.. தனது மகன் பரசுராமரை அழைத்து.. அன்னையின் சிரசைத் துண்டித்துவிடும்படி ஆணையிட்டார். தந்தையின் வாக்கை மீறாத பரசுராமர் அன்னையைத் தேடிச்சென்று சிரச்சேதம் செய்தார். பிறகு, தமது தந்தையிடம் வந்து, "தங்கள் கட்டளையை நிறைவேற்றிவிட்டேன். கோபத்தை அடக்கி தயை செய்ய வேண்டும்'' எனக் கூற கோபம் தணிந்த முனிவர், "உமக்கு என்ன வரம் வேண்டும்?" என கேட்க.. "தனது தாயை மீண்டும் உயிர்ப்பிக்க வேண்டும். அதற்கு உங்களின் வரம் வேண்டும்'' என்றார். பரசுராமரின் வேண்டுதலை ஏற்ற முனிவர் ஒரு கமண்டலத்தில் நீரை மந்தரித்துக் கொடுத்து, இதை உன் தாயின் வெட்டப்பட்ட தலையை ஒட்டி.. அதன் மீது தெளித்தால், உன் தாய் உயிர்பெறுவாள்'' என்றார்.

பரசுராமர் கமண்டல மந்திர நீருடன் செல்ல.. அங்கே அன்னையைச் சிரச்சேதம் செய்ய வரும்போது தடுத்து அதனால் சிரச்சேதமான மற்றொரு பெண்ணின் உடலும் கிடக்க.. உடல் மாற்றி தலையை ஒட்டவைத்து நீரைத் தெளிக்க.. அன்னை வேறொரு உடலோடு உயிர்பெற்று எழுந்தார்.

அவ்வேறுபட்ட உடலுடன் அன்னை ஜமதக்கினி முனிவருக்குப் பணிவிடை செய்துவர.. ஒருநாள் அங்கு வந்த கார்த்த வீரிய அச்சுணன் ஜமதக்கினி முனிவரிடம் இருந்த காமதேனுவை தனக்கு வழங்க வேண்டும் எனக் கேட்டான். முனிவர் மறுக்க.. அவரைக் கொன்றுவிட்டு.. காமதேனுவை அழைத்துச் சென்றான். கணவர் இறந்ததால் ரேணுகா தேவி கணவரின் உடலுடன் உடன்கட்டை ஏறினாள். அப்போது தெய்வத்தன்மையால் மழைபொழிய.. அம்மழை நீரால் சுடலை நெருப்பு அணைந்து.. அன்னை கொப்புளங்களுடன் ஆடை இன்றி எழுந்து.. வேப்பிலை ஆடையை அணிந்தபடி தனது மகன் பரசுராமனை அழைத்து.. தனது கணவனைக் கொன்றவனை அழிக்கும்படி ஆணையிட்டாள்... பரசுராமன் கடுங்கோபத்துடன் சென்று கார்த்த வீரிய அச்சுணனைக் கொன்றழித்தார். பிறகு, சத்திரிய குலம் முழுவதையும் அழிக்க முயன்றார். இதனைக் கண்ட சிவபெருமானும், பிரம்மதேவனும், விஷ்ணு பகவானும் தேவர்களோடு தோன்றி பரசுராமரிடம் கோபத்தை விட்டுவிடும்படியும் இக்காரியம் விதிப் பயனாலானது யாராலும் தடுக்க முடியாது என்றார்கள்.

பிறகு. சிவபெருமான் ஜமதக்கினி முனிவரை உயிர்த்தெழச் செய்தார். அன்னை ரேணுகை சிவபெருமானிடம் வேண்டியபடி சிரசு மட்டும் பிரதானமாகக் கொண்டு இப்பூவுலகில் பூஜைக் கரு உருவாய் விளங்கவும், உடலின் மற்ற பிரிவுகள் முனிவருடன் சுவர்க்கத்துக்குச் செல்லவும் சிவபெருமான் அருள்புரிந்தார்.

அன்று முதல் அன்னை ரேணுகாதேவி பூவுலகில் சிரசை பிரதானமாகக் கொண்டு படைவீட்டில் அமர்ந்து அருள் பாலித்துக்கொண்டிருக்கிறார்.

திருமண வரம் வேண்டுவோர் என்ன செய்ய வேண்டும்?

அன்னை இங்கே சாந்த ரூபியாக.. மங்களத் திருமுகத்தோடு

சுயம்புத் திருவடிவில் அருள்பாலிப்பதால்.. இங்கே அன்னையின் முன் என்ன வேண்டுதல் வைத்தாலும் அத்தனையும் பலிதமாகும் என்பது ஐதீகமாகும்.

நீண்ட நாட்களாகத் திருமணம் கை கூடிவராமலும் திருமணத் தடையாலும், தோஷங்களினாலும் பாதிக்கப்பட்டவர்கள் இத்தலத்திற்குச் சென்று 27 நெய் தீபம் ஏற்றி 27 முறை ஆலயத்தை வலம் வந்து அன்னையின் திருமுகத்தைத் தரிசித்து, தங்கள் வேண்டுதலைச் சொல்ல வேண்டும்.. அடுத்து, கருவறைக்கு முன்புற மண்டபத்திலுள்ள பலி பீடத்தில் மஞ்சள் கயிறு.. மஞ்சள் கிழங்கு கட்டி வணங்க வேண்டும். அன்னையின் திருமுகத்தை கண் இமைக்காமல் தரிசித்தபடி.. "தாயே என் திருமணம் இனிதே நல்லபடி நடந்தேறினால் தம்பதி சமேதராய் இத்தலத்திற்கு வருகிறேன்" என்று வேண்டுதல் செய்தாலே போதும். அன்னை மனமிரங்கி உங்கள் வாழ்வில் மங்களத்தைத் தந்தருளுவார்.. இது.. இத்தலத்தின் தனிச்சிறப்பாகும்.

கோவில் அமைப்பு

சுற்றிலும் மலைகள் சூழ்ந்திருக்க.. ஜவ்வாது மலைத்தொடரின் நடுவே.. தெய்வீக எழில் வடிவமாய் அமைந்திருக்கின்றது இத்திருத்தலம். நான்கு மாட வீதியுடன்.. வெளிச்சுற்றுப் பிரகாரம்.. உட்சுற்றுப் பிரகாரம் கிழக்கு, வடக்கு, மேற்கு வாயில்கள் எனப் பழமையின் அடையாளத்தோடு அமைந்திருக்கின்றது.

கிழக்கு நுழைவாயில் ராஜகோபுரம் மூன்று நிலைகளுடன் ஐந்து கலசங்களுடன் எழுந்தருளியிருக்கின்றது.

கிழக்கு நுழைவாயிலின் வழியே உள்ளே சென்றால் கிழக்கு உள் பிரகாரத்தின்.. வசந்த மண்டபத்தில் கொடிமரமும் பலிபீடமும் அமைந்திருக்கின்றன.

தென்மேற்கில் விநாயகர் சன்னதியும் முருகர் சன்னதியும் அமைந்திருக்கின்றன. வடக்குப் பிரகாரத்தின் வடகிழக்கில் திருக்குளம் அமைந்திருக்கின்றது. திருக்குளத்திற்கு நேர் எதிரே.. அருள்மிகு சோமநாதீசுவரர் திருச்சன்னதி கிழக்கு நோக்கியும், ஸ்ரீஉமாமகேஸ்வரி தாயாரின் சன்னதி தெற்கு நோக்கியும் அமைந்திருக்கின்றன. தனிச் சன்னதியாக அமைந்திருக்கும் இச்சன்னிதியின் தென் மேற்கில் விநாயகர் சன்னதிக்குப் பின்புறமாக ஆலயத்தின் ஸ்தல விருட்சமான வில்வம் வளர்ந்திருக்கின்றது

ஆலய சுற்றுப் பிரகாரத்தை வலம் வந்துவிட்டு அன்னையின் கருவறை மண்டபத்திற்குச் செல்ல வேண்டும்

வசந்த மண்டபத்தின் வடக்கே.. தெற்கு நோக்கி உற்சவத் தாயார் அருள்பாலிக்கின்றார். கருவறை நோக்கி..பரசுராமரும், நந்திதேவரும் திருக்காட்சி தருகின்றார்கள். அகிலம் காக்கும் அன்னை கிழக்கு நோக்கி அமர்ந்திருக்கிறார்.

கருவறையின் அமைப்பு

இத்திருத்தலத்தின் கருவறையில் வேறெங்குமில்லாத வகையில் சிறப்பு தரிசனமாக அன்னை ஸ்ரீரேணுகாம்பாள் சுயம்பு ரூபமாக சிரசு மட்டும் தோன்றி சக்தியின் வடிவாகப் பேரருள் புரிகின்றார். அன்னையின் அருகே பிரம்மா, விஷ்ணு, சிவன் மும்மூர்த்திகளும் அரூபங்களுடன் எழுந்தருளியுள்ளார்கள். ஆதிசங்கரர் பிரதிஷ்டை செய்த பாணலிங்கமும், சிலா சிரசும், அத்தி மரத்தினாலான அன்னையின் முழு உருவமும் கருவறையில் அமையப்பெற்றுள்ளது.

மும்மூர்த்திகளுடன் எழுந்தருளியுள்ள அன்னை ஸ்ரீரேணுகாதேவியின் முன் நம் வேண்டுதல்களைச் சொன்னால்.. அன்னையின் அருளோடு மும்மூர்த்திகளின் அருட்கடாட்சமும் நமக்கு கிடைத்திடும் என்பது ஐதீகம்.

படைவீடு கோவில்கள்

ஸ்ரீரேணுகாம்பாள் கோவிலைச் சுற்றிலும் உள்ள படைவீடு கோவில்கள்

1) அருள்மிகு இராமச்சந்திர சுவாமி திருக்கோவில் ஒரு கிலோ மீட்டர் தொலைவில் உள்ளது.

2) அருள்மிகு யோக நரசிம்மர் திருக்கோவில் ஒரு கிலோ மீட்டர் தொலைவில் உள்ளது.

3) அருள்மிகு வேணுகோபால சுவாமி திருக்கோவில் 8 கிலோ மீட்டர் தொலைவில் உள்ளது.

4) அருள்மிகு அம்மையப்ப ஈஸ்வரர் திருக்கோவில் ஒரு கிலோ மீட்டர் தொலைவில் உள்ளது.

5) அருள்மிகு லட்சுமி நரசிம்மர் திருக்கோயில் 2 கிலோ மீட்டர் தொலைவில் உள்ளது.

6) அருள்மிகு கைலாச விநாயகர் திருக்கோவில் ஒரு கிலோ மீட்டர் தொலைவில் உள்ளது.

7) அருள்மிகு சின்னக்கோட்டை திருக்கோவில் 2 கிலோ மீட்டர் தொலைவில் உள்ளது.

படவேடு திருக்கோவில் தேவஸ்தானத்திற்குச் சொந்தமான குடில்களில் தங்கி எல்லாத் திருத்தலங்களைத் தரிசிப்பது.. மனதிற்கு ஆறுதலான விஷயமாகும்.

இயற்கை எழில் சூழ்ந்த படவேடு திருத்தலம் திறந்திருக்கும் நேரம்

காலை: 6 மணி முதல் பகல் 1.30 மணி வரை

மாலை: 3 மணி முதல் இரவு 8.30 மணி வரை

வெள்ளி, ஞாயிறு இரண்டு நாட்கள் காலை 6 மணி முதல் இரவு 8.30 மணி வரை திறந்தே இருக்கும்.

முகவரி:

செயல் அலுவலர்
அருள்மிகு ரேணுகாம்பாள் அம்மன் திருக்கோயில்
அம்மன் கோவில் படைவீடு
போளூர் வட்டம் திருவண்ணாமலை மாவட்டம் 606 905
தமிழ்நாடு, இந்தியா
போன்: 04181 248224

மதுராந்தகம்

29

அருள்மிகு

ஏரி காத்த ராமர் திருக்கோயில்

மகுளாரண்ய க்ஷேத்திரம், திருமதுரை, மதுரை களத்தூர் கோட்டத்து சதுர்வேதி மங்கலம் எனப் புராணங்கள் புகழும் மதுராந்தகம் ஏரி காத்த ராமர் திருத்தலம் 108 திவ்ய தேசங்களைவிட மேற்படியான திவ்யதேசம் என்கிறது தலபுராணம்

இத்திருத்தல மண்ணை மிதித்தால் எம பயம் விலகும்.

இத்திருத்தலத்தைத் தரிசித்தால் ஆயுள் விருத்தியாகும்.

இத்திருத்தலத்தைப் பற்றி வாசித்தால்.. மங்களம் நிறையும் என்பது ஆன்மிகப் பெரியவர்களின் அனுபவமாகும்.

திருமணம் எனும் இனிய பந்தத்திற்குள் இணைய விரும்பும்

ஆண்களும், பெண்களும் அவசியம் தரிசிக்க வேண்டிய திருத்தலம் இது.

மூலவர்: ஏரி காத்த ராமர் எனும் அருள்மிகு கோதண்டராமர்

உற்சவர்: அருள்மிகு கருணாகரப் பெருமாள், பெரிய பெருமாள்

தாயார்: ஜனகவல்லி

ஸ்தல விருட்சம்: மகிழமரம்

தீர்த்தம்: இராமர் புஷ்கரணி

தலவரலாறு

இராமபிரான்.. சீதாதேவியை மீட்பதற்காக இலங்கை செல்லும் வழியில் விபண்டக மகரிஷியின் வேண்டுதலை ஏற்று மகுளாரண்ய க்ஷேத்திரம் எனும் இவ்விடத்தில் விபண்டக மகரிஷியின் ஆஸ்ரமத்தில் தங்கி அவரது உபசரிப்பை ஏற்றுக்கொண்டார்.

அப்போது மகரிஷி இராமபிரானிடம் "ஐயனே நீங்கள் இராவணனை வதம் செய்துவிட்டு.. வெற்றித் திருமகனாக சீதா அன்னையோடு திரும்பி வரும்போது, எமக்கு திருமணக்கோலத்தில் காட்சித் தரவேண்டும். அதைக் கண்டு நான் மனம் மகிழ வேண்டும்" என வேண்டுதல் செய்ய.. அதன்படியே இராவணவதம் முடிந்து சீதாதேவியோடு அயோத்தி செல்லும் வழியில் புஷ்பக விமானத்தில் வந்த இராமபிரான்.. இத்தலத்தில் தம்மிடம் வேண்டுதல் செய்த விபண்டக மகரிஷிக்கு.. வெற்றித் திருமகனாக திருமணக்கோலத்தில் திருக்காட்சி தந்தார் என்கிறது தலபுராணம்.

திருமணப் பிரார்த்தனை

இராமர் சீதா திருமணக்கோலத்தில் மங்களத் திருத்தெய்வங்களாக திருக்காட்சி தந்த புனிதத் திருத்தலம் இது என்பதால், இங்கே வந்து மூலவர் ஸ்ரீ கோதண்ட ராமரையும், ஜனகவல்லித் தாயாரையும் பெரிய நம்பி, ராமானுஜரையும்

வேண்டிக் கொண்டால், உடனே திருமணம் நடந்தேறும் என்பது ஐதீகம்.

திருமண பிரார்த்தனை செய்வது எப்படி?

திருமணத் தடை அகன்று, கெட்டிமேளம் கொட்ட வேண்டுமெனில், இத்தலத்தில் பிரார்த்தனையை மிக எளிதாகச் செய்யலாம். கோவில் வாயிலில் விற்கப்படும் தேங்காய், பூ, பழம் அடங்கிய அர்ச்சனைக் கூடையை வாங்கிக்கொண்டு.. நேரே மூலவர் அருள்மிகு கோதண்டராமருக்கு வலப்புறத்தில் தென்புறமாக கிழக்கு நோக்கி அமைந்திருக்கும் ஜனகவல்லித் தாயாரின் சன்னதிக்குச் செல்ல வேண்டும்.

அங்கே அன்னையின் முன் கரம் கூப்பி நின்று.. நமது பெயர், ராசி, நட்சத்திரம் சொல்லி சங்கல்பம் செய்துகொண்டு அர்ச்சனை செய்ய வேண்டும்.

"தாயே எனது திருமணத்தடை அகன்று.. என் மனதிற்கு ஏற்ற துணையை அமைத்துத் தந்து என் வாழ்வில் ஒளி ஏற்று தாயே" என மனமுருக வேண்டுதல் செய்ய வேண்டும்.

எங்கள் பிரார்த்தனை நிறைவேறினால், அன்னைக்குச் சேலை வாங்கி சாற்றுகிறேன் என்றோ, ஒரு வெள்ளிக்கிழமை தினத்தன்று திருமஞ்சனம் செய்கிறேன் என்றோ.. பிரார்த்தனை செய்ய வேண்டும். இல்லையெனில், எனக்கு திருமணம் நடந்ததும்.. என் துணையோடு வந்து மீண்டும் உங்களைத் தரிசிப்பேன் என்று பிரார்த்தனை செய்தால் போதும். இறையருளினால் இனிதே திருமணம் நடைபெறும்.

அமைவிடம்

சென்னை திண்டிவனம் தேசிய நெடுஞ்சாலையில் 80 வது கிலோ மீட்டரில்.. மதுராந்தகம் நகரின் நடுவே அமைந்திருக்கிறது.

பிரார்த்தனை எத்தனை எளிதானது பார்த்தீர்களா? ஆனால், பிரார்த்தனையின் கீர்த்தி.. சக்தி மிக மிகப் பெரியது உங்கள் வேண்டுதலுக்கு உடனுக்குடன் பலன் கிடைத்திடும் சக்தி மிகு திருத்தலம் இது.

தல அமைப்பு

கிழக்கு நோக்கிய ராஜகோபுரம் 5 நிலைகளுடன் 7 கலசங்களுடன் பிரமாண்டமாய் எழுந்தருளியிருக்கின்றது.

ராஜகோபுரத்திற்கு நேர் எதிரே.. இராமர் புஷ்கரணி எனும் திருக்குளம் தெய்வீகமாக அமைந்திருக்கின்றது.

குளக்கரையின் மீது கோபுர வாயிலுக்கு நேர் எதிரே அருள்மிகு ராமபக்த ஆஞ்சநேயரின் திருச்சன்னதி அமைந்திருக்கின்றது.

"ஸர்வ கல்யாண தாதாரம் ஸ்ர்வவாபத்க நமாருதம்

அபார கருணா மூர்த்தம் ஆஞ்சநேயம் நமாம்யஹம்"

இந்த ஸ்லோகத்தை உச்சரித்தபடி அனுமரை வணங்கினால்

அவரது பரிபூரண கிருபை நமக்குக் கிடைத்திடும்.

ராஜகோபுரத்தைக் கடந்து உள்ளே வந்தால்.. முதலில் கொடி மரமும், பலிபீடமும் அமைந்திருக்கின்றது.

கொடி மரத்திற்குத் தெற்கே நான்கு கால் மண்டபமும், சக்கரத்தாழ்வார் சன்னதியும், வேதாந்த தேசிகர் சன்னதியும் அமைந்திருக்கின்றன.

மூலவர் பிரகாரத்திற்கு முன்பாக நீண்ட வசந்த மண்டபம் பழமையின் அடையாளத்தோடு அமைந்திருக்கின்றது.

வசந்த மண்டபத்தின் வடதிசையில், தெற்கு நோக்கியவாறு ஸ்ரீ விஸ்வக்சேனர் சன்னதியும், உடையார் சன்னதியும், ஸ்ரீலட்சுமி நரசிம்மர் சன்னதியும் அமைந்திருக்கின்றன.

உடையார் சன்னதியின் சிறப்பு

உடையார் சன்னதியினுள்ளே ஸ்ரீராமானுஜருக்கு பெரிய நம்பிகளால் பஞ்ச ஸம்ஸகாரத்தில் சாத்தப்பட்ட ஸ்ரீசங்கு, ஸ்ரீசக்கரமும், பெரிய நம்பிகளால் ஆராதிக்கப்பட்ட ஸ்ரீ கண்ணபிரானின் திருவடிவ விக்ரஹமும் மிகவும் பாதுகாப்பாக

அமைந்திருக்கின்றன.

ஆயிரம் ஆண்டுகளுக்கும் முந்தைய இப்புனித ஸ்ரீசக்கரத்தையும், ஸ்ரீசங்கையும், ஸ்ரீகண்ணபிரானையும் தரிசிப்பது.. இப்பிறவியில் நமக்கு எண்ணற்ற நற்பலன்களைத் தந்திடும் என்பது ஐதீகம்.

தெற்குப் பிரகாரத்தின் தென்மேற்கில் ஜனகவல்லித் தாயாரின் திருச்சன்னதி அமைந்திருக்கின்றது. ஜனக மகாராஜாவின் மகளாக வளர்ந்தமையால் ஜனகவல்லி எனும் திருப்பெயரோடு அன்னை இங்கே அருள்பாலிக்கின்றார்.

ஆலயத்தின் வட மேற்கில் ஸ்தல விருட்சமான மகிழமரம் வளர்ந்திருக்கின்றது.

இம்மகிழ மரத்தின் அடியில்தான் இராமானுஜருக்கு பெரிய நம்பிகள் பஞ்ச ஸம்ஸகாரம் செய்து வைத்தார். அன்றிலிருந்துதான் மதுராந்தகம் 'திவ்யம் விளைந்த திருப்பதி' என்று வழங்கப்படுகிறது.

காஞ்சிபுரம் அருள்மிகு வரதராஜப் பெருமாளின் கட்டளையை திருக்கச்சி நம்பியிடமிருந்து பெற்று.. இராமானுஜர் பெரிய நம்பிகளின் சீடராவதற்காக ஸ்ரீரங்கத்திற்குப் புறப்பட்டார். வழியிலேயே இந்தத் தலத்தின் முன்பாக இருக்கும் ஏரிக்கரையின் படித்துறையில் பெரிய நம்பிகளைச் சந்தித்துவிட்டார்.

அப்போது ஸ்ரீபெரிய நம்பிகள், ஆளவந்தாருக்குப் பின் இராமானுஜரை வைஷ்ணவ தர்ஸன ஸ்தாபகராக்க காஞ்சி புரத்திற்கு வந்து கொண்டிருந்தார். வழியிலேயே இராமானுஜரைச் சந்தித்தமையால், ஸ்ரீராமானுஜரின் பிரார்த்தனையை ஏற்று ஆவணி மாதம் சுக்ல பஞ்சமியன்று பெரிய நம்பிகள் இராமானுஜருக்கு ஸமாஸ்ரயணம் (த்வய மந்திரோபதேசம்) செய்து வைத்தார். ஒவ்வொரு வருடமும் இந்த உற்சவம் சிறப்பாகக் கொண்டாடப்படுகிறது.

ஏரி காத்த ராமர்

ராமர் கோவிலுக்குப் பின்புறம் பிரமாண்டமான ஏரி உள்ளது.

பல்லாண்டுகளுக்கு முன்பு ஏரி அடிக்கடி நிறைந்து கரை உடைப்பு ஏற்பட்டது. இதனால் வெள்ளம் ஊருக்குள் புகுந்து மக்கள் பாதிப்புக்குள்ளாகினர். அப்போது, லயோனல் பிளேஸ் எனும் ஆங்கிலேயர் கலெக்டராக இருந்தார். ஏரிக்கரையைப் பலப்படுத்த அவர் பல்வேறு திட்டங்கள் போட.. ஊருக்குள் வெள்ளம் வருவதை அவரால் தடுக்க முடியவில்லை.

அச்சூழலில் அவர், இத்திருச்சன்னதிக்கு வந்தார். தாயாரின் சன்னதியின் முன்பாக நின்று ஏரி உடைப்பு ஏற்படாமல் இருந்தால் ஆலயத்தை திருப்பணி செய்து பெரியதாகக் கட்டுகிறேன் என்றார். அந்த வருடமும் மழைக்காலத்தில் பெருமழை பெய்து ஏரி நிரம்பியது. எந்த நேரத்தில் ஏரியில் உடைப்பு ஏற்பட்டு ஊருக்குள் வெள்ளம் புகுமோ எனும் சூழலில் ஏரியைப் பார்வையிட லயோனல் பிளேஸ் சென்றார்.

அப்போது அங்கே இரண்டு இளைஞர்கள் கையிலிருந்த வில்லில் அம்பு பூட்டி நின்றனர். அந்த அம்பிலிருந்து மின்னல்போல ஒளி தோன்றியது. அதன் பிறகு ஏரியில் உடைப்பு ஏற்பட இருந்த பகுதி சற்றே திடமாக கடினமாகியது. எதிரே நடப்பது கனவா, நினைவா? என அதிர்ச்சியில் உறைந்தார் லயோனல் பிளேஸ்.

எதிரே தமது முன்னால் தோன்றிய இளைஞர்கள் ஸ்ரீராமர், லட்சுமணர் என உணர்ந்து பிரமித்துப் போனார். அந்த வருடமே தான் சொன்னது போன்று தாயாரின் சன்னதியைக் கட்டித் தந்தார். வரலாற்று நிகழ்வான இச்சம்பவம் அன்னையின் சந்நதிக்கு முன்பாகக் கல்வெட்டில் இச்செய்தி பொறிக்கப்பட்டுள்ளது.

ஏரி உடையாமல் காத்தருளியதால் ஏரி காத்த ராமர் எனும் திருநாமத்தோடு மூலவப் பெருமான் அருள்பாலிக்கின்றார்.

மூலவர் கருவறையினுள்ளே புன்னகை ததும்பும் திருமுகத்தோடு ஸ்ரீராமபிரான், சீதாதேவியின் கரங்களைப் பற்றிய திருக்கோலத்தில் காட்சியளிக்கின்றார்.

சீதா தேவியின் மீதான அன்பினை வெளிப்படுத்தும்விதமாக இவ்வாறு திருக்காட்சி புரியும் இராமபிரானையும், அன்னையையும்

கருவறையினுள்ளே வணங்கிய நிலையில் விபண்டக மகரிஷி காட்சியளிக்கின்றார்.

திருமணக்கோலத்தில் ஆனந்த வடிவாய், அருள் திருதெய்வமாய் திருக்காட்சி புரியும் ஸ்ரீராமபிரானைத் தரிசித்தால், திருமணத்தடைகள் விலகும். கணவன் மனைவிக்குள் ஒற்றுமை நிலைக்கும். குழந்தை பேறு கிடைத்தருளும் என்பது கண் முன் நிகழும் நிஜமாகும்.

ஏரி காத்த ராமரைத் தரிசிப்போம்

ஏற்றமிகு வாழ்வைப் பெறுவோம்

கோவில் திறந்திருக்கும் நேரம் :

காலை 7.30 மணி முதல் 11 மணி வரை

மாலை 4.30 மணி முதல் 8.30 மணி வரை

முகவரி:

அருள்மிகு ஏரி காத்த ராமர் எனும் ஸ்ரீகோதண்டராமர் திருக்கோயில்
மதுராந்தகம் - 603306
காஞ்சிபுரம் மாவட்டம்
தமிழ்நாடு, இந்தியா.
தொலைப்பேசி: 04427552277 / 9629274347

அருள்மிகு
காமாட்சி அம்மன்
திருக்கோயில்
காஞ்சிபுரம்
30

உலகிலுள்ள ஏழு மோட்ச புரிகளான அயோத்தியா, மதுரா, கயா, காசி, காஞ்சி, அவந்திகா, துவாரகா இவற்றில் சக்தியின் ஸ்தலமாக பரிகார க்ஷேத்ரமாக விளங்குகிறது காஞ்சி காமாட்சியம்மன் திருக்கோயில்.1008 சிவாலயங்களும், 108 விஷ்ணு ஆலயங்களும் நிறைந்த கோவில் நகரமாக சிறப்புப் பெறும் காஞ் சீபுரத்தின் மத்தியில் இந்தத் தெய்வீகத் திருக்கோயில் அமைந்துள்ளது. அம்மனின் 51 சக்தி பீடங்களில் இது காமகோடி சக்தி பீடம் ஆகும்.

இத்திருக்கோயில் ராஜகோபுரம் கிழக்கு நோக்கி வானுயர அமைந்திருக்கிறது. இது சுமார் 400 ஆண்டுகளுக்கு முன்பு கிருஷ்ண தேவராய மன்னர் காலத்தில் கட்டப்பட்டதாகும். காஞ்சிபுரத்தில் காமாட்சியே அகிலமுமாக இருக்கிறாள். "ஏகோ விஷ்ணுகோ: த்விதா சம்புகோ: திர்தா சக்திகி" இந்த வார்த்தையின் அர்த்தம் இதுதான். காஞ்சிபுரத்தில் அனைத்து கோயில்களிலும் காமாட்சியே உற்சவ மூர்த்தி ஆவாள்.

இத்திருத்தலத்தில் ஸ்ரீகாமாட்சி அம்பாள் மூன்று வடிவங்களில் அருள்பாலிக்கின்றாள். பத்மாசனத்தில் சாந்த சொரூபியாகவும், எதிரில் ஸ்ரீ சக்கரத்தில் எந்திர சொரூபியாகவும், பக்கத்தில் பிலாசாகத்தில் காரண சொரூபியாகவும் அருள்பாலிப்பது உலகில் வேறு எந்த ஆலயத்திற்கும் கிடைக்காத சிறப்பு

இத்திருத்தலத்தினுள்ளே ஸ்ரீ காமாட்சி அம்மன் தங்க விமானத்தின் கீழே கருவறையில் பத்மாசனம் பூண்டு கருணை வடிவாக அமர்ந்திருக்கிறாள். அருள் நல்கும் இத்தாயை வேத வியாசர் பிரதிஷ்டை செய்தார் என்கிறது ஸ்தலபுராணம். அம்பாளுக்கு முன்பாக ஆதிசங்கரர் பிரதிஷ்டை செய்த சக்திமிகு ஸ்ரீசக்கரம் அமைந்திருக்கிறது. அதுமட்டுமின்றி ஆதிசங்கரர் ஆனந்தலஹரி பாடிய திருத்தலம் என்னும் சிறப்புடைது இத்திருத்தலம். இத்தலத்திற்கு வந்து கேட்டவர் கேட்டவரம் தந்தருளும் கருணைத்தாய் ஸ்ரீகாமாட்சி அம்பாளை வழிபடுவோர்க்கு ஐஸ்வர்யமான வாழ்வும், மன நிம்மதியும் ஏற்படுகிறது என்பதும், இங்கு வணங்கினால் மோட்சம் கிடைக்கும் என்பதும் ஐதீகம். குழந்தை வரம் வேண்டுபவர்கள்

இத்தலத்தில் உள்ள சந்தான ஸ்தம்பத்தை வணங்கினால் திருமண யோகம் கைகூடும் மற்றும் புத்திர பாக்கியம் கிடைக்கும் என்பது நம்பிக்கை. ஸ்ரீதசரத மகாசக்கரவர்த்தி இந்த ஸ்தம்பத்தைச் சுற்றி வந்ததால் தான் ராமர், லட்சுமணர் பிறந்தனர் என்கிறது புராணம்.

இத்திருத்தலத்தில் மொத்தம் இருபத்து நான்கு தெய்வீக அருள் நிறைந்திருக்கிறது.

காயத்ரி மண்டபம், கருவறையில் ஸ்ரீ காமகோடி காமாட்சியம்மன், கருவறையில் காமகோடி பீடமாகிய ஸ்ரீ சக்கரம், தபஸ் காமாட்சியம்மன், பிலாகாசம், ஸ்ரீ அரூப லக்ஷ்மி எனப்படும் அஞ்சன காமாட்சியம்மன், ஸ்ரீ வராஹி அம்மன், சந்தான ஸ்தம்பம், ஸ்ரீ அர்த்த நாரீஸ்வரர், ஸ்ரீ ரூப லக்ஷ்மியும், ஸ்ரீ கள்ளர் பெருமாளும், ஸ்ரீ அன்னபூரணித் தாயும், ஸ்ரீ தர்ம சாஸ்தாவும், ஸ்ரீ ஆதி சங்கரர் திருச்சன்னதியும், துர்வாச முனிவரும், ஸ்ரீ உற்சவ காமாட்சியும், துண்டீர மகாராஜாவும், (அஷ்ட புஜ) மகா சரஸ்வதி அன்னையும், தர்ம ஸ்தம்பமும், ஸ்ரீ காசி கால பைரவரும், ஸ்ரீ துர்க்கை அன்னையும், ஸ்ரீ காசி விஸ்வநாதரும், பஞ்ச கங்கையும், ஸ்ரீ பூத நிக்ரக பெருமாளும், அகஸ்தியரும், ஹயகிரீவரும் என இருபத்து நான்கு தெய்வீக அருள் சன்னதிகள் அமையப்பெற்ற தெய்வீகத் திருத்தலம் இது.

அதுமட்டுமின்றி இத்திருத்தலத்தின் முதல் பிரகாரத்தில், காயத்ரி மண்டபத்துக்குச் செல்லும் வழியில் அமைந்திருக்கும் ஸ்ரீ அன்னபூரணி சன்னதிக்கு முன்பாக தர்ம துவாரம், பிக்ஷத்துவாரம் அமைந்திருக்கிறது. அம்பிகையை வணங்கிய பிறகு பிக்ஷத்துவாரத்தின் வழியாக "பவதி பிக்ஷாம் தேஹி" எனக் கையேந்தி பிச்சை கேட்க வேண்டும் என்பது ஐதீகம். இப்படிச் செய்து வழிபட்டால் அம்பாள் நம் ஆயுள் முழுவதும் எவ்விதச் சிரமமும் இன்றி நமக்கு உணவளித்துக் காத்திடுவாள் என்கிறது புராணநூல்.

தலச் சிறப்பு

- ஸ்ரீ காமாட்சியன்னை ஸ்தூலம், சூட்சுமம், காரணம் எனும் மூவகை வடிவில் அருள் பாலிக்கும் திருத்தலம்.

➢ மகாதேவி, திரிபுரசுந்தரி, ராஜராஜேஸ்வரி, காமேஸ்வரி, லலிதா, ஸ்ரீ சக்கர நாயகி என்னும் திருப்பெயர்களுடன் அம்பிகை அருள்பாலிக்கும் திருத்தலம்

➢ துர்வாச முனிவரால் கிருதயுகத்தில் இரண்டாயிரம் சுலோகங்களாலும், பரசுராமரால் திரேதாயுகத்தில் ஆயிரத்து ஐநூறு சுலோகங்களாலும், தவுமியாசார்யாரால் துவாபரயுகத்தில் ஆயிரம் சுலோகங்களாலும், ஆதிசங்கரரால் கலியுகத்தில் ஐநூறு சுலோகங்களாலும் பாடல்பெற்ற திருத்தலம்.

➢ ஸ்ரீ மகாவிஷ்ணுவின் 108 திருப்பதிகளில் ஒன்றான ஸ்ரீ கள்வர் பெருமாள் சன்னதி காமாட்சி அம்மன் மூலஸ்தானத்தின் பிரகாரத்தில் அமைந்திருக்கும் திருத்தலம்

அமைவிடம்

காஞ்சிபுரம் நகரின் மையத்தில் பேருந்து நிலையத்தின் வடக்கில், உலகளந்தபெருமாள் கோவிலுக்கு மேற்கில் ஸ்ரீ காமாட்சியம்மன் திருக்கோயில் அமைத்துள்ளது

போன்: +91 442722 2609 27222610

➢ பார்த்தவுடனேயே சர்வ மங்களத்தையும் நமக்குக் கோடி கோடியாகக் தந்தருளும் ஸ்ரீ காமகோடி காமாட்சி ஸ்தூலம், சூட்சுமம், காரணம் மூன்று திருவடிவங்களில் அருள்பாலிக்கும் திருத்தலம்

➢ காஞ்சியிலுள்ள அனைத்து சிவாலயங்களுக்கும் ஒரே சக்தியாக ஸ்ரீ காமாட்சியம்மன் வீற்றிருக்கும் திருத்தலம்

➢ ஸ்ரீ சக்கரத்திற்கு முன்பாக தென்கிழக்கு திசையை நோக்கி பிரம்மா, விஷ்ணு, ருத்ரன், ஈஸ்வரன், சதாசிவன் ஆகிய பஞ்ச பிரம்மாக்களைத் தனக்கு ஆசனமாகக் கொண்டு, நான்கு திருக்கரங்களுடன், கைகளில் பாசம், அங்குசம், புஷ்ப வானம், கரும்பு வில் ஏந்தி கருணைத்தாயாக ஸ்ரீ காமாட்சியன்னை அருள்பாலிக்கும் திருத்தலம்.

➢ கருவறைக்குள்ளேயே மூல விக்ரகத்துக்கு அருகில் ஒற்றைக்காலில் தவம் செய்த நிலையில் காமாட்சியம்மன்

அருள்பாலிக்கும் திருத்தலம்.

தல வரலாறு

பண்டாசுரன் என்ற அசுரன், யாரையும் வெல்லும் வரமும், தன்னால் அடக்கப்பட்டவரின் பலம் முழுவதையும் தனக்கே கிடைக்கும் வகையிலான வரமும் பெற்றிருந்தான். ஆனாலும், அனைவருக்கும் மரணம் உண்டு என்ற பொதுவிதியின் அடிப்படையில், அவனுக்கு ஒன்பது வயது பெண் குழந்தையால் தான் மரணம் நிகழும் என்ற நிபந்தனையும் விதிக்கப்பட்டது.

அவனால் தேவர்களுக்கு மிகுந்த துன்பம் ஏற்பட்டதால், அன்னை பராசக்தி காமாட்சியாக அவதாரம் எடுத்து, அவனை அழித்து இத்தலத்தில் எழுந்தருளினாள். கோபமாக இருந்த அம்மனைச் சாந்தப்படுத்துவதற்காக ஆதிசங்கரர் ஸ்ரீ சக்கரம் ஏற்படுத்தி, உக்கிர சக்தியை அருள் சக்தியாக மாற்றினார் என்கிறது தலபுராணம்.

மூலவத் தாயாரின் திருவடிவம்

கருவறையில் ஸ்ரீ காமாட்சி அம்பாள் பத்மாசனத்தில் நான்கு கைகளோடு அமர்ந்து அருள்பாலிக்கிறாள். மேல் வலது கையில் பாசம் (கயிறு), இடது கையில் அங்குசம், கீழ் வலது கையில் 5 புஷ்பங்களோடும், கீழ் இடது கையில் கரும்பு வில்லோடும் காட்சி அளிக்கிறாள். உற்சவ காமாட்சி நடுவில் அம்பாளும், வலது மற்றும் இடது பக்கத்தில் சரஸ்வதியும் லட்சுமியும் இருக்கிறார்கள்.

பங்காரு காமாட்சி

காஞ்சியை முகலாய மன்னன் போரிட்டபோது, அவன் எடுத்து சென்றுவிடக்கூடாது என்பதற்காக முழுவதும் தங்கமாக இருந்த ஸ்ரீபங்காரு காமாட்சியின் திருஉருவச்சிலையை பத்திரமாக எடுத்து சென்று, அதனை உடையார்பாளையத்தில் வைத்தார்கள். தற்போது தஞ்சாவூரில் பங்காரு காமாட்சி இருந்து அருள்பாலிக்கிறார்.

நாபி ஸ்தானம் (சந்தான ஸ்தூபி)

இத்தலத்தின் மற்றொரு சிறப்பு நாபி ஸ்தானம் ஆகும். அம்பாள் தாட்சாயினியின் தொப்புள் (நாபி) (ஒட்டியாணம்) விழுந்த இடமாகும். இந்த காயத்ரி மண்டபத்திலுள்ள 24 தூண்களில் ஒரு தூணில் இந்த நாபி உள்ளது. இந்தத் தூணிற்கு பெயர் சந்தான ஸ்தம்பம் என்பதாகும்

இந்த இடத்தில் தான் ஸ்ரீதரசத மகாராஜா புத்ரகாமேஷ்டி

யாகம் செய்து அதன் பயனாகவே ஸ்ரீராமரும் லட்சுமணரும் ஸ்ரீதரசத மகாராஜாவின் புத்திரர்களாக அவதரித்தார்கள் என்கிறது புராணம். அதுமட்டுமின்றி ஸ்ரீ ராமர், லட்சுமணருக்கு காமாட்சி அன்னை தான் குலதெய்வம் என்கிறது அயோத்தியிலுள்ள ஒரு கல்வெட்டு.

பரிகாரம்

இன்றும் இத்திருத்தலம் வரும் பக்தர்கள் காயத்ரி மண்டபத்திலுள்ள சந்தான ஸ்தம்பத்தைச் சுற்றி வந்தால் திருமண யோகம் கைகூடும் மற்றும் திருமணம் யோகம் கைகூடும் மற்றும் குழந்தை பாக்கியம் கிடைக்கும் என்பது ஐதீகம். இதுவே இத்திருத்தலத்தின் சிறப்புப் பரிகாரமாகும்.

அரூப லட்சுமி சொரூப லட்சுமி

தேவர்கள் பாற்கடலைக் கடைந்தபோது அவ்விஷத்தால் ஸ்ரீ மகாவிஷ்ணுவின் திருமேனி கருப்பாக மாறியது. அப்போது ஸ்ரீ லட்சுமி கருப்பு என அவரை கேலி பேச இதனால் பெருமாள் கோபம் கொண்டு சொரூபமே இல்லாமல் இரண்டாகப் பிளந்து கூன் விழுந்து காணப்படுவாய் என்று சாபம் தந்தார். இதனால் வருந்திய ஸ்ரீலட்சுமி அன்னை சாப விமோசனம் பெறுவதற்காக இத்திருத்தலம் வந்து ஸ்ரீகாமாட்சி அம்பாள் வீற்றிருக்கும் காயத்ரி மண்டபத்தில் தவமிருந்தாள். அன்னையின் அருளால் ஸ்ரீ லட்சுமி தேவி சாப விமோசனம் கிடைக்கப்பெற்று ஸ்ரீசொரூப லட்சுமியாக நின்றபடி கைகூப்பி அன்னையை வணங்கிய கோலத்தில் காட்சியளிக்கிறாள்.

ஆதிசங்கரர்

ஆதிசங்கரர் பல இடங்களுக்குச் சென்று மடங்களை ஸ்தாபித்துவிட்டு இறுதியில் 69வது பீடாதிபதியாக இத்திருத்தலம் வந்தார். இங்கு வந்து காமகோடி பீடம் ஏற்படுத்தி இங்கேயே சர்வஞ்ன பீடம் (முக்தி) அடைந்து அங்கேயுள்ள பிலாகாசத்தில் அம்மனுடன் ஐக்கியம் ஆகிவிட்டார். கருவறை முன்புற பிரகாரத்தின் வடமேற்கில் அமைந்திருக்கும் திருத்தலத்திலிருந்து இன்றும் சூட்சும உடலோடு இங்கு வரும் பக்தர்களின் துயர் தீர்க்கிறார். அவரது திருசன்னதியின் குருபரமபரையரின் திருவடிவங்கள் நம்மை ஆசீர்வதிக்கின்றன.

கோவில் அமைப்பு

கிழக்கு ராஜகோபுரத்தை கடந்து உள்ளே சென்றால் நீண்ட

வெளிப்பிரகாரம் அமைந்திருக்கிறது. கிழக்கில் கொடிமரமும் பலிபீடமும் அஸ்திரதேவி குடியிருக்கும் சக்தி பீடமும் அமைத்திருக்கிறது. இந்த சக்தி பீடத்தில் குங்குமம் சாற்றி அதை நெற்றியில் திலகமாக இட்டுக்கொண்டால் மங்களம் செழிக்கும் ஐஸ்வர்யம் பெருகும் என்பது ஐதீகம். வெளிபிரகாரத்தினை இடப்புறமாக வலம் வந்தால் காசிவிஸ்வநாதர் சன்னதியையும், திருக்குளத்தையும், ஸ்ரீபூதநிக்ரஹ பெருமாள் திருக்கோவிலையும் தரிசிக்கலாம். கிழக்கு,மேற்கு, வடக்கு,தெற்கு நான்குபுறங்களிலும் ராஜகோபுரங்கள் தெய்வீகமாக அமைத்திருக்கின்றன மேற்கு கோபுரத்திற்கு உட்புறமாக துர்கையம்மன் சன்னதி அமைந்திருக்கிறது, வெளிபிரகாரத்தின் வடகிழக்கில் தேர் மண்டபம் அமைந்திருக்கிறது.

கருவறை மண்டபத்தின் நுழைவாயில் முன்பாக ஸ்ரீ மகாபெரியவரின் திருவுருவச்சிலை அமைந்திருக்கிறது. முருகர், கணபதி சன்னதிகள் நுழைவாயிலின் இருபுறமும் அமைத்திருக்கிறது

வாயிலைகக் கடந்து உள்ளே சென்றால் முதலில் ஸ்ரீ ஆதிசங்கரர் முக்தியடைத்து சூட்சும உடலோடு அருள்பாலிக்கும் திருத்தலம் உட்பிரகாரத்தின் வடமேற்கில் அமைந்திருக்கிறது. அன்னையின் அருட்கடாட்சம் உறையும் கருவரை உட்பிரகாரத்தின் தென்புறத்தில் 108 திருப்பதிகளில் ஒன்றாக விளங்கும் ஸ்ரீ கள்வர் பெருமாள் சன்னதி அமைந்திருக்கிறது. கருவறையினுள்ளே சாந்தசொரூபியாக கருணையின் வடிவாக உலகின் தாயாக ஸ்ரீலலிதா திரிபுர சுந்தரியின் அருள்வடிவமான ஸ்ரீ வித்யா ஸ்வரூபிணி என்னும் ஸ்ரீ சக்கரத்தின் முன்பாக அன்னை ஸ்ரீ காமாட்சி மங்கள நாயகியாக வீற்றிருந்து அருள்பாலிக்கிறாள்

ஸ்ரீசக்கரத்தை சுற்றியிருக்கும் கவசத்தில் அஷ்டலட்சுமிகளும் குடியிருப்பதால் அன்னையின் திருமுகத்தையும், ஸ்ரீசக்கரத்தையும் தரிசிப்பவர்கள் வாழ்வில் லட்சுமிகடாட்சம் நிரைந்து வாழ்வு வளமாகும் என்பது ஐதீகம்

முகவரி:

அருள்மிகு காமாட்சியம்மன் திருக்கோயில்,
காஞ்சிபுரம் - 631501
தொலைப்பேசி: 044 27222609.

புட்லூர்

31

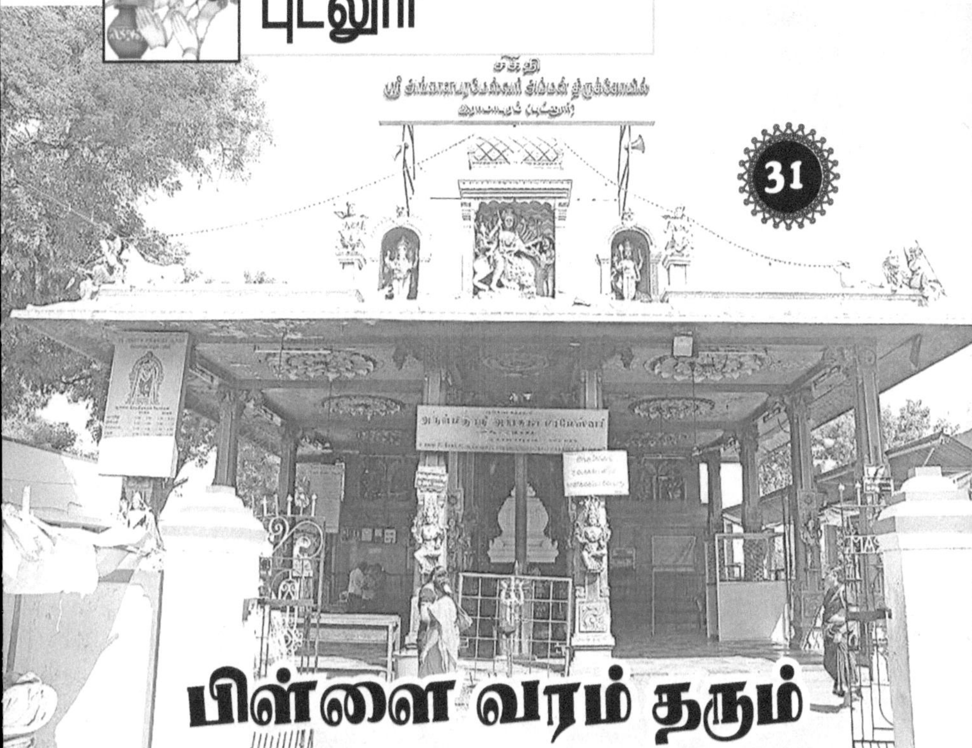

பிள்ளை வரம் தரும் பிள்ளைத்தாச்சி அம்மன்

தமிழகத் திருக்கோயில்களில் சக்திமிகு அம்மன்களை நாம் பல்வேறு வடிவங்களிலும், புற்றுருவாகவும் தரிசித்திருக்கிறோம். ஆனால் அந்தப் புற்றே ஒரு பெண்ணுருவமாக, அதுவும் நிறைமாதக் கர்ப்பிணிப் பெண் படுத்திருப்பது போல், மல்லாந்து படுத்த நிலையில், சுயம்பு வடிவில் ஸ்ரீ அங்காளம்மன் தெய்வீகமாக எழுந்தருளி அருள்பாலிக்கும் திருத்தலம் தான் புட்லூர்.

அருள்மிகு அங்காளம்மன் திருக்கோயில். அன்னையின் புற்றுருவ தரிசனத்தைக் காணும் நொடியில் நம் உடல் சிலிர்க்கிறது. அத்தனை தெய்வீகம் அத்தனை பரவசம்.

அதிலும் அன்னையின் திருமுக தரிசனம் காண இங்கே நாள்

தோறும் வருகை தரும் எண்ணற்ற பக்தர்கள் அன்னையின் கருணையினால் திருமண வரமும், குழந்தைப் பேறும் பெற்றுச் செல்கிறார்கள் என்பதை நேரில் அறியும்போது சக்திமிகு அங்காளம்மனின் தாயுள்ளத்தையும், கருணையையும் உணர முடிகிறது.

உலக ரட்சகி, கருணை தெய்வம், உயிர் காக்கும் மாரி, ஸ்ரீ அங்காளம்மன் பக்தர்கள் வேண்டும் வரம் தருபவள்.

அதிலும் குழந்தை வரம் தந்து நம் இல்லங்களில் மழலையாகத் தவழும் இந்தத் தாய் செய்த, செய்கிற அற்புதங்கள் ஏராளம். அதிலும் கருவுற்றிக்கும் பெண்களின் உயிர்காக்கும் கற்பரட்சாம்பிகையாக இவள் பேரருள் புரிகிறாள். கருவுற்ற பெண்கள் அன்னையின் திருத்தலம் சென்று அன்னையின் திருமுகத்தை ஒருமுறை தரிசித்தாலே சுகப்பிரசவம் நிச்சயம்.

ஆலய தரிசனம்

சிறிய கோபுரம் கொண்ட ஆலயத்தில் நுழைந்ததும் பிரதான மண்டபத்தில் முதலில் நந்தி தரிசனம் கிடைக்கிறது. அடுத்து மகாமண்டபத்தில் ஸ்ரீஅங்காள பரமேஸ்வரி யுடன், சிவபெருமான் அருள்பாலிக்கின்றார்.அதற்கடுத்து சுயம்பு வடிவான புற்றுருவ பிள்ளைதாச்சியம்மன் திருச்சன்னதி அமைந்துள்ளது. அத்திருச் சன்னதியில் சுமார் எட்டடிக்கு மேல் நீளத்தில், ஈசானிய மூலையில் தலை வைத்து குறுக்காக அன்னை மல்லாந்து படுத்திருக்கிறாள். நிறைமாத கர்ப்பிணி தண்ணீர் தாகத்தால் ஆயாசத்துடன், சற்றே வாயைத் திறந்தபடி, கைகளை இருபக்கமும் விரித்து, கால்களை அகற்றியபடி, நிறைமாத உயர்ந்த வயிற்றுடன்

படுத்திருக்கும் திருவடிவைக் காணும் நொடிகள் உடல் சிலிர்க்கிறது. நம்மையறியாமல் நம் கைகள் இருகரம் கூப்பிய நிலையில் தலைக்கு மேல் உயர.. தாயே போற்றி..! அன்னையே போற்றி..! அங்காளம்மன் தாயே எங்களைக் காப்பாற்று நம் உதடுகள் உச்சரிக்கின்றன.

சற்றே திறந்துள்ள அன்னையின் வாயில் அழகாக உதடுகளைப் போல் தங்கக் கவசம் சாற்றப்பட்டுள்ளது. அழகிய விழிகள் பொருத்தப்பட்டு, அம்மன் நம்மைக் காண்பது போல் தோற்றமளிக்கிறது. புற்றினுள் வாழும் நாகங்களுக்கு அம்மனின் வாயில் பாலும், முட்டையும் அளித்து வழிபாடு செய்கிறார்கள். புற்று அம்மனின் சன்னதிக்குப் பின்னால் நடராஜர், அங்காள பரமேஸ்வரி, கணபதி, முருகனின் திருவுருவங்களும், அங்காள பரமேஸ்வரியின் உற்சவ விக்கிரகமும் உள்ளன.

அமைவிடம்

சென்னையிலிருந்து ஆவடி வழியாக திருவள்ளூர் செல்லும் வழியில், காக்களூர் பஸ் நிறுத்தத்திற்கு முதல் நிறுத்தமான ராமாபுரம் என்ற ஊரில் இவ்வாலயம் உள்ளது. சென்னை திருவள்ளூர் ரயில் மார்க்கத்தில் திருவள்ளூருக்கு முன் ரயில் நிறுத்தமான புட்லூர் ரயில் நிலையத்தில் இறங்கினால் அங்கிருந்து அரை கி.மீ தூரத்தில் இத்திருத்தலம் அமைந்துள்ளது.

தேவி பக்தர் ஒருவர் கனவில் தோன்றி ஆலயத்திற்கு எதிரில் ஒரு குளம் வெட்டச் சொன்னதாகவும், அதனுள் கிடைத்த சிலைகள் இங்கு பிரதிஷ்டை செய்யப்பட்டதாகவும் சொல்லப்படுகிறது. ஆலயத்தின் வெளிப் பிரகாரம் சுற்றி வரும்போது, வலப்பக்கம் தானே உருவாகிய ஐந்தடி உயர புற்று ஒன்று உள்ளது. அது முழுவதும் மஞ்சள் பொடி பூசி வைத்துள்ளார்கள். சன்னதிக்குப் பின்னால் நாகர் சிலைகள் உள்ளன. அங்குள்ள வேப்ப மரத்தில் நிறைய துணித் தொட்டில்களும், மஞ்சள் கயிறும் கட்டப்பட்டுள்ளது.

தல வரலாறு

செஞ்சிக்கு அருகிலுள்ள மேல்மலையனூரில் அங்காள பரமேஸ்வரி சக்திபீடமாய், புற்றாக அமர்ந்து அருள்பாலிக்கிறாள். அங்கிருந்து சிவனும், பார்வதியும் இடுப்பில் கூடையுடன், சூலத்தைத் தடியாகக் கொண்டு காடு, மலை, வனம் வழியே நடந்து வந்தனர். புட்லூர் வரும்போது அங்கு மாமரம், வேப்பமரம், இலுப்பமரம் வளர்ந்து குளிர்ச்சியாக இருந்ததால், நிறை மாத கர்ப்பிணியாக இருந்த தேவி, அங்கு அமர்ந்து விட்டாள்.

அவளுக்குத் தாகம் தொண்டையை வரட்ட, பார்வதி சிவனிடம் "நான் இங்கேயே இருக்கிறேன். என் தாகத்திற்குத் தண்ணீர் எடுத்து வாருங்கள்" என்றாள். சிவனும் வெகு தூரம் சென்றும் நீர் கிடைக்காமல், கூவம் ஆற்றைக் கடந்து சென்றபோது, திடீரென்று வெள்ளம் ஆற்றில் கரை புரண்டு ஓட, சிவன் திரும்பி வர முடியாமல் திகைத்து நின்றார். இங்கு பார்வதியோ சிவனைக் காணாமல், தாகம் தாங்காமல் அப்படியே மல்லாந்து படுத்து விட்டாளாம். நீர் வடிந்து சிவன் இங்கு வந்து பார்த்தபோது அம்மன் புற்றுருவாகப் படுத்திருப்பது கண்டு, தானும் பக்கத்தில் நின்று விட்டாராம்.

இது நடந்து பல நூற்றாண்டுகளுக்குப் பின், அவ்விடம் வயல் காடாகி விட்டது. சுமார் நூறு ஆண்டுகளுக்கு முன் ஒரு உழவன் அவ்வயலில் ஏர் உழ, அவ்விடத்திலிருந்து ரத்தம் பெருகி வருவது கண்டு மயக்கமடைந்து விட்டான். ஊர் மக்கள் கூடி வேடிக்கை பார்க்க, அம்மன் ஒரு கிழவியின்மேல் அருள் கொண்டு "நான் மேல்மலையனூர் அங்காள பரமேஸ்வரி. நான் இங்கு புற்றாக அமர்ந்துவிட்டேன். எனக்கு ஆலயம் கட்டி வழிபட்டால் உங்களுக்குக் கஷ்டம் நீக்கி, பில்லி, சூனியம் நோய்கள் அணுகாமல் பாதுகாப்பேன். பிள்ளைச் செல்வம், திருமணப் பேறு தருவேன்" என்றுரைக்க, அங்கு ஆலயம் உருவாயிற்று.

ஏர் உழவன் மயக்கம் தெளிந்து எழுந்து மன்னிப்பு கேட்க, "இவ்வாலய பூசாரியாக இருந்து எனக்குத் தொண்டு செய்து வா" என்று பணித்தாளாம் பார்வதி. அன்று முதல் இன்றுவரை அந்த ஏர் உழவன் பரம்பரையே பூசாரிகளாக இருந்து வருகிறார்கள்.

வேண்டுதல் நிறைவேறும் திருத்தலம்..!

நிறைமாத கர்ப்பிணியாக அருள்பாலிக்கும் அன்னையிடம் குழந்தை வரம் வேண்டுவோர் இத்தலத்தில் ஒன்பது வாரங்கள் வழிபாடு செய்ய வேண்டும்.

தாயே தீர்க்காயுளோடு அறிவும் அழகும் நிறைந்த ஓர் மழலைச் செல்வத்தைத் தந்தருளுங்கள் என்ற மனம் நிறைந்த வேண்டுதலோடு புட்லூர் பூங்காவனத்தம்மன் ஆலயத்திற்கு முதல்வாரம் கணவனும் மனைவியும் சேர்ந்து செல்லவேண்டும். கோவிலுக்குள் சென்றதும் முதலில் தலை முதல் கால் வரை முழுதும் நனையும் விதமாகக் குளித்து விட்டு, ஆலயக் கடையில் ஆளுக்கு ஒரு எலுமிச்சை பழம், ஒரு மஞ்சள் கயிறு, அரை முழம் பூவும் வாங்கிக்கொண்டு ஆலயத்தை வலம் வர வேண்டும். முதலில் பிரகாரத்தில் இருக்கும் வேப்பமரத்தில் மஞ்சள் கயிறைக் கட்டிவிடவேண்டும்

அடுத்து அரசமர விநாயகப் பெருமானை வணங்கிவிட்டு, ஆலயப் பிரகாரத்தை 11 முறை வலம் வரவேண்டும், பிறகு அருள்மிகு பிள்ளைதாச்சியம்மன் மல்லாந்து படுத்த நிலையில் அருள்பாலிக்கும் திருச்சன்னதிக்குச் சென்று கருணைத்தாயின் திருமுகத்தைத் தரிசித்து, நம் வேண்டுதல்களை அன்னையின் முன்பாக மனமுருகிச் சொல்ல வேண்டும். அன்னையின் தரிசனம் முடிந்ததும் அடுத்து கருவறைக்குச் சென்று அகிலம் காக்கும் அன்னை அங்காளம்மனை இரு கரம் கூப்பி வணங்கிவிட்டு அன்னையின் முன்பாக முட்டிப் போட்டு அமர்ந்து மனமுருக வேண்டுதல் செய்ய வேண்டும். அப்போது கோவில் பூசாரி அம்மனின் திருப்பாதத்தில் வைத்து எலுமிச்சைப் பழத்தை உருட்டிவிடுவார். அந்த எலுமிச்சைப் பழத்தை முட்டிப்போட்ட நிலையிலேயே சேலை முந்தானையை விரித்து பிடித்து, கீழே நழுவி விடாதபடி பிடித்துக்கொள்ள வேண்டும். அந்த எலுமிச்சைப் பழத்துடன் பூசாரி தரும் வேப்பிலையையும் வாங்கிக்கொண்டு வெளியே வர வேண்டும்.

கோவில் மகாமண்டபத்தில் அமர்ந்து கணவனும் மனைவியும் அந்த சக்திமிகு எலுமிச்சை பழத்தையும் வேப்பிலையையும் சாப்பிட வேண்டும். முதல்வாரம் மட்டும் கணவன் உடன்

வந்தால் போதும். அடுத்து எட்டு வாரமும் மனைவி மட்டும் அன்னையின் திருத்தலத்திற்கு வந்து அன்னையின் திருமுகம் தரிசித்து சக்திமிகு எலுமிச்சை பழத்தையும் வேப்பிலையையும் சாப்பிட்டால் குழந்தை பேறு நிச்சயம் என்கிறது தலபுராணம். இப்படி வழிபாடு செய்யும் போது முதல் வாரம் எந்தக் கிழமையில் வேண்டுதலை ஆரம்பிக்கிறோமோ அதே கிழமையில் தான் மற்ற எட்டு வாரங்களும் பிராத்தனையைத் தொடர வேண்டும். அடுத்து முதல்வாரம் மட்டும் குழந்தை வரம் வேண்டுபவர்கள் தங்கள் சேலை முந்தானையில் நான்கு அங்குல அகலத்திற்கு நீளமாகக் கிழித்தெடுத்து நாகாத்தம்மன் புற்றுக்கோயில் அமைந்திருக்கும் இடத்திலுள்ள வேப்பமரத்தில் அந்த முந்தானைத்துணியில் சிறுகல் வைத்து தொட்டில் கட்டித் தொங்க விட்டு வேண்டுதல் செய்ய வேண்டும். இந்த வேண்டுதல் முதல் வாரம் செய்தால் மட்டும் போதுமானது; இவ்விதமாக ஒன்பது வாரங்கள் புட்லூர் அம்மனைத் தரிசித்து வேண்டுதல் செய்தவர்க்கு பிள்ளைவரம் நிச்சயம் என்கிறார்கள் இங்கு வரும் பக்தைகள்.

அடுத்து முக்கியமாக அன்னையின் அருளால் பிள்ளை வரம் கிடைத்ததும் கருவுற்ற ஐந்தாவது மாதமோ, அல்லது ஏழாவது மாதமோ இத்திருத்தலத்திற்குச் சென்று பிள்ளைத்தாச்சி அம்மனுக்கு சீமந்தம் செய்ய வேண்டும்.

ஐந்து வரிசை சீமந்த சாப்பாடு, ஒரு கிலோ மஞ்சள் தூள், ஒரு கிலோ குங்குமம், நான்கு டஜன் வளையல், அம்மனுக்கு பூ ஜடை, ஒரு மாலை வாங்கிச் சென்று அம்மனுக்குச் சாற்றி சீமந்தம் செய்ய வேண்டும். அம்மனுக்குப் படைத்த சீமந்த உணவை அங்கு வரும் பக்தர்களுக்குக் கொடுக்க வேண்டும்.

இவ்விதம் பிள்ளைத்தாச்சி அம்மனுக்கு முதலில் சீமந்தம் செய்துவிட்டு பிறகு கருவுற்றிருக்கும் பெண்ணுக்கு அவரது இல்லத்தில் ஒன்பதாவது மாதம் சீமந்தம் செய்தால் அன்னையின் பேரருளால் சுகப்பிரசவம் நிகழும் என்பது ஐதீகம்.

இதே போன்று திருமண வரம் வேண்டுபவர்கள் 11 வாரம் வேண்டுதல்கள் செய்து அன்னையின் திருவருளால் மங்கள வரம் பெற்று மகிழ்கிறார்கள்.

கோவில் சிறப்பு

- சுமார் ஆயிரம் ஆண்டு பழமையான திருத்தலம்
- இந்த ஆலயத்தில் மீன் சின்னம் உள்ளதால், இந்த ஆலயத்தை பாண்டிய மன்னர்கள் அமைத்து, திருப்பணிகள் செய்ததாகக் கருதப்படுகிறது.
- எல்லா அம்மன் தலங்களிலும் சிங்க வாகனம் இருக்கும். ஆனால் இத்தலத்தில் சிவபெருமான் கருவறையில் வீற்றிருப்பதால் நந்தி இடம் பெற்றுள்ளது. தமிழ்நாட்டில் வேறு எந்த சக்தி தலத்திலும் இத்தகைய நந்தி அமைப்பைக் காண இயலாது.
- இத் திருத்தலத்தில் எலுமிச்சம் பழ வழிபாடு மட்டுமே நடத்தப்படுகிறது. தேங்காய் உடைத்து அர்ச்சனை செய்யப்படுவதில்லை.
- புட்லூர் தலத்தில் இருந்து எலுமிச்சம் பழ மாலை பெற்று வந்து வீட்டுவாசலில் மாலைபோல் கட்டித் தொங்கவிட்டால், வீட்டுக்குள் தீயசக்திகள் வராது என்பது ஐதீகம்.
- ஒவ்வொரு அமாவாசை தினத்தன்று இத்திருத்தலத்தில் விசேஷ பூஜைகள் நடைபெறுவது வழக்கம்

முகவரி:

அருள்மிகு பிள்ளைத்தாச்சி அம்மன் திருக்கோயில்,
ராமாபுரம் (புட்லூர்) 602025
திருவள்ளூர் மாவட்டம்,
தொலைப்பேசி: 9443639825

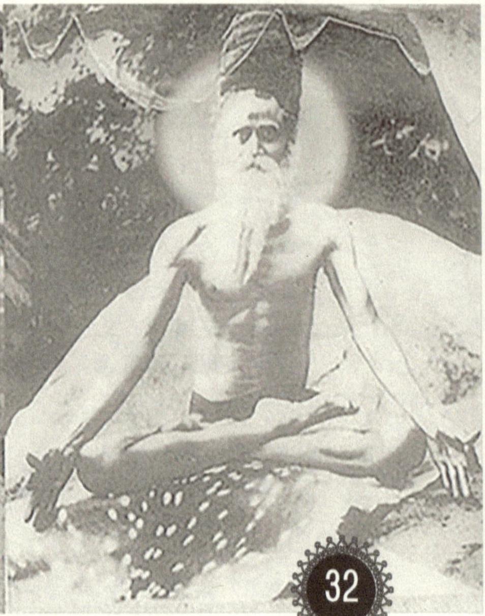

32

தங்கால்
மௌனகுரு
சுவாமிகள் திருக்கோயில்..!

மனிதர்களுக்கு எவ்வளவு தான் நகைகள், அணிகலன்கள், வீடு, வாகனம், சொத்து சுகம் இருந்தாலும் போதும் என்கிற மனநிலையின்றி தேடிக்கொண்டே இருக்கிறான். அத்துடன் நம்மிடம் இவ்வளவு நகை இருக்கிறது, இவ்வளவு பணம் இருக்கிறது, இவ்வளவு சொத்து இருக்கிறது என்கிற "இருக்கிறது என்கிற செருக்கு" வரும் போது கர்வம் மிகுதியாகிறது. இதனால் பொறாமைகளும், சூழ்ச்சிகளும், வன்மங்களும் அவனைச் சூழத் துவங்குகின்றன. இதற்கெல்லாம் ஒரே தீர்வு, விடிவு இதுதான். நம்மிடம் எவ்வளவு இருப்பினும் ''இருந்தும் இல்லாமல் இருப்பதே''. இந்த இனிய போதனையின் அடையாளமாய் இம்மண்ணில் வாழ்ந்து எண்ணற்ற அற்புதங்களை நிகழ்த்தியவர் ஸ்ரீலஸ்ரீ மயிலை குருஜி

சுந்தர்ராம் ஸ்வாமிகள். இவரது ஜீவசமாதியும், இவரது குருநாதர் ஸ்ரீலஸ்ரீ மௌனகுரு ஸ்வாமிகளின் ஜீவசமாதியும் அமைந்தருளும் திருக்கோயில் வேலூருக்கு அருகே வள்ளிமலையிலிருந்து ஐந்து கிலோமீட்டர் தொலைவில் சித்தூர் செல்லும் சாலையில் தங்கால் என்னும் கிராமத்தின் துவக்கத்தில் அமைத்திருக்கிறது

சுற்றிலும் இயற்கை எழிலும் மூலிகை மரங்களும் நிறைந்திருக்க, தெய்வீக எழில் வடிவாய், ரம்மியமாய் அமைதியின் திருவுருவாய் அமைந்திருக்கிறது இத்திருக்கோயில்.

ஆலயத்தின் துவக்கத்தில் ஸ்ரீலஸ்ரீ மௌனகுரு ஸ்வாமிகளின் ஜீவசமாதித் திருக்கோயில் வடக்கு நோக்கி அமைந்திருக்கிறது.

தெய்வீக மணம் கமழும் ஜீவசமாதியில் ஈசனின் திருமேனியான ஸ்ரீசிவலிங்கம் பிருதிஷ்டை செய்யப்பட்டு, அருகே ஸ்ரீமௌனகுரு ஸ்வாமிகளின் திருவுருவச் சிலையும் பிருதிஷ்டை, செய்யப்பட்டுள்ளது.

மௌனகுரு ஸ்வாமிகள் சென்ற நூற்றாண்டில் இம்மண்ணில் வாழ்ந்த மஹா சித்த புருஷர். இவரின் பிறப்பிடம் எது? அவர் எங்கிருந்து இங்கு வந்தார் என்பது யாருக்கும் தெரியாது. ஆனால், அவர் நிகழ்த்திய அற்புதங்களும், ஆச்சர்யங்களும் இன்றும் தங்கால் கிராம மக்களை மெய்சிலிர்க்கச் செய்கின்றன.

ஒரு பித்தனைப் போன்ற தோற்றத்தில், உடலில் ஒரு சிவப்பு சால்வையைப் போர்த்தியிருப்பார். அவரது தலையிலுள்ள சடை முடியை மறைத்து காவித்துணியால் தலைப்பாகைக் கட்டியிருப்பார், நரைத்த நீண்ட தாடியைச் சேர்த்து முடித்திருப்பார். அவரது புன்னகையான முகமும், அருள் பொருந்திய பார்வையும் அவரைத் தேடி வரும் பக்தர்களுக்கு அளவில்லா ஆனந்தத்தையும், நிம்மதியையும் தந்திடும்.

முதலில் வள்ளிமலையில் தவமிருந்த அவர், தங்கால் கிராமத்தில் ஒரு சிறுவனின் உயிரை கூடுவிட்டு கூடு மாறி காப்பாற்றி உயிர்ப்பித்ததால் அந்தக் கிராம மக்கள் அவரை

இங்கேயே தங்கும்படிக் கேட்க, அவர்களின் வேண்டுதலுக்கு இணங்கி தங்காலுக்கு வந்தார்.

மௌனகுருவான அவர்முன் யார் எந்தப் பிரச்னையோடு வந்து நின்றாலும் தனது ஆன்ம சக்தியினால் நொடியில் அவர் உணர்ந்து கொள்வார். உடனே அவர்களின் உச்சந்தலையில் கை வைத்து ஆசிர்வதித்தோ, வலது தோளைத் தட்டியோ ஆசி வழங்குவார். நோயாளிகள் என்றால் உடனே அருகிலிருக்கும் மூலிகைத் தோட்டத்திற்கு அழைத்துச் சென்று மூலிகை சாறு தந்து குணமாக்குவார். இவரது அருளாலும் மூலிகையின் அமானுஷ்ய சக்தியினாலும் ஏராளமானோர் நலமடைந்திருக்கிறார்கள்.

குறிப்பிட்டுச் சொல்வதென்றால் கண் பார்வை கிடைப்பது கடினம் என டாக்டர்களால் கைவிடப்பட்ட சென்னை திருவல்லிக்கேணி ஈஸ்வரன் மகளுக்கு மூலிகை சாறு தந்து கண்பார்வை கிடைக்க வைத்ததும், வேலூர் சிஎம்சியில் பழக்கடை வைத்திருக்கும் கண்ணன் என்பரின் மகனுக்கு ஏற்பட்ட அரிய நோயான உடலிலுள்ள அணுக்கள் எதிரணுக்களாக மாறும் கொடிய நோயை ஒரு குவளை மூலிகைச் சாரில் குணப்படுத்தியதும், இலங்கையிலிருந்து புற்றுநோய் சிகிச்சைக்காக வேலூர் சிஎம்சி மருத்துவ மனைக்கு வந்த கந்தஞானி, புனிதவதி தம்பதியரில், புனிதவதியின் முற்றியநிலை வயிற்றுப்புற்றுநோயை அமானுஷ்ய சக்தியினால் ஒரே நாளில் குணப்படுத்தியது என எண்ணற்ற அற்புதங்களையும், அதிசயங்களையும் நிகழ்த்திய அம்மகான் இன்றும் தனது ஜீவசமாதியிலிருந்து பல

அற்புதங்களையும், சித்தாடல்களையும் நிகழ்த்திக் கொண்டிருக்கிறார்.

மௌனகுரு சித்தரின் ஜீவசமாதிக்கு இடப்புறத்தில் ஸ்ரீலஸ்ரீ மயிலை குருஜி சுந்தரராம் ஸ்வாமிகளின் ஜீவசமாதி அமைந்திருக்கிறது. அமைதியும், சாந்தமும், தெய்வீக சக்தியும் நிறைந்த அவரது ஜீவசமாதியினுள் சித்தரின் திருவுருவச் சிலையும், ஸ்ரீ தக்ஷிணாமூர்த்தியின் திருவடிவமும் பிரதிர்ஷ்டை செய்யப்பட்டுள்ளது. இந்த ஜீவ சமாதியினுள் ஆண்கள் சட்டை அணிந்து செல்ல அனுமதியில்லை. சித்தரின் ஜீவசமாதியினுள் சக்திமிகுந்த மூலிகைகளும், சித்தரின் அருட்கடாட்சமும் நிறைந்திருப்பதால் அந்த சக்தி அலைகள் உடலில் பட்டால் தீராத பிணிகளும், வினைகளும் அகன்றிடும் என்பதாலேயே சட்டை அணிந்து வரவேண்டாம் என்கிறார்கள்.

அமைவிடம்

வேலூருக்கு அருகே வள்ளிமலையிலிருந்து ஐந்து கிலோமீட்டர் தொலைவிலும், சோளிங்கரிலிருந்து சித்தூர் செல்லும் வழித்தடத்தில் பொன்னை நகருக்கு அடுத்து நான்காவது கிலோமீட்டரிலும், தங்கால் கிராமத்தின் துவக்கத்தில் சாலையோரம் இத்திருத்தலம் அமைந்திருக்கிறது.

தொடர்பு எண்: 04172257212

அத்துடன் அது ஒரு சக்தி பீடம். குருஜி சித்தரின் ஜீவசமாதியில் அவருக்கு முன்பாக அமர்ந்து நாம் மனதில் நினைத்ததை நம் வேண்டுதல்களை ஒரு சீட்டில் எழுதி அங்கிருக்கும் ஒரு பெட்டியில் போட்டுவிட்டு வந்தால் நூறு நாட்களில் அந்த வேண்டுதல்கள் நிறைவேறுவதாக ஐதீகம். அந்த வேண்டுதல் சீட்டில் எழுதப்படுபவை பவுர்ணமி தோறும் நடக்கும் மஹா

யாகத்தின் போது ஸ்ரீலஸ்ரீ பிரசன்னா சுவாமிகளால் படிக்கப்படுகிறது என்பதால் சித்தரின் முன்பாக எழுதப்படும் வேண்டுதல்கள் அத்தனையும் பலிதமாகிறது.

இப்படி இத்திருத்தலத்திற்கு வந்து வேண்டுதல் சீட்டு எழுதி திருமணமானவர்கள் நூற்றுக்கணக்கானோர். நோய் தீர்ந்தவர்கள் ஆயிரக்கணக்கானோர். அத்தனை சக்தி வாய்ந்தது இத்திருத்தலம்.

இன்றும் சூட்சும உடலோடு ஸ்ரீலஸ்ரீ மயிலை குருஜி ஸ்வாமிகள் இங்கு வரும் பக்தர்களுக்கு அருள்பாலிப்பதே இத்தனை மகத்துவங்கள் நிகழ்ந்து கொண்டிருப்பதற்குக் காரணம்.

அவர் ஒரு மகான் மட்டுமல்ல, சித்தர் மட்டுமல்ல, எங்கள்

தந்தை என ஆனந்தக் கண்ணீரோடு கரம் குவிக்கிறார்கள் அவரது பக்தர்கள்.. அந்த மகான் இம்மண்ணில் நிகழ்த்திய அற்புதங்கள் ஏராளம்.

தன்னைக் காண வரும் பக்தர்களின் பிரச்னைகளை நொடியில் உணர்ந்திடும் சித்தர். அவர்களின் பிரச்னைகளைத் தனது தெய்வீக சக்தியினால் தீர்த்திடுவார். இரு சிறுநீரகமும் செயலிழந்த சென்னை பல்லவன் போக்குவரத்துக் கழகத்தில் பணிபுரிந்த பிரசாத் என்பவரை சிறு தேங்காய் எண்ணையினால் குணப்படுத்தியது, திருவள்ளூருக்கு அருகேயுள்ள திருவாலங்காடு என்னும் ஊரில் பாம்பு கடித்து இறந்த ஏழைத் தொழிலாளியின் மனைவியை உயிர் பிழைக்கச் செய்தது, சென்னை திருவெற்றியூரைச் சேர்ந்த இளம்பெண்ணின் அழுகிய கண்களை ஒரு சில சொட்டு மூலிகை சாறினால் குணப்படுத்தியது என எண்ணற்ற அற்புதங்களை நிகழ்த்தியிருக்கிறார். இன்றும் அவரது ஜீவசமாதியைத் தேடிவந்து தரிசிக்கும் பக்தர்களுக்கு வியப்பூட்டும் விதத்தில் பல அற்புதங்களை நிகழ்த்திக் கொண்டிருக்கிறார்.

அந்த மஹா சித்தர் தனது திருக்கரங்களினாலேயே அங்கு ஸ்ரீ பிரசன்ன வெங்கடாசலபதியின் திருத்தலத்தை உருவாக்கியிருக்கிறார். திருப்பதி திருமலையில் அருள்பாலிக்கும் ஏழுமலையானின் திருவடிவ அமைப்பிலேயே இங்கும் பெருமாள் நின்ற திருவடிவில் சங்கு சக்கரம் தாங்கி பேரருள் புரிகிறார். பல்வேறு மூலிகைகளுடன் சக்தி சக்கரத்துடன் அமைந்தருளும் ஏழுமலையானைத் தரிசிக்கும் நொடிகளில் நம் மனதில் கவலைகள் தீர்ந்து நிம்மதியும், ஆனந்தமும் நிறைகிறது.

ஆலயப் பிரகாரத்தில் சக்திமிகு சித்தர்களின் திருவுருவச் சிலைகள் அமைக்கப்பட்டுள்ளன. மாதம்தோறும் இங்கு பவுர்ணமி பூஜை விஷேசம். பக்திமணம் கமழும் அந்தத் தெய்வீகப் பூஜையில் கலந்து கொண்டால் நம் வேண்டுதல் பலிக்குமென்பதால் ஆயிரக்கணக்கானோர் பவுர்ணமி பூஜையில் கலந்து கொள்கிறார்கள். அதற்கென பிரமாண்ட மேடை அமைக்கப்பட்டுள்ளது.

மூலிகைத் தோட்டத்திற்கு நடுவே சிவன் மலை திருக்கோவில் அமைந்துள்ளது. நவபாஷாண திருமேனியில் லிங்கரூபமாய் ஸ்ரீ சிவபெருமான் இங்கே நல்லருள் புரிகிறார். இரவில் இந்த சிவலிங்கத்தின் மீது கருநாகங்கள் சூழ்ந்திருக்கும். மாலை ஆறுமணிக்குமேல் இங்கே அனுமதி இல்லை.

நலம் அருளும் இத்திருத்தலத்திற்கு ஒரு முறை சென்று வந்தாலே உங்களுக்குள் அமைதியும், குடும்பத்தில் ஒற்றுமையும், மங்களகரமான வாழ்வும் கிடைத்திடும். இது உண்மை. நிஜம்.

முகவரி:

தங்கால் மௌனகுரு சுவாமிகள் திருக்கோயில்,
தங்கால் -632 514.
(வழி) பொன்னை,
வேலூர் மாவட்டம்.
தொலைப்பேசி: 04172257212.

www.ingramcontent.com/pod-product-compliance
Lightning Source LLC
LaVergne TN
LVHW060608051026
849519LV00002B/520
* 9 7 8 9 3 8 7 6 5 5 5 5 3 *